A TAMIL PROSE

A TAMIL PROSE READER

SELECTIONS FROM
CONTEMPORARY TAMIL PROSE
WITH NOTES AND GLOSSARY BY

R. E. ASHER
AND
R. RADHAKRISHNAN

CAMBRIDGE
AT THE UNIVERSITY PRESS
1971

PUBLISHED BY THE PRESS SYNDICATE OF THE UNIVERSITY OF CAMBRIDGE
The Pitt Building, Trumpington Street, Cambridge, United Kingdom

CAMBRIDGE UNIVERSITY PRESS
The Edinburgh Building, Cambridge CB2 2RU, UK
40 West 20th Street, New York NY 10011–4211, USA
477 Williamstown Road, Port Melbourne, VIC 3207, Australia
Ruiz de Alarcón 13, 28014 Madrid, Spain
Dock House, The Waterfront, Cape Town 8001, South Africa

http://www.cambridge.org

First published 1971
First paperback edition 2004

A catalogue record for this book is available from the British Library

Library of Congress Catalogue Card Number: 73–93705

ISBN 0 521 07214 X hardback
ISBN 0 521 61185 7 paperback

To
CHING AND NITTHILA

CONTENTS

ACKNOWLEDGEMENTS

This work was developed pursuant to a contract between the University of Chicago and the United States Office of Education, Department of Health, Education and Welfare.

Thanks are due to the following for permission to reproduce copyright material for this book: P. V. Akilandam for ex. 13 from *Amarāvatik karaiyil*, published by Pudumai Prasuram, Pennadam; the late C. N. Annadurai for ex. 10 from *Ilaṭciya varalāṟu*, published by Dravida Pannai, Trichinopoly; K. Appadurai for ex. 29 from *Teṉṉāṭu*, published by Alamelu Nilayam, Madras; Mrs A. Chidambaranatha Chettiar for ex. 27 from *Muṉpaṉik kālam*, published by Palaniyappa Brothers, Madras; K. V. Jagannathan for ex. 20 from *Aṟunta tanti*, and ex. 21 from *Oru cāṇ vayiṟu*, published by Kalaimagal Karyalayam, Madras; 'Nadodi' for exs. 14 and 15 from *Eṉṉaik kēḷuṅkōṉṉā*! published by Kamatenu Publications, Madras; M. P. Periaswamythooran for ex. 2 from *Kuḻantai maṉamum ataṉ malarcciyum*, and ex. 5 from *Eḻuttō-viyaṅkaḷ*, both published by Paari Nilayam, Madras; T. J. Ranganathan for ex. 4 from *Noṇṭik kiḷi*, published by Kalaimagal Karyalayam, Madras; 'Somalay', for exs. 17 and 18 from *Amerikkāvaip pār*, published Inbha Nilayam, Madras; M. P. Somasundaram for ex. 3 from *Kallarai mōkiṉi*, published by Paari Nilayam, Madras; Star publications of Madras for exs. 6 and 7 from *Putumaipittaṉ kataikaḷ*, by the late Pudumaipittan, and for ex. 16 from *Orē urimai* by 'Vintan'; The Trustees of the will of the late R. P. Sethu Pillai for ex. 19 from *Tamiḻiṉpam*, ex. 28 from *Tamiḻar vīram*, and ex. 32 from *Kaṭaṟ karaiyilē*, all published by Palaniyappa Brothers, Madras; Dr M. Varadarajan for ex. 8 from *Ulakap pērēṭu*, ex. 11 from *Colliṉ katai*, ex. 23 from *Karittuṇṭu*, ex. 25 from *Ilakkiya ārāycci*, and ex. 26 from *Ilakkiyat tiṟaṉ*, all published by Paari Nilayam, Madras.

INTRODUCTION

This prose reader is intended for intermediate and advanced students of Tamil. As far as contradictory features allow, the passages are graded in ascending order of difficulty, and some of the earlier ones could be embarked on towards the end of a second year of study.

Almost without exception the extracts have been selected from books published since India attained independence. An attempt has been made to introduce the student through these pages to a wide range of style and subject-matter. The only noticeable gaps are the language of technical publications —clearly out of place here—and the language of journalism. A case could have been made out for the inclusion of newspaper extracts. It was decided, however, not to increase the bulk of the volume further, but rather to recommend the compilation of a separate reader entirely devoted to the Tamil of newspapers and magazines. This is not, of course, to suggest that we have here two separate worlds. Some of the passages selected for this collection from contemporary prose may well have appeared, and one or two almost certainly did appear, in a periodical before forming part of a book.

It has not been the intention of the compilers to provide an anthology of only the very best of modern Tamil prose. It is felt that some of the extracts included do have considerable literary merit, but there have also been other criteria of selection. A passage may have been included because it contains in a short space much useful vocabulary or grammatical features that a student ought to become familiar with; a story may have been chosen because, even though it falls short of an artistic ideal, it deals with a topic that frequently occurs in present-day Tamil fiction. The chief aim, in fact, has been to give a sufficient variety as regards subject-matter, style, vocabulary and so on to enable a student who works carefully through the thirty or more passages to face without undue trepidation any unedited prose text he may wish to read. It is hoped at the same time that each of the extracts will seem to have some positive merit of its own.

The notes are intended to clear up such problems as cannot be solved through looking words up in the glossary. Frequent cross-reference is made to highlight both similarities and differences in the writing of different authors. Alternative forms are given now and again so that the student's experience will not be entirely limited to what he reads here. In the case of colloquial forms appearing in the text it will usually be found that the alternatives given are those belonging to a more formal 'written' style. If the Tamil word, phrase or sentence to be annotated is followed by a colon, what comes next will be a translation of this.

With one minor exception (the last sentence of 18) all the extracts are entirely unchanged from the original text. This applies to punctuation no less than to other features, for it seemed best not to try to impose a standard where no standard exists.

The bulk of the work involved in the compilation of this reader was completed during the year 1961–1962, when both editors were attached to the South Asia Language and Area Center of the University of Chicago. We should like to express our gratitude to friends and colleagues there, in particular the Director of the Center, Professor Edward C. Dimock, Jr, for their help and encouragement. We are much indebted to our typists and clerical assistants, Mr A. V. Srinivasan and Mrs R. Ramanathan, for their painstaking and conscientious work in the preparation of the typescript.

Our thanks go also to the Ford Foundation, for its support of the Tamil and other South Asian Studies at the University of Chicago, and to the United States Department of Health, Education, and Welfare, for material assistance in the development of Tamil and other teaching materials at this University. Needless to say, neither of these agencies is responsible for any of the materials presented here, nor for the manner of their preparation.

R. E. Asher
University of Edinburgh
28 October 1968

1. ராஜாஜி : வரம் கேட்ட குதிரை

ராஜாஜி (*சக்கரவர்த்தி ராஜகோபாலாச்சாரி* : *b.* 1878), who for most of a long lifetime has been an important figure in Indian Politics and who in recent years showed his continuing vitality when he founded the Swatantra Party, was Prime Minister of Madras during British rule (1937-39) and Chief Minister of Madras after his country achieved independence (1952-54). He was Governor-General of independent India until January 1950, and from then until late 1951 served as Minister in the Central Government. He has published several books in English, including a number on aspects of Hinduism. Among his best-known Tamil works are versions of the *Mahābhārata* and the *Rāmāyaṇa* in modern prose, and volumes of short stories. The 'fable' given here is from *கற்பனைக் காடு*,* a collection of stories theoretically intended for children but by no means without interest for adults.

வரம் கேட்ட குதிரை

ஒரு காலத்தில் குதிரை மாட்டைப் பார்த்துப் பொறாமைப்பட்டது. "இந்தப் பிராணிக்கு எவ்வளவு நல்ல கொம்புகள்! எனக்கு இல்லையே. இருந்தால் எவ்வளவு உபயோகமாக இருக்கும்!"

இப்படி யெல்லாம் யோசித்து, 'கொம்பு வேண்டும், இரண்டு நீண்ட கொம்புகள் வேண்டும்' என்று தவம்[1] இருந்தது.

தவம் பலித்தது. தலையில் கொம்புகள் முளைத்து வளர்ந்தன. குளத்தில் ஜலத்தில் தன் உருவத்தைப் பார்த்துக் குதிரை மிகவும் சந்தோஷப்பட்டது. தான் அடைந்துவிட்ட கொம்புகளை எண்ணி எண்ணிப் பெருமைப் பட்டுக் கொண்டு குதிரை புல் மேய்ந்து கொண் டிருந்தது.

திடீர்[2] என்று எதையோ கண்டு ஓடிற்று. ஆனால் முன்போல் ஓட முடியவில்லை. மாட்டைப் போல் தடுமாறி ஓடிற்று. கால்களில் ஓடும் சக்தி முன்போல் இருக்கவில்லை. "என்னவாயிற்று என் கால்களுக்கு?" என்று ஏக்கம் கொண்டது.

---

* 2nd edition, Madras, 1960; pp. 51-4.

1 *தவம்* : penance—hardship endured in order to gain favours from God, or to gain pardon for misdeeds committed. *தவம் இரு* : do penance.

2 *திடீர்* : onomatopoeic word expressive of suddenness. Such words are always followed by *என்று* or *என*.

பிறகு புல் தின்று பசி தீர்த்துக்கொண்டு[3] நின்றபோது, வயிற்றில் ஏதோ ஒரு[4] கலக்கம் உண்டாயிற்று.

"இதுவென்ன வயிற்றில் என்னவோ பண்ணுகிறதே" என்று சொல்லி முடிப்பதற்குள்[5] சாப்பிட்ட புல் வாய்க்கு வந்தது. அதை மெள்ள மறுபடி கடித்து விழுங்கிய பின்னும் மறுபடி வயிறு கலக்கிற்று.

"இதுவென்ன வம்பு!" என்று ஒரு மரத்தடியில் படுத்துக் கொண்டது. தின்ற புல் அவ்வளவும் மறுபடி அசை போட்டுத்[6] தூங்கிற்று. பிறகு எழுந்து நடந்தது.

"என் பாடு கஷ்டமாகி விட்டது. மாட்டைப் போல் ஆகிவிட்டேனே! இந்தக் கொம்புகளும் வேண்டாம்; இந்த அசை போடும் தொல்லையும் வேண்டாம்!" என்று மறுபடி பழைய மாதிரி ஆக வேண்டும் என்று தீவிர தவம் செய்ய ஆரம்பித்தது. அவ்வப்போது கால்களைப் பார்த்துக் கொண்டது.[7] குளம்புகள் ஒவ்வொன்றும் இரண்டாகப் பிளந்து போய்,[8] முன்போல் இல்லை. முதுகின்மேல் ஒரு ஈ வந்து உட்கார்ந்தது. வாலால் அதை ஓட்டிக் கொண்டபோது தன் புது வாலைப் பார்த்து மிக வெட்கம் கொண்டது. 'ஐயோ! துரௌபதியின்[9] தலையில் அவிழ்ந்த கூந்தலைப்போல் இருந்த என் வால் இப்படி வைதீகனுடைய உச்சிக்குடுமியைப்போல் ஆய்விட்டது'[10] என்று துக்கம் மேலிட்டு அழுதது.

"நான் கெட்டேன், ஈசுவரா![11] இந்தக் கொம்புகளைத் திருப்பிப் பெற்றுக் கொள்.[12] என்னை முன்போல் சுகமாக இருக்கவும் கால்

---

3 பசி தீர் : satisfy hunger.

4 ஏதோ ஒரு : a sort of; some . . . or other.

5 முடிப்பதற்குள் : before finishing. Note here the case ending–கு followed by உள் to mean 'before'.

6 அசை போடு : chew the cud.

7 கால்களைப் பார்த்துக் கொண்டது : It looked at its own legs. Note the use of கொள் preceded by a verbal participle to give a reflexive meaning to the action referred to in the participle.

8 பிளந்து போய் : having become split.

9 துரௌபதி. Draupadī, wife of the Pāṇḍavas of *Mahābhārata*. She did not tie up her long hair until her husbands killed their enemy Duryodhana.

10 ஆய்விட்டது (ஆகிவிட்டது, alternative form) : it has become. Note விடு preceded by verbal participle to signify completed action in the recent past.

11 ஈசுவரா. Vocative form of ஈசுவரன் (ஈஸ்வரன்).

12 திருப்பிப் பெற்றுக்கொள் (திரும்பப் பெற்றுக்கொள் commoner alternative form): take back. Literally, 'having returned, take'. Cf. திருப்பிக் கொடு : give back.

குளம்புகள் பிளந்து போனதைச் சரிப்படுத்தியும் செய்து என்னைக் காப்பாற்றுவாயாக.[13]

"இந்த வாலை என்னுல் சகிக்க முடியவில்லை. என்னுடைய பழைய வாலை எனக்குத் தருவாயா?" என்று மிகத் துயரப்பட்டுத் தவம் செய்தது.

"குதிராய்! என்ன உனக்கு?" என்ருன் மகாதேவன்.[14]

"என் கால்களைப் பார். இனி நான் ஓட முடியுமா? என் வாலைப் பார். இது என்ன வெட்கக்கேடு?"[15] என்றது குதிரை.

"என்ன இதற்கு? மான்களைப் போலவும் பசுக்களைப் போலவும் இரட்டைக் குளம்புகளும், அழகான குச்சு வாலும். அதனுலென்ன?" என்ருன் மகாதேவன் சிரித்துக்கொண்டு.

"போதும், போதும்! என் பழைய குளம்புகளே, பழைய வாலே எனக்கு வேண்டும். தவிர, இதுவென்ன, சாப்பிட்டது ஜீரணமாவதில்லை?[16] வயிற்றில் என்னவோ செய்து மேலுக்கு வருகிறதே!" என்றது பாவம்[17] குதிரை.

"அது அப்படித்தான் செய்யும். அதனுல் என்ன? மறுபடி நன்ருகக் கடித்து அசை போட்டு விழுங்கினுல் சரி!" என்ருன் சங்கரன்.[18]

"எனக்கு உண்டாகும் குழந்தைகளுக்கும் இதே பாடா!" என்றது குதிரை.

---

13 என்னை . . . காப்பாற்றுவாயாக. In this sentence there is a somewhat peculiar construction, in that the conjunctive forms –உம் . . . –உம், which are usually attached to words of the same grammatical category, are here used differently. The whole sentence could be rewritten as: கால் குளம்புகள் பிளந்து போனதைச் சரிப்படுத்தியும் என்னை முன்போல் சுகமாக இருக்கச் செய்தும் என்னைக் காப்பாற்றுவாயாக. Another alternative would be to replace the form சரிப்படுத்தியும் by the infinitive சரிப்படுத்தவும்.

14 மகாதேவன் : another name for ஈசுவரன் (Śiva).

15 இது என்ன வெட்கக்கேடு? : what a shame this is! An exclamation mark would be the more appropriate punctuation, though the sentence contains the word என்ன, 'what'.

16 சாப்பிட்டது ஜீரணமாவதில்லை : that which was eaten is not digested. Note the verbal noun forms சாப்பிட்டது (past tense) and ஆவது (future tense). Note also the use of the future tense for a general statement (ஆவது). The present tense is also used for this purpose, particularly in colloquial speech.

17 பாவம். A word commonly used to express sympathy, particularly in the spoken language. Here the author is expressing his sympathy for the horse's plight.

18 சஙகரன : another name for Śiva.

"ஆமாம்!" என்றான் பரமசிவன்.[19]

"ஐயோ! என்மேல் கருணை கொண்டு தப்புவிப்பாய்!" என்று அழுதது குதிரை.

"கொம்புகளைத் திருப்பிக் கொடுத்து விடு!"[20] என்றான் மகா தேவன்.

"இதோ எடுத்துக் கொள்! எனக்குக் கொம்பும் வேண்டாம், மாட்டுக் குளம்பும்[21] வேண்டாம். தின்றது[22] உடனே ஜீரணமாகும்படி யிருக்கட்டும்,[23] படுத்து அசை போடும் வேலை எனக்கு வேண்டாம். நான் ஓடிக் குதித்து வாழ விரும்புகிறேன்!" என்று சொல்லிக் குதிரை பரமசிவன் காலைத் தொட்டு வணங்கிற்று.

"ததாஸ்து!"[24] என்று ஆண்டவன் வரமளித்தான்.

---

19 பரமசிவன் : yet another name for Śiva.

20 திருப்பிக் கொடுத்து விடு : give back.

See note 12 above. For விடு cf. note 10. Here it expresses certainty of completed action. A free rendering of the whole sentence would be 'Give back the horns, and be done with it.'

21 கொம்பும் . . . குளம்பும் : neither horn nor hoof. Note –உம் . . . –உம், with a negative after each –உம், is the equivalent of English 'neither. . . nor'.

22 தின்றது : that which was eaten. Verbal noun (past tense). Cf. note 16.

23 இருக்கட்டும் : may it be, let it be.

24 ததாஸ்து : be it so. Expression used in blessing.

2. பெ. தூரன் : அடிக்கலாமா ?

பெ. தூரன் (பெரியசாமித் தூரன் : *b.* 1908), the Chief Editor of the *Tamil Encyclopaedia*, has made a very varied contribution to Tamil letters. Collections of poems, short stories, essays, and an edition of Bhārati's works are among his publications. We give here a chapter from a book on child psychology, குழந்தை மனமும் அதன் மலர்ச்சியும்.*

அடிக்கலாமா ?

'அடியாத பிள்ளை படியாது' என்று எப்படியோ ஒரு பழமொழி தமிழிலே தவருகத் தோன்றிவிட்டது. பலர் இதை வேத வாக்காக[1] மதிக்கிருர்கள். இதை முழு மனத்தோடு பின்பற்றிஞல்தான் குழந்தைகளை நன்கு வளர்க்க முடியும் என்றும் நம்புகிருர்கள்.

''கையில் அடிக்காதே ; குழந்தை மந்தியாய்ப் போய்[2] விடும் ; ஒரு சின்ன மிளார் வைத்துக்கொண்டு சுருக்கென்று அடி கொடுக்க வேண்டும்'' என்று சிலர் போதனை செய்வதை நான் கேட்டிருக்கிறேன்.

ஒரு சமயம் நான் ரெயிலில் பிரயாணம் செய்துகொண்டிருந்த போது ஒரு சுவையான சம்பாஷணை என் காதில் விழுந்தது.

வீட்டைவிட்டு ஓடிப்போன தன் மகனைத் தேடிக்கொண்டு ஒருவர் புறப்பட்டிருக்கிருர். அவர் அதைப்பற்றி மற்றவர்களுக்கு எடுத்துக் கூறிக்கொண்டிருந்தார்.

''நீங்கள் பையனுக்கு மிகவும் செல்லம் கொடுத்திருப்பீர்கள். அதனல்தான் அவன் யாருக்கும் அடங்காமல் ஓடியிருக்கிருன்'' என்ருர் ஒரு பிரயாணி.

''அடித்து மிரட்டி வைத்திருந்தால் இப்படி ஓடுவாஞ ?'' என்று கேள்வி போட்டார் மற்ருெருவர்.

---

* 2nd edition, Madras, 1959; pp. 45–8.

1 வேத வாக்கு : an expression from the Vedas. Commonly used to mean 'unfailing truth'. Cf. English 'Gospel truth'.

2 மந்தியாய்ப் போய் : become dull; become like a monkey. Note the use of போ to mean 'become'. Cf. such English expressions as 'it goes wrong'.

''நான் அடிக்காத அடியா? எத்தனை தடவை அடித்திருக்கிறேன்! பிரம்பை எடுத்தால் உரித்துப்போடுவேன்''[3] என்றார் காணுமற்போன[4] பையனுடைய தகப்பனார்.

''குழந்தையிலிருந்தே[5] அடித்து மிரட்டி வைக்கவேணும். அப்போது[6] செல்லம் கொடுத்துவிட்டுக் கொஞ்சம் பெரியவனான பிறகு அடித்தால் இப்படித்தான்'' என்று காரணங் கண்டுபிடித்தார் வேறொரு பிரயாணி.

''அடி உதவுவதுபோல அண்ணன் தம்பி[7] உதவமாட்டான்'' என்று இன்னொருவர் பழமொழியில் பேசினார்.

அவர்கள் பேச்சைக் கேட்கக் கேட்க[8] என்னையறியாது[9] எனக்குச் சிரிப்பு வந்துவிட்டது. பலர் இவர்களைப்போலத் தான் பொதுவாக நம்பிக்கை வைத்திருக்கிறார்கள். அடித்து வளர்க்காத பிள்ளையும் பிடித்து வளர்க்காத மீசையும் உருப்படாவாம்.[10]

பெற்றோர்களுக்குத் தங்கள் குழந்தைகளிடத்தில் அளவு கடந்த பிரியம் இருக்கிறது. இருந்தாலும் குழந்தைகளை அடிக்கிறார்கள். அப்படிச் செய்தால்தான் குழந்தைகள் திருந்தி நல்ல வழியில் நடக்கக் கற்றுக்கொள்ளும் என்பது அவர்களுடைய எண்ணம். இது முற்றிலும்

---

3 பிரம்பை எடுத்தால் உரித்துப்போடுவேன் : if I take the cane, I'll peel the skin away. Note the use of போடு. This can mean definiteness of action; or it may be simply an adaptation of a regional dialect form, meaning no more than உரிப்பேன்.

4 காணுமற்போன : missing; absconded.

5 குழந்தையிலிருந்தே = குழந்தைப்பருவத்திலிருந்தே : from childhood.

6 அப்போது : then. The word here refers to childhood, mentioned in the previous sentence.

7 அண்ணன் தம்பி : brothers. Literally, 'elder brother—younger brother'. There is no simple Tamil word to mean 'brother'. Two alternatives are சகோதரன், of Sanskrit origin, and the Tamil compound form உடன்பிறந்தவன்.

8 கேட்கக் கேட்க : as [one] goes on listening to. This type of reduplication implies repetition of the action.

9 என்னையறியாது (என்னையறியாமல், alternative form) : without my knowing.

10 அடித்து . . . உருப்படாவாம் : It is said that a child brought up without beating and a moustache grown without twisting will not take [the right] shape.

பிடி : hold. Here it refers to the grooming of the moustache with the fingers.

உருப்படாவாம் (alternative form உருப்படாதாம்). –ஆம் occurring in this way implies that the preceding statement represents a state of things, what is said by others, and so on.

சரியல்ல. நல்ல முறையில் வளர்ப்பதற்குக் குழந்தையை அடிக்க வேண்டிய அவசியமில்லை. அடிப்பதனாலும் மிரட்டுவதனாலும் குழந்தைக்கு நன்மையைவிடத்[11] தீமையே அதிகம் விளைகின்றது என்று குழந்தையின் மனத்தை ஆராய்ந்தறிந்த மனத் தத்துவர்கள்[12] கூறுகிறார்கள்.

''சில சமயங்களிலே குழந்தைகள் பிடிவாதம் செய்கின்றனவே, அப்பொழுது அடிக்காமல் என்ன செய்வது? எவ்வளவு அன்பாகவும் பொறுமையாகவும் பேசினாலும் கேட்பதில்லை. அந்தச் சமயத்திலே என்ன செய்வது?'' என்று சில பெற்றோர்கள் கேட்கிறார்கள்.

''வாயில் சொல்லிவிட்டுப் போகிறவர்களுக்கென்ன?[13] குழந்தையை வளர்த்துப் பார்த்தால் கஷ்டம் தெரியும். என் மகன் ராமு இருக்கிறானே, அவன் ஒவ்வொரு நாளைக்கு எதையாவது[14] வேண்டுமென்று ஒரே கத்துக் கத்துவான். கீழே விழுந்து புரளுவான். இரண்டடி கொடுத்தால்தான் அடங்குவான். அவனை அடிக்காமல் என்ன செய்ய முடியும்?'' என்று ஒரு தாய் என்னைக் கேட்டாள்.

ஆரம்பித்திலிருந்தே குழந்தையை நல்ல முறையில் வளர்த்து வந்தால் இப்படி அடிக்கவேண்டி நேராது. அன்போடு வார்த்தை சொல்லுவதாலும், நம்முடைய நடத்தையின் உதாரணத்தாலுமே குழந்தையைச் சரியான வழியில் நடக்கும்படி செய்துவிடலாம். சில சமயங்களிலே குழந்தைக்கு அதன் நடத்தை சரியில்லை என்பதை நமது முகக் குறிப்பாலேயே உணர்த்திவிடலாம். சாதாரணமாகக் குழந்தை மற்றவர்களுக்கு விருப்பமில்லாததைச் செய்யாது. மற்றவர்கள் தனது செய்கைகளைப் பாராட்டிப் போற்ற வேண்டுமென்று குழந்தைக்கு ஆசை. பெற்றோர்கள் வெறுக்கிறார்கள் என்றால் அம்மாதிரியான காரியத்தை விலக்கிவிடக் குழந்தை முயலும். ஆனால், அதற்கு முதலிலிருந்தே[15] பெற்றோர்கள் ஜாக்கிரதையாகக் குழந்தையை நல்ல முறையில் வளர்த்துவர வேண்டும். அடிப்பதனால் குழந்தையின் மறை மனத்திலே பல கோளாறுகள் ஏற்பட்டு அதன் பிற்கால வாழ்க்கை பாதிக்கப்படுகிறது என்று மனத் தத்துவர்கள் கூறுகிறார்கள். அதனால் குழந்தையை அடிக்கவே கூடாது என்கிறார்கள் அவர்கள். ஒரு சிலர் எப்பொழுதாவது வேறு வழியொன்றும் தோன்றாத காலத்தில் குழந்தையை அடிக்கலாம் என்று ஒரு விதி விலக்கும் கூறுகிறார்கள். ஆனால்,

---

11 விட : more than.

12 மனத் தத்துவர்கள் : psychologists.
மனத் தத்துவம் : quality or property of the mind; psychology.

13 வாயில் . . . என்ன : What is it to those who just say [what comes into their] mouths? I.e. it is easy to talk.

14 எதையாவது : something or other.

15 முதலிலிருந்தே : from the very first, from the very beginning.

வெறும் கோபத்தாலோ வெறுப்பாலோ மட்டும் அடிக்கப் படாது[16] என்றும், குழந்தையைத் திருத்துவதற்காக அதன் குற்றத்தை எடுத்துக்காட்டும் முறையில் அமைதியான மன நிலேயோடு அடிக்கவேண்டும் என்றும் அவர்கள் வரம்பு கட்டியிருக்கிருர்கள்.[17]

பொதுவாகக் கோபத்திஞல்தான் குழந்தையை அடிக்கிரேம். அடிபடுகின்ற போது, ''பெரியவர்களாக இருப்பதால்தான் அவர்கள் என்னே அடிக்கிருர்கள்'' என்று குழந்தையின் மனத்தில் எண்ணம் உதயமாகுமாம். அந்த எண்ணம் வெறுப்புணர்ச்சிக்குக் காரணமாகிவிடும்.

சில பெற்றேரர்கள் மிதமிஞ்சிய அன்பு காட்டுவார்கள்; கோபம் வந்துவிட்டால் அளவுக்கு மிஞ்சிக் கடுமையாக இருப்பார்கள். இரண்டும் தவறு. அன்பு கொஞ்சம் அதிகமாகவே இருப்பதால் தீங்கில்லே. ஆஞல், கண்டிப்பும், மிரட்டலும் அதிகமாக இருக்கக்கூடாது. குழந்தையின் மனத்திலே வெறுப்புணர்ச்சி முதலிய விரும்பத்தகாத[18] உணர்ச்சிகள் தோன்றுவதற்கு அவை காரணமாக இருக்கும்.

குழந்தை நமது அன்புக்குப் பாத்திரமானது; புதிதாக மலர்ந்த பூவைப் போன்றது. அதை அடிக்கக்கூடாது. அது அன்பிலேதான் முழு மலர்ச்சி பெறும்.

---

16 அடிக்கப் படாது : one should not be beaten. The form அடிக்கக் கூடாது could be used in the same context, though it translates 'one should not beat'.

17 வரம்பு கட்டியிருக்கிருர்கள் : they have set up limits.

18 விரும்பத்தகாத : undesirable. Note other forms with தகாத ('not suitable', 'not proper'), such as சொல்லத்தகாத ('not proper to say').

3. சோமு : யாரோ இவர்

சோமு (மீ. ப. சோமசுந்தரம் : *b.* 1921), a journalist, now Chief Producer for the Southern Region of All India Radio, was writing prize-winning stories as long ago as 1940. Since then he has also entered the realms of the novel, essays and poetry, whilst continuing to publish volumes of short stories, among them the one drawn on here, கல்லறை மோகினி.*

யாரோ இவர்[1]

1

'யாரோ இவர் யாரோ' என்று அன்று சுமார் பதினாயிரந்தடவை மனசுக்குள்ளேயே பாடியிருப்பேன். காரணம், காலையில் நான் எழுந்திருந்தபோது அடுத்த வீட்டு ரேடியோவில் அந்தப் பாட்டு கேட்டுக்கொண்டிருந்தது. பாடியவர் யாரோ தெரியவில்லை. ஆனால் 'யாரோ இவர் யாரோ,[2] என்ன பேரோ அறியேனே'[3] என்று அவர் ஒரு நூறு தடவை அந்தப் பல்லவியைத் திருப்பியிருப்பார்.

என் மனசுக்குள்ளே அப்பொழுது புகுந்த அந்தப் பல்லவி அன்று முழுதும் என்னை விடவே இல்லை. 'யாரோ இவர் யாரோ' என்று முனகிக்கொண்டேயிருந்தேன். பல் துலக்கும்போது, காப்பி சாப்பிடும்போது, சட்டையை மாட்டிக் கொள்ளும்போது,[4] மாடிப்படி யேறும் போது—எல்லாம் அதே பல்லவி; கீறல் விழுந்த இசைத்தட்டு மாதிரி திரும்பத் திரும்ப.[5]

---

* 2nd edition, Madras, 1956; pp. 185–200.

1 யாரோ இவர் : Who *is* this person?

2 யாரோ இவர் யாரோ. When this is read there will be a pause after the first யாரோ and no pause after இவர். Nevertheless the first two words have been taken as the title of this story. The whole phrase is taken from a well-known song.

3 அறியேனே : I do not know at all. Note the negative conjugation in அறியேன் 'I do not know'. Such forms are now less used than compound forms to express negation. –ஏ, normally an emphatic particle, here also indicates a feeling of helplessness about the situation.

4 மாட்டிக் கொள் : hang on oneself, i.e. wear. மாட்டு 'hang' or 'suspend'. கொள் indicates reflexive action.

5 கீறல் விழுந்த இசைத்தட்டுமாதிரி திரும்பத் திரும்ப : again and again like a worn-out gramophone record. Here கீறல் may be interpreted

சில நாட்களில் சில பாட்டுக்களுக்கு இந்தச் சுக்கிர தசை[6] அடிக்கிறது! மூன்று வருஷங்களுக்கு முன் "ஆடும் சிதம்பரமோ"[7] என்ற பாட்டு இந்தப் பாடுபட்டது. அதற்கு முன்னால் "காமி சத்திய பாமா!"[7] அதற்கும் முன்னால் "பண்டித மோதிலால் நேரை"![7] அதற்கெல்லாம் முன்னால் "பூங்கா வினோதம்மே . . ."[7]

எதற்குச் சொல்லவந்தேன் என்றால்,[8] இந்த வருஷத்தில் 'யாரோ இவர்' பாட்டுக்கு அடிக்கிற சுக்கிர தசை வேறு எதற்கும் இருந்ததில்லை. திடீரென்று காலையில் எழுந்ததும் இப்படி வந்து பிடித்துக் கொண்டது பாருங்களேன்![9]

"யாரோ இவர் யாரோ" என்றேன்.

கதவு தட்டும் சத்தம் கேட்டது. நான் பாட்டு மும்முரத்தில் இருந்தேன்.

"என்ன பேரோ அறியேனே" என்று தொடந்தேன்.

மறுபடியும் கதவு தட்டப்பட்டது.

"யாரோ இவர் யாரோ . . ."

அப்பொழுது சாப்பிடப்போகும் நேரம், காலை பத்துமணி. தன்னந்தனியாகக்[10] கிழட்டுச் சமையற்காரனை வைத்துக்கொண்டு குடித்தனம் நடத்தும் ஒரு நடுத்தர வயதுள்ள பிரும்மச்சாரிக்கு இந்த எதிர்பாராத விருந்து எப்படி இருக்கும் என்று உங்களால் யூகித்துப் பார்க்க முடியாது! உங்களில் பாதிப்பேர் கல்யாணம் செய்துகொண்டவர்கள். பாதி செய்து கொள்ளப்போகிறவர்கள். ஒரு பிரும்மச்சாரியிடம் உங்களுக்கு என்ன அநுதாபம் இருந்து விடக்கூடும்!

---

as referring to the scratched and worn condition of the whole groove. Alternatively it could be taken to mean a scratch on the surface of the disc of a sort that causes the constant repetition of one small section of the record.

இசைத்தட்டு : 'music-plate'. I.e. gramophone record.

6 சுக்கிரதசை : period of ascendancy of Śukra or Venus. Often refers to a period of luck and prosperity.

சுக்கிரதசை அடிக்கிறது : good fortune comes. அடி (literally 'beat') often collocates with சுக்கிரதசை.

7 ஆடும் சிதம்பரமோ, காமி சத்திய பாமா, பண்டித மோதிலால் நேரை, பூங்கா வினோதம்மே—are all opening words of songs that enjoyed brief popularity. நேரை for the more usual நேருவை.

8 எதற்குச் சொல்ல வந்தேன் என்றால் : the reason I began saying this is that . . . More literally, 'If you ask why I came forward to say [all this] . . .'

9 பாருங்களேன் : please look. Note –ஏன் after the imperative indicating a request to someone to do something.

10 தன்னந்தனியாக : all alone.

மாடியிலிருந்து இறங்கி வந்து கதவைத் திறந்தேன். யாரோ முன்பின் தெரியாத[11] மனிதர் ஒருவர் நின்றுகொண்டிருந்தார். உயரம் நாலரை அடிதான் இருக்கும். கருகரு[12] என்று அடர்த்தியான தலைமயிரை 'ராஜபார்ட் முடி'[13] போல வளர்த்து, நேர் வகிடு எடுத்து, கொண்டை போடாமல் பரத்தி விட்டிருந்தார். நிறமோ நிழலின் நிறம்.

"யார் நீங்கள்?" என்றேன்.

"பார்த்தால் தெரியவில்லையா, நான் ஒரு மனிதன்—உங்களைப் போல" என்று ஒரு போடு போட்டார்![14]

யாரோ இவர் என்று எண்ண வேண்டியதில்லை. இவர் ஒரு மனிதராம்! எப்படி?

இந்த மாதிரி பதில் அசாதாரணமாக இருந்தது எனக்கு.

"நீங்கள் ஒரு மனிதர் என்பதை ஒப்புக்கொள்கிறேன். ஆனால் ஒரு வாலைச் சேர்த்தீர்களே 'உங்களைப்போல' என்று, அதை ஒப்புக்கொள்ள முடியாது" என்றேன்.

"அப்படியானால் எனக்கு வாலில்லை என்றும், அதுகாரணமாக உங்களிலிருந்து நான் வேறுபட்டவன்[15] என்றும் சொல்கிறீர்களோ?" என்று கேட்டார் அந்த மனிதர்.

அந்தத் துணிவு இன்னும் அசாதாரணமாயிருந்தது எனக்கு.

எப்பொழுதுமே[16] எனக்கு இந்த மாதிரித் துணிகரமாகப் பேசுபவர்களைக் கண்டால் மிகவும் பிடிக்கும். அதிலும் முன்பின் தெரியாத என்னிடம் இவர் இப்படிப் பேசியது வியப்பை அதிகரித்தது.

"நீங்கள் யாரைப் பார்க்க வேண்டும்?" என்று கேட்டேன்.

"யாரையும் இல்லை!"

"அப்படியானால் . . . ?"

"எனக்குத் தங்குவதற்கு ஒரு இடம் வேண்டும். வாடகை கொடுத்து விடலாம்."

---

11 முன்பின் தெரியாத : **completely unknown.**

12 கருகரு : **utter black. Note the reduplication indicating intensity of the quality.**

13 ராஜபார்ட் முடி : **hairstyle appropriate to the part of a king [in a play].** பார்ட் **from English 'part'.**

14 ஒரு போடு போட்டார் : **he made a striking remark.** போடு **does not seem to occur as a noun form elsewhere.**

15 வேறுபட்டவன் : **a man of another sort.** வேறுபடு **'differ'. The** நான் **in this sentence is the visiting** அந்த மனிதர், **not the narrator.**

16 எப்பொழுதுமே : **always without exception.** எப்பொழுதும் **'always.'**

அந்த மனிதருடைய பேச்சிலே தொனித்த தன்னம்பிக்கையும் கர்வமும் அவர் ஒரு அசாதாரணப் பிறவி என்று அறிவுறுத்தின.

"ஐயா! இந்த நாளில் வீடு கிடைப்பது ரொம்பக் கஷ்டம் ஆச்சே . . ."

"அது தெரியும். எனக்குத் தேவை வீடு இல்லே. தங்குவதற்கு ஒரு இடந்தான். வீடு எதற்கையா[17] வீடு? பொண்டாட்டியா பிள்ளேயா? பாட்டுத் தெரியுமா உங்களுக்கு . . . ? :—

வீடு நமக்குத் திருவாலங்காடு விமலர்தந்த
ஓடு நமக்குண்டு வற்றாத பாத்திரம் . . ."[18]

"அப்படியானுல் தாங்கள்[19] ஒரு . . ."

"பிச்சைக்காரன் இல்லேங்காணும்,[20] நான் ஒரு மனிதன்தான், உம்மைப்போல! தனிக்கட்டை;[21] மற்றபடி உலக பந்தங்கள் உண்டு. அதுதான் சொன்னேனே, உம்மைப்போல என்று. புரிகிறதா?"

"உள்ளே வாருங்கள்" என்றேன்.

அந்த அசாதாரணமான திமிர் நடையிலே உள்ளே அடி எடுத்து வைத்தார் அந்த மனிதர்.

'யாரோ, இவர், யாரோ' என்று என் மனசுக்குள்ளே ஒரு குரல் அது பாட்டுக்கு,[22] முணகிக் கொண்டே இருந்தது!

2

அந்த மனிதர் ஒரு அசாதாரணமான மனிதர் என்று சொன்னேனு? அவ்வளவு தான் அவரைப் பற்றி எனக்குத் தெரியும். இருக்க இடந்தேடி அலேந்த மனிதருக்கு, யாரோ நானும் ஒரு தனிக்

---

17 எதற்கையா = எதற்கு + ஐயா : for what, sir.

18 வீடு . . . பாத்திரம் : our home is Tiruvālaṅkāṭu; we have a [begging] shell given by Śiva, a vessel that is never empty. At திருவாலங்காடு, some forty miles north of Madras, there is a shrine sacred to Śiva. The quotation is from a poem by பட்டினத்தார்.

19 தாங்கள் : you (honorific). Literally 'they', used for second person to show extreme politeness.

20 இல்லேங்காணும் : An expression adopted from colloquial speech. It could probably be segmented into இல்லேங்க + காணும் (literally 'look'). காணும் is often used in certain dialects when a speaker assumes familiarity with the person spoken to. Also used among friends, and when a person of superior status speaks to one who is not his equal.

21 தனிக்கட்டை : unmarried person; lonely person. கட்டை 'log'.

22 அது பாட்டுக்கு : to itself. பாட்டுக்கு is derived from பாடு 'side, direction'.

கட்டை என்று சொல்லியிருக்கிறார்கள். இந்தத் தனிக்கட்டையை ஒரு கொழு கொம்பாகப்[23] பின்னிக் கொண்டார் அந்தத் தனிக்கட்டை !

என்னுடைய அறைக்கு எத்தனையோ நண்பர்கள் வருவார்கள். எத்தனையோ விருந்துகள் நடக்கும். அந்த மனிதரும் எங்களுடன் கலந்து கொள்வார். ஆனால் யாராவது அவரிடம் நெருங்கி ஊர் பேர் விசாரித்தால் போதும், மறுகணம் கன்னத்தில் அடிப்பதுபோல் பதில் சொல்வார்.

"உம்முடைய வீட்டில் பெண் கொள்வதாக[24] நமக்கு உத்தேசமில்லைங்காணும். என்ன கேள்வி இது, 'நீ யார், நீர் யார்' என்று. நான் யார் ? நான் ஒரு மனிதங்காணும்,[25] உம்மைப்போல."

பல சமயங்களில் நான் போய் வழக்குத் தீர்த்து[26] விட்டிருக்கிறேன். என்ன செய்வது அவர் அசாதாரணமான மனிதர் !

ஹோட்டல்களுக்குப் போனால் சாப்பிட்ட இலையை[27] எடுத்துப் போட மாட்டார். பையனை முறைத்துப் பார்ப்பார். எத்தனையோ நாட்கள் அவருடைய இலையையும் சேர்த்து நானே எடுத்துப் போட்டிருக்கிறேன். டம்ளரில் தண்ணீர் கொண்டு வருகிற பையன் லேசாக விரலை அதிலே முக்கிவிட்டால் அன்று ஹோட்டலில் வெட்டுப் பழி குத்துப் பழிதான்.[28] இதற்கெல்லாம் மேல் யாராவது அவரிடம் போய் அவருடைய சாதியைக் கேட்டுவிட்டால் மண்டை உடைந்து போய் விடும் !

மனிதர்கள் ஒருவருடைய சாதியைத் தெரிந்துகொள்வதற்கு ஆயிரம் வழி வைத்திருக்கிறார்கள்.[29]

"தங்கள் பெயர் என்ன ?" என்பார்கள்.

"கிருஷ்ணன்" என்பார் அவர்.

மொட்டையாக[30] 'கிருஷ்ணன்' என்று சொல்லி நிறுத்தி விடுவாரல்லவா—எதிர்பார்த்த தகவல் கிடைக்கவில்லை பாருங்கள்—தொடர்ந்து கேட்பார்கள்.

"தங்களுக்கு எந்த ஊர் ?"

---

23 கொழு கொம்பு : a fat stick. I.e. a stick that will give support (for creepers). Now used, as here, to mean 'support' in general.

24 உம்முடைய வீட்டில் பெண் கொள்வது : marrying into your family.

25 மனிதங்காணும் (மனிதன் + காணும்). See note 20.

26 வழக்குத் தீர் : mediate in an argument.

27 சாப்பிட்ட இலை : the leaf from which the food was eaten. Note that here this expression does not mean 'the leaf that was eaten'. Quite often, and especially on festive occasions, food is eaten from a banana leaf in India.

28 வெட்டுப் பழி குத்துப் பழிதான் : there'll be hell to pay. *Lit.* 'There'll be the crimes (பழி) of cutting and stabbing.'

29 வைத்திரு : possess, have.

30 மொட்டையாக : baldly, simply.

''ஊரா . . . நமக்கா . . . நமக்கு ஊரே கிடையாது. யாதும் ஊரே யாவரும் கேளிர் !'' 31

அவர் கொஞ்சம் பொறுமையாக இருந்தால், கேள்வியை அதோடு நிறுத்தாமல், நானும் அவரும் உறவினர்களோ என்று அடுத்துக் கேட்பார்கள். சிலருக்கு உதை விழும். நேரத்தைப் பொறுத்து, வேறு சிலருக்கு அமைதியான பதிலும் கிடைக்கும்.

''ஆமாம் நாங்கள் இருவரும் உறவினர்கள், கடந்த சில மாதங் களாக! அதாவது இன்னும் சில மாதங்கள் அல்லது வருஷங்கள் வரை.''

''கிருஷ்ணன்'' என்பாரா ஒருத்தரிடம், 'கோபாலன்' என்பார் இன்னொருவரிடம். வேறு ஒருத்தரிடம் 'சுப்பிரமண்யம்'. பிறகு ஒரு வரிடம் 'பரமசிவம்'. அதாவது ஊர்பேர் இல்லாத கடவுளுக்கு நாம் எத்தனை பெயர்கள் இட்டிருக்கிறோமோ அத்தனையும் அவர் சொல்லி வந்தார். அதற்குமேல் எனக்கு அவருடைய பெயரைப் பற்றி ஒன்றும் தெரியாது. ஒருவருக்குமே ஒன்றும் தெரியாது. இந்நிலையில், என் னோடு அவர் இரவு பகலாக வசிக்கிறார். எப்படிக் கூத்து ![32]

எனக்கு அவரிடம் ஒரு அச்சமும் மரியாதையும் எப்படியோ உண்டாகிவிட்டன. ஏதோ ஒரு அபாரமான சக்தி அவரிடம் இருக்கிறது என்று எனக்கு எப்படியோ ஒரு உட்குரல்[33] உணர்த்தியது. ஆனால் இதுவரைக்கும் அந்த அபாரமான சக்தியை என்னால் கண்டுகொள்ள[34] முடியவில்லை. என்னை மிகவும் வசீகரித்தது அவருடைய அந்த அபூர்வமான ஆணவம்தான். அது அபூர்வமானது. விசித்திர மானது. மகத்தானது. ''உனக்கு நான் செய்யக்கூடிய உதவி ஏதும் உண்டா?'' என்று கேட்டுக்கொண்டே தன் அருகில் வந்து நின்ற அலெக்ஸாண்டரிடம் 'விலகி நின்றுதவு. வெயில் காய்வேன்' என் றானே டயோஜெனிஸ்,[35] அவனுடைய பெருமிதம் அது! 'நாமார்க்கும்

---

31 யாதும் ஊரே யாவரும் கேளிர் : every place [is our] village, everyone [is our] relative. A quotation from *புறநானூறு*, a Sangam anthology.

32 கூத்து : dance, enacted drama.
எப்படிக் கூத்து ! : what a farce! What a life!

33 உட்குரல் (உள் + குரல்) : inner voice.

34 கண்டுகொள் : find out for oneself, realize.

35 டயோஜெனிஸ் : the Greek philosopher Diogenes. The story that Diogenes bade Alexander the Great stand out of his light is usually held to be apocryphal.

குடியல்லோம்'[36] என்று விம்மி நின்றாரே அப்பர் சுவாமிகள்,[37] அந்தப் பெருமிதம் அது! அது ஒரு மகானுக்கு உள்ள செருக்கு. அது செருக்குக்கூட இல்லை. அதற்கு வார்த்தையேயில்லை. அது சொல் கடந்த ஒரு குணம். அப்படித்தான் அதை வர்ணிக்கத் தெரிகிறது எனக்கு.

அதிகாலையில் எழுந்து விடுவார். எனக்கு முன்னால் நதியிலே போய்க் குளித்து விட்டுத் திரும்பி வருவார். நான் எழுந்திருக்கும் போது மேஜைக்கு எதிரே உட்கார்ந்து 'ஆஸ்கார் வைல்ட்' டின்[38] சிறுகதைகளைப் படித்துக்கொண்டே இருப்பார். அந்தக் கதைகளைத் தான் இத்தனை மாதங்கள் படிப்பது என்று ஒரு முடிவு கிடையாதா? அவர் வந்து இத்தனை நாட்களும் அதே புத்தகம் தான். திரும்ப அதில் என்ன இருக்குமோ!

யாராவது 'ஆஸ்கார் வைல்டி'ன் வாழ்க்கையைப்பற்றி ஏதாவது கொஞ்சம் ஒரு மாதிரிச் சொல்லிவிட்டால், அவருக்கு ஆவேசம் வந்துவிடும்.

''ஆஸ்கார் வைல்டைப் படி! ஆஸ்கார் வைல்டைப் பற்றி என்னடா பற்றி?[39] நாசமாப் போக!''[40]—ஐயோ! ஐயோ!... அந்த மனிதருடைய காரசாரமான வார்த்தைகள்[41] சில சமயங்களில் அத்துமீறிப் போய்விடும். அவற்றை அச்சிலே போட்டால் நீங்கள் என்னை அடிக்கவே வந்து விடுவீர்கள்.

காலையிலிருந்து, ஆபீஸுக்குப் போகிற நேரம் தவிர, இரவு நான் உறங்கும் வரை என்னுடனேயே இருப்பார். ஆகக்கூடி,[42] எனக்கு அவர் இல்லாமல் தீராது[43] என்று ஏற்பட்டு விட்டது.

ஆனால்...!

---

36 நாமார்க்கும் குடியல்லோம் : we are subjects of no one. A quotation from *Appar-Tēvāram*.

அல்லோம் : we are not.

37 அப்பர் சுவாமிகள் : Saint Appar, a Śaivite devotional poet of the seventh century.

38 ஆஸ்கார் வைல்ட் : Oscar Wilde.

39 ஆஸ்கர் ... பற்றி : what about Oscar Wilde, hey you, [what] about [him]? This is an unusual sentence in which the irregular construction indicates the anger of the speaker. –டா is a suffix used when the speaker is addressing a male who is of inferior status or a younger person. The equivalent suffix when the person addressed is female is –டி.

40 நாசமாப் போக (நாசமாய்ப் போக, alternative form): be ruined. An expression of abuse.

41 காரசாரமான வார்த்தைகள் : pungent words.

42 ஆகக்கூடி : on the whole.

43 எனக்கு அவர் இல்லாமல் தீராது : I could not do without him.

பணம், நோட்டு நோட்டாக வைத்துச் செலவழிப்பார்.[44] சில நாட்களில் எனக்குக்கூட கடன் கொடுத்திருக்கிறுர்.

ஆனுல் . . . !

ஆனுல், எனக்கு அவரைப்பற்றி ஒன்றும் தெரியாது !

அவரைப்பற்றி ஒன்றும் தெரிந்துகொள்ளாதது எனக்கு அவ்வளவு கஷ்டமாயில்லே. ஒரே ஒரு விஷயம் மட்டும் என் மனசை உறுத்திக் கொண்டே யிருக்கும்.

சில நாட்களில் இரவு நேரத்தில் நான் உறக்கத்திலிருந்து நடு ஜாமம்[45] விழித்தெழுந்தால், அவரைக் காணுது! படுக்கைமட்டும் விரித்துப் போட்டபடி கிடக்கும். அதில் ஆள் இராது !

முதல் முதல் இதைக் கவனித்தபோது எனக்கு விகல்பமாகப் படவில்லே. ஆனுல் இரண்டு மூன்று தடவை இதைக் கவனித்ததும் எனக்கு மனசில் சந்தேகம் ஏற்பட்டது. என்ன இது! நம்முடன் இரவும் பகலும் வாழ்கிற ஒரு மனிதர் இப்படி ஒரு மர்மமான வேலே செய்து வருகிறுர் என்றுல், அதைக்கூடத் தெரிந்து கொள்ளாமல் இருப்பது எவ்வளவு பிசகு என்று எண்ணமிட்டேன்.

ஒரு நாளிரவு, விளக்கை அணேத்துவிட்டு, நான் உறங்குவதுபோலப் பாசாங்கு செய்துகொண்டே படுத்திருந்தேன். மிக ஜாக்கிரதையாக, வருகிற தூக்கத்தைக் கண்ணிலிருந்து துடைத்துக்கொண்டே அடிக் கடி[46] இருட்டில் இமைகளேத் திறந்து பார்த்துக் கொண்டேன்.

கடிகாரத்தில் சரியாக இரண்டு மணி அடித்தது. மெதுவாக ஆசாமி எழுந்திருக்கிற சப்தம் கேட்டது. அரைகுறையாக[47] இமை களேத் திறந்தேன். அவர் விளக்கு விசையைக்கூடப் போடவில்லே. அரவம் செய்யாமல் பைய எழுந்து, மேல்—துண்டை[48] எடுத்துத் தோளிலே போட்டுக் கொண்டு மெதுவாக நழுவி விட்டார்.

எனக்கும் என்னவோ ஒரு அசாதாரணமான துணிச்சல் வந்தது. ஐந்து நிமிஷத்தில் நானும் மெதுவாகப் படுக்கையை விட்டு எழுந்து மேல் துண்டை எடுத்துப் போட்டுக்கொண்டு, பூனேபோல் பதுங்கிப் பதுங் கிப் பின் தொடர்ந்தேன்.

---

44 பணம் . . . செலவழிப்பார் : he has and spends money, note after note. Note use of future tense, செலவழிப்பார், for habitual action.

45 நடு ஜாமம் : the middle watch, i.e. midnight. Eight ஜாமம் or watches make a day (24 hours).

46 அடிக்கடி : often.

47 அரைகுறையாக . . . திறந்தேன் : I half opened my eyes (eyelids). அரைகுறை : not complete.

48 மேல்-துண்டு : neck-cloth. A long piece of cloth worn round the neck or over one shoulder.

புளியந்தோப்பு தாண்டியது;[49] அரசமரமும் பிள்ளையாரும்.[50] அது தாண்டியது; தோப்பும் குடிலும். அது தாண்டியது; பாறைகளும் ரயில் பாலமும். அதுவும் தாண்டியது; ரயில்வேக் கிணறு. அதையும் தாண்டிப் பாறைகளும் மணற் பரப்பும். அவர் மணற் பரப்பிலே இறங்கி வெகு தூரம் போய்விட்டார்! சீனிவாச மண்டபம் வரை அவரை நானும் பின் தொடர்ந்தேன். அரச மரத்தைக் கடந்து மணலுக்குள்ளே கிடக்கிற பள்ளத்துக்குள் இறங்கி அவர் மண்டபத்தினுள்ளே புகுந்தார். ஏதோ வேகத்தில், வெறியில், அவர் பின்புறம் திரும்பிப் பாராமலேயே சென்று கொண்டிருந்ததால், எனக்கும் சௌகரியமாகப் போய்விட்டது. நான் அந்த அரசமரத்தில் ஏறிக் கொண்டேன்.

இன்றைக்கு நினைத்தாலும் உடம்பு புல்லரிக்கிறது. சாதாரண இரவுகளில் எவ்வித அவசியம் நேர்ந்தாலும் அந்தப் பக்கமே எட்டு மணிக்கு மேல் அடியெடுத்து வைக்க மாட்டேன். அன்று . . . ?

மண்டபத்துக்குள்ளே அவர் போய்க் கொஞ்ச நேரம் ஆனதும்[51] அங்கிருந்து ஏதோ புகை கிளம்பிற்று. இன்னும் கொஞ்ச நேரம் ஆயிற்று. மறுபடியும் ஒரு புகைச் சுழல் மேலே வந்தது.

கஞ்சாக் குடிப்பதைப்பற்றிக் கேள்விப்பட்டிருக்கிறேன். என்றாலும் இப்படி இடைவிட்டு விட்டுப்[52] புகை வருவானேன்?[53]

மரத்தைவிட்டுக் கீழே இறங்கினேன். அந்த மண்டபத்துக்கு எதிரே உயரத்தில் இருந்த துளசி மடத்துக்குப்[54] பின்னால் ஒளிந்து

---

49 புளியந்தோப்பு தாண்டியது : the tamarind grove crossed. I.e. The tamarind grove was gone by. Note here and below that the immovable objects are characterized as though they are doing the 'going by'.

50 அரசமரமும் பிள்ளையாரும் : the pīpal tree and the God Vināyaka (the elephant-headed deity and the son of Śiva). In the Tamil country and in adjoining regions there is in almost every village a pīpal tree under which a பிள்ளையார் sits.

51 கொஞ்ச நேரம் ஆனதும் : after some time. See in the following sentence another example of this use of ஆகு 'become';

இன்னும் . . . ஆயிற்று, 'a little more time went by'.

52 இடைவிட்டு விட்டு : intermittently.

53 வருவானேன் : why should it come? Note the construction வருவான் (which has the same phonetic shape as the future tense form meaning 'he will come') + ஏன் ('why'). This is an idiomatic expression in some spoken dialects. The alternative form வருவதேன் (வருவது + ஏன்) is used more widely.

54 துளசி : the holy basil-herb.

துளசி மடம் : a raised brick structure or a big pot in which the துளசி plant is grown. This is to be found in the courtyard of the houses of certain castes and is an object of prayer and veneration by womenfolk.

கொண்டு பார்த்தேன். அந்த மனிதர் ஓடுகிற தண்ணீருக்கு மிகவும் அருகில், படித்துறையிலே உட்கார்ந்துகொண்டு, புகையிலைப் பொடியைப்[55] போட்டு இழுக்கிற குழாயை வைத்துப் புகை பிடித்துக்கொண்டிருந்தார்.[56] ஆனால் அதிலிருந்து புகை அதிகமாகக் கிளம்பிச் சுழல் சுழலாக வராததால் அது புகையிலைப் பொடியாக இருக்க முடியாது என்று அனுமானித்தேன்.

கொஞ்சநேரம் கழித்து[57] அவர் நிலவின் வெளிச்சத்தில் அந்தக் குழாயைத் தலைகீழாகக் கவிழ்த்துப் படித்துறையிலே தட்டினார். 'ணங்'[58] என்று ஒரு தங்க நாணயம் கீழே விழுந்தது. அடுத்த நிமிஷம் சட்டைப்பைக்குள்ளேயிருந்து அவர் ஒரு காலணா[59] நாணயத்தை எடுத்து இரண்டையும் நிலவின் ஒளியிலே பிடித்து வித்தியாசம் பார்த்தார். பூர்ண திருப்தி ஏற்பட்டது போல் குழாயிலிருந்து தங்கமாகி விழுந்த நாணயத்தை எடுத்துப் பைக்குள்ளே போட்டுவிட்டு, காலணாவைக் குழாய்க்குள்ளே வைத்தார். பக்கத்தில் வைத்திருந்த ஒரு சிறு துணிப் பந்தை உலைத்தார். அதிலிருந்து ஏதோ ஒரு பச்சிலையை[60] எடுத்து ஓடுகிற தண்ணீரில் ஒரு முக்கு முக்கிக் குழாய்க்குள்ளே பிழிந்தார். ஒரு சிறு துணியைக் கிழித்து அந்தக் குழாய்க்குள்ளே திணித்தார். தீப்பெட்டியிலிருந்து ஒரு குச்சியை எடுத்துக் கீறிக் குழாயிலே பற்ற வைத்தார்.[61] 'குப் குப்' என்று இழுக்க ஆரம்பித்தார்.

எனக்கு உடம்பெல்லாம் வெடவெடத்தது.[62] மனசில் ஏதோ ஒரு பயம் ஏற்பட்டது. என்னுடன் இத்தனை நாள் பழகி வந்துள்ள[63]

---

55 புகையிலைப் பொடி : **fragmented tobacco.** புகையிலை 'tobacco'; பொடி 'powder'. Note that the Tamil for 'snuff' is பொடி by itself.

56 குழாயை வைத்து : **having the pipe** *or* **putting the pipe [in the mouth].**

புகை பிடி : hold the smoke, i.e. smoke.

குழாயைப் பிடி : smoke a pipe.

57 கொஞ்ச நேரம் கழித்து : **after some time.** Cf. note 51. கழி, 'pass' (of time).

58 ணங். Onomatopoeic representation of the sound made by flicking a coin with the thumb or throwing it on a hard surface.

59 காலணா : **a coin worth a quarter of an anna.** Before decimal currency was introduced the rupee was divided into 16 annas.

60 பச்சிலை : **green leaf.** But this compound is generally used to refer to the leaves of medicinal plants.

61 பற்ற வை : **light [a fire].**

62 எனக்கு . . . வெடவெடத்தது : **my whole body was trembling.** Note the use of the case form in எனக்கு. என் உடம்பெல்லாம் வெடவெடத்தது is equally correct.

63 பழகி வந்துள்ள : **who has been acquainted.**

பழகு : be acquainted, move [with], be familiar [with].

அந்த மனிதர் ஒரு இரசவாதி. செம்பைப் பொன்னாக்கக் கூடியவர். அவரிடம் அத்தனை பணத்துக்கும் மூலம் இப்பொழுதுதான் புரிந்தது.

இந்தக் கட்டத்தில்தான் நான் ஒரு தவறு செய்துவிட்டேன். ஒன்று,[64] பேசாமல் இன்னும் பார்த்துக் கொண்டிருந்திருக்க வேண்டும். அல்லது[64] சத்தமே செய்யாமல் வீட்டுக்குத் திரும்பியிருக்க வேண்டும். இந்த இரண்டும் செய்யவில்லை நான்.

"அட பாவி மனுஷா!" என்று சத்தம் போட்டுச் சொல்லிவிட்டேன்.

'இப்படிச் சொல்லலாமா?' 'இப்படிச்சொல்ல எப்படி முடிந்தது?'– இந்தக் கேள்விகளுக்கெல்லாம் இடமே இல்லை! என்னவோ அப்படிச் சொல்லி விட்டேன். அவ்வளவுதான் எனக்குத் தெரியும்.

சடார் என்று குழாயைக் கவிழ்த்து, அதிலிருந்ததையெல்லாம் தண்ணீருக்குள் கொட்டிவிட்டு, துணிப்பந்தை ஆற்றிலே எறிந்தார். அடுத்த விநாடி நான் இருந்த திசையை நோக்கி ஒரு பாய்ச்சல் பாய்ந்தார், வலது கையை ஓங்கிக் கொண்டே.

"கிருஷ்ணா நான்தான்" என்றேன். "சுப்பிரமணியா நான்தான்;" "பரமசிவம் நான்தான்."

அந்தப் பதற்றத்தில், அவர் இதுவரை தம்முடைய பெயர்களை எத்தனை விதமாகச் சொல்லியிருக்கிறாரோ அத்தனை விதமும் சொன்னேன்.

அவர் என்னை ஒன்றும் செய்யவில்லை. கையைப் பிடித்து இழுதது நிலா வெளிச்சத்துக்குக்கொண்டு வந்தார். முகத்தைப் பார்த்தார். உடனே திகைப்போடு அவர் சொன்னார். நான் அவரைச் சொன்ன அதே வார்த்தைகளை:–

"அட பாவி மனுஷா!"

அதற்குமேல் அவர் ஒரு க்ஷணம்கூட அங்கு நிற்க விரும்பவில்லை. கையை உதறினார். மறுபக்கம் திரும்பி நடக்க ஆரம்பித்தார்.

"நண்பரே, இப்பொழுதாவது[65] சொல்லுங்கள், நீங்கள் யார்?" என்று கேட்டுக்கொண்டே கையைப் பிடித்தேன்.

"நானா. நான்தானே ... நான் ஒரு மனிதன், உம்மைப்போல."

பிடித்த கையை மறுபடியும் உதறினார். மேலே நடந்தார்.

"கிருஷ்ணா, கோபாலா, சுப்பிரமண்யா, பரமசிவம்!"–அவர் சொல்லியுள்ள அத்தனை பெயர்களையும் ஒவ்வொன்றாகச் சொல்லிக் கூப்பிட்டேன்.

---

64 ஒன்று, ... அல்லது ... : one thing (either), ... or ...
65 இப்பொழுதாவது : at least now.

என்னுடைய பிடியிலிருந்து திமிறிய மனிதர் திரும்பிக்கூடப் பார்க்காமல் நடந்தார்.

ஆற்று மணல் மனிதனுடைய ஆசையைப் போல் பரந்து கிடந்தது. நிலவின் ஒளியில் அவர் அதை மிதித்துக்கொண்டே விறுவிறு என்று என் கண்ணிலிருந்து மறைந்து விட்டார்.

மறுநாட் காலே. நான் படுக்கையிலிருந்து எழுந்திருந்தபோது அடுத்த வீட்டு ரேடியோ பாடியது.

'யாரோ–இவர்
யாரோ!'

என்னுடைய இதயத்துக்குள் ஏற்கனவே புகுந்திருந்த பல்லவி இதோடு சேர்ந்து எதிரொலி செய்தது.

''என்ன பேரோ,
அறியேனே!
–யாரோ இவர் யாரோ.''

4. தி. ஜ. ர. : ராஜத்தின் கூந்தல்

தி. ஜ. ர. (தி. ஜ. ரங்கநாதன் : *b*-1901), editor of the literary monthly மஞ்சரி, has in addition to his journalistic activities published in book form collections of essays, original short stories and short stories translated into Tamil. This story is from நொண்டிக் கிளி.*

ராஜத்தின் கூந்தல்[1]

நம் உள்ளத்தில் களிப்பு இருந்தால், நாம் பார்க்கும் பொருள்களிலெல்லாம் மகிழ்ச்சி நிறைந்திருப்பதாகத் தோன்றுகிறது; நம் உள்ளம் துக்கமாயிருந்தால், உலகமே விசனக்கடலில் ஆழ்ந்திருப்பதுபோல் காண்கிறது. ராஜம்மாள் விஷயத்தில், தற்போது இது மிகவும் உண்மையாய் இருந்தது.

தோட்டத்திலிருந்து புஷ்பவாசனையைத் திரட்டிக் கொண்டுவந்த மந்தமாருதம் அவளுக்கு இன்பமளிக்கவில்லை. புத்தகங்கள் வெறும் புலம்பலாய்த் தோன்றின. வீணையை மீட்டிப் பார்த்தாள்.[2] அதன் கீதம் அழுகுரலாய் ஒலித்தது.

"ராஜம்மா,[3] ஒரு விதமாய் இருக்கிறாயே[4] இன்று ; ஏன் இப்படி ?" என்று வினவினாள் சுந்தரம்.

"சுந்தரம்-சுந்தரம்" என்று திக்கித் திக்கிப் பேசிய ராஜம், "இதோ பார் !" என்று அவிழ்ந்து தொங்கிய தன் கூந்தலை எடுத்து விசிறினாள். அவளுடைய சுந்தரக் கண்களினின்றும் 'பொல பொல'[5] என்று கண்ணீர்த் துளிகள் சிந்தின.

---

* 2nd edition, Madras, 1959; pp. 110–16.

1 கூந்தல் : the hair on the head of a woman, especially a younger woman.

2 வீணையை மீட்டிப் பார் : pluck [the strings of] a veena [for tuning]. பார் here means 'try'.

3 ராஜம்மா (ராஜம் + அம்மா) : அம்மா or அம்மாள் is often added to a woman's name.

4 ஒரு விதமாய் இருக்கிறாய் : you are a bit strange; you don't seem your usual self.

ஒரு விதம், lit. 'a certain way'.

5 பொல பொல : onomatopoeic representation of the swift fall of things such as teardrops.

ராஜம் ஒரு பிராம்மண விதவைப் பெண். அறிவு வராத காலத்திலேயே[6] அவள் கைம்பெண் ஆகிவிட்டாள். செல்வக் குடும்பத்தில் பிறந்த ராஜம் துன்பமறியாமல் வளர்ந்தவள். இப்போது அவளுக்கு வயது வந்துவிட்டது. இனிமேல் அவள் தலையில் கூந்தல் கூடாதாம். இந்த அலங்கோலச் செயலுக்கு[7] அவளுடைய அண்ணனும் உடன்பட்டான். அண்ணனின் ஆதரவில்தான் அவள் தற்சமயம் இருந்து வந்தாள்.

"சுந்தரம், இந்தத் தலைமயிர் என்ன பாவத்தைச் செய்தது? ஐயோ! நினைத்தால் நடுங்குகிறதே!" என்றாள் ராஜம்.

அவளுடைய தோழி சுந்தரம் அளவிறந்த வேதனை அடைந்தாள். ராஜத்துக்கு அவள் என்ன ஆறுதல் சொல்லுவாள்? சொல்ல முடியும்? திடீரென்று அவளுக்கு ஓர் எண்ணம் தோன்றியது.

"ராஜம், உனக்கு இந்த வீடு எதற்கு? இவர்கள் உன் பந்துக்கள் அல்ல; சத்துருக்கள்!" என்று சம்பந்தம் இல்லாமல் என்னவோ ஆத்திரத்துடன் சொன்னாள்.

சுந்தரத்தின் முகத்தை ராஜம் உற்று நோக்கினாள். அவள் வாய் ஒன்றும் பேசவில்லை.

சுந்தரத்தின் கணவன் தாராள சிந்தையும் சீர்திருத்தக் கருத்துக்களும் உள்ளவர்.[8] இளம் விதவைகளுக்கு மறுமணம் செய்விப்பதில் சாதகமான அபிப்பிராயம் கொண்டவர்.[9] இதைப்பற்றித் தன் அருமைத் தோழியிடம் பிரஸ்தாபிக்க வேண்டுமென்று சுந்தரம் பல நாள் எண்ணியதுண்டு.[10] ஆனால், ஒருவிதக் கூச்சத்தால் இதுவரையிலும் சொல்லாமல் இருந்தாள். இப்போது சொல்லலாம் என்று நினைத்தாள்; சொல்லிவிட்டாள்.

கொடுமையும் செருக்கும் கலந்த ஒரு குறுநகை புரிந்தாள் ராஜம். சிறிது சிந்தித்துப் பின்பு நெடுமூச்செறிந்தாள். "மறுமணமா? –சுந்தரம்! –இல்லை, இல்லற சுகம் எனக்கில்லை. –இந்த ஜன்மத்தில் இல்லை–எனக்கு வேண்டாம்" என்று அழுத்தமாய்ச் சொன்னாள். சற்று நின்றாள். மறுபடியும் சொன்னாள்:

"நான் வேண்டுவது அதுவல்ல. என்னை அலங்கோலம் செய்யாமல் விட்டால் போதும். என் புத்தகம், என் வீணை, என் சிறு தொழில்

---

6 *அறிவு வராத காலம்* : the time when knowledge has not come in. i.e. childhood or youth.

7 *அலங்கோலச் செயல்* : act of [causing] deformity.

8 *உள்ளவர்* : a man who has; a man of . . .

9 *கொண்டவர்*. Same as *உள்ளவர்*, note 8 above.

10 *பல நாள் எண்ணியதுண்டு* : many days' considering has been, i.e. it has been considered for many days.

கள் இவைகளுடன் என் வாழ்நாள் முழுதும் கன்னிகழியாமலே[11] இருந்து நிம்மதியாய்க் காலங் கழிப்பேன். இதற்கு உன் புருஷனின் உதவி கிடைக்குமா ?'' என்று கேட்டாள்.

ராஜத்தின் பிடிவாத குணத்தைச் சுந்தரம் நன்கறிந்தவள்.[12] தன் கணவர் என்ன செய்வாரென்று திட்டமாய்ச் சொல்லவும் அவளால் முடியவில்லை. பந்துக்களும் உடன் பிறந்த சகோதரனுங்கூடப் பரம 'சத்துரு'க்கள்[13] ஆகிவிட்ட ராஜத்துக்கு, அவர்களுடைய விரோதத்தின்மேல்[14] சுந்தரத்தின் கணவர் என்ன உதவி செய்ய முடியும் ? சட்டந்தான் இடங் கொடுக்குமோ, என்னவோ ?[15] இருந்தாலும் பக்கத்து நகரில் இருந்த அவருக்கு எழுதிக் கேட்கலாமென்று இருவரும் கலந்து முடிவு செய்தார்கள்.

சுந்தரம் தன் கணவருக்கு ஒரு கடிதம் எழுதினாள். அதைப் படித்துப் பார்த்து ராஜம் ஒப்பம் வைத்தாள். கடிதத்தைத் தபாலில் அனுப்பாமல் ஆள்மூலம் அனுப்புவதென்று தீர்மானித்தார்கள். ராஜம் அதற்குக் குப்பனைக் குறிப்பிட்டாள்.

''குப்பனா ? யாரது ? உங்கள் குடியானவன்தானே ! அவனை நம்பலாமா ?'' என்று விசாரித்தாள் சுந்தரம்.

''நன்றாய் நம்பலாம். அவன்தான் என்னைச் சிறு குழந்தை முதல் தூக்கி வளர்த்தவன். அவனுக்கு ஒரு பெண் குழந்தை இருந்து தவறிவிட்டது.[16] மனைவியும் காலமானாள்.[17] இன்றைக்கும் நாளைக்கும் என்னிடம் அவனுக்கு அளவற்ற வாஞ்சை.[18] இந்த உலகத்தில் அவனுக்கு யார் இருக்கிறார்கள் ? என்னைப் போல் அவனும் ஓர் அகதி'' என்று ராஜம் கனிவுடன் சொன்னாள்.

---

11 கன்னிகழியாமலே : without getting married.

12 ராஜத்தின் . . . நன்கறிந்தவள் : Sundaram is fully aware of Rajam's stubborn disposition.

பிடிவாதம் : stubbornness.

நன்கறிந்தவள் : one who knows well.

13 பரம சத்துரு : complete foe; bitter enemy.

14 விரோதத்தின்மேல் : on top of enmity.

15 சட்டந்தான் . . . என்னவோ ? Would the law allow it ? It is doubtful.

சட்டந்தான் : தான் here emphasizes சட்டம் 'law'.

இடங்கொடு : give room; allow.

–ஓ . . . –ஓ : either . . . or. This is used here to express doubt.

16 தவறிவிட்டது : it died.

17 காலமானாள் : she died.

18 இன்றைக்கும் . . . வாஞ்சை : today and tomorrow he has unlimited affection for me.

"ஆனால் அவன் குடிகாரனாயிற்றே?" என்று சிறிது வெறுப்புடன் கேட்டாள் சுந்தரம்.

"சில வேளை அவன் குடிக்கிறான் என்பது உண்மைதான். ஆனால், எப்படி அம்மா அவன் அதை விடமுடியும்? மாயாத போதைத்[19] தொலைக்க உனக்கும் எனக்கும் படிப்பு உண்டு; பாட்டு உண்டு; அழகிய சித்திர வேலைகள்[20] உண்டு. கள் வெறியைத் தவிர, அவனுக்கு வேறே என்ன உண்டு?" என்று கேட்டாள் ராஜம்.

"ஆமாம்! அதோடு, இப்படிப்பட்ட ஆட்களுக்குக் கள்ளு, சாராயம் இல்லையானால், நாம் இடும் வேலைகளை அவர்களால் செய்ய முடியாது; செய்யவும் மாட்டார்கள். கொஞ்சம் வித்தியாசமும் வேண்டுமல்லவா?" என்று சுந்தரம் ஒப்பமிடுவதுபோல் சொன்னாள்.

"நான் அப்படி நினைக்கவில்லை" என்று சுருக்கமாய்ப் பதில் சொன்ன ராஜம், "அவனிடந்தான் இந்தக் காரியத்தை ஒப்படைக்க வேண்டும். அவன் குடித்தால் என்ன? அவனுடைய வாத்ஸல்யம் அல்லவா பெரிது?" என்றாள்.

உண்மையிலே குப்பன் ராஜத்திடம் அளவற்ற பிரியம் உடையவன்.[21] தன் துக்கத்தை அவனிடம் அவள் தெரிவித்தபோது, அவன் பெரிதும் வருத்தப்பட்டான். ஆனாலும், 'அது பாப்பாரச் சாத்திரமாயிற்றே' என்று அவன் கொஞ்சம் தயங்கினான். ராஜம் பெரிதும் சமாதானம் சொன்ன பின்புதான்,[22] அவளுக்கு ஒத்தாசை புரிய அவன் இசைந்தான்.

குப்பன், விடிய நான்கு நாழிகைக்கு[23] எழுந்திருந்து, நகரை நோக்கிப் புறப்பட்டான். நகரம் சுமார் பத்து மைல் தூரத்தில் இருந்தது. நாகரிகமான கப்பி ரஸ்தா கிடையாது; மண்சாலைதான்.

மெல்ல மெல்ல[24] நடந்து சென்றான். ஏழாவது மைலில் ஒரு சிறு தோப்பு; அதற்குள்ளே ஒரு குடிசை.

---

19 மாயாத போது (மாயாத பொழுது, alternative form) : unending time.

மாய் : die.

20 சித்திர வேலைகள் : artistic work (such as painting, drawing, embroidery, etc.).

21 உடையவன் : a person who has. Cf. notes 8 and 9 above.

22 ராஜம் . . . சொன்ன பின்புதான் : only after Rajam said much in justification.

23 விடிய நான்கு நாழிகை : four நாழிகை before dawn.

நாழிகை is a period of twenty-four minutes.

24 மெல்ல மெல்ல : very slowly.

அவன் வாலிபமாக இருக்கையில்,[25] அந்தத் தோப்பைக் கண்டாலே அவனுக்கு ஒரு வெறுப்பு வந்துவிடும். அதே தோப்பு இப்போது அவனுக்குத் தேவலோகத்தைக் கண்டதுபோல் ஆனந்தம் தந்தது. ஏன் ? அந்தக் குடிசை ஒரு கள்ளுக்கடை. பாவம் ![26] அவன் அதற்கு இப்போது அடிமையாகிவிட்டான். வழிச் செலவுக்குக் கொண்டு வந்த காசில் ஒரு பகுதி அங்கே தீர்ந்தது. குடிசையிலிருந்து திரும்பியபோது, அவன் கால் தள்ளாடியது. ரஸ்தாவுக்கு வந்து சேர்ந்து ஒரு மரத்தடியில் தொப்பென்று விழுந்தான்.[27] அமிதமாகக் குடித்ததால் ஏற்பட்ட மயக்கம் அது.

மயக்கம் நன்ருய்த் தெளியவில்லை. தள்ளாடித் தள்ளாடிக் கொண்டு எழுந்தான். எதிரே ஒரு வண்டி வருவதைக் கண்டான். அதிலிருந்த ஆளை மட்டும் அவனுக்கு நன்ருக அடையாளம் தெரிந்தது.[28] அந்த ஆள் ராஜத்தின் சகோதரனே. குடிமயக்கத்தில் நிதானமில்லாத குப்பனுக்கு ஒரு வெறி உண்டாயிற்று. வண்டியின் எதிரே போய் நின்றுகொண்டு, "இது யார் வண்டியடா ?[29] இதோ வந்திருக்கிறேனடா காட்டு ராஜா. என் ராஜத்தை மொட்டையடிக்க உன்ஞல் ஆகுமாடா ? இதோ பாரடா ?" என்று கனைத்து, வண்டியின் மூக்கணையைப் பிடித்துப் பலமாக அசைத்தான். இதஞல் மருண்டமாடு ஒன்று அவனை முட்டித் தள்ளிவிட்டது.

குப்பனின் பிதற்றல் ராமுவுக்குப் பரிதாபமாயிருந்தது. மாடு முட்டியதால் கீழே விழுந்து போதையிஞல் பிதற்றிக் கொண்டு புரண்ட குப்பனை அவன் உற்றுப் பார்த்தான். அவன் மடியிலிருந்து ஒரு கடிதம் தரையில் விழுந்திருக்கக் கண்டான். அதை எடுத்துப் பிரித்துப் படித்தான். அவன் முகம் கறுத்தது. சாதிக் கட்டுப்பாடு, சமூக பகிஷ்காரம், ஊர்வம்புப்[30] பேச்சு, அவமானம் முதலியவை அவன் மனக்கண்முன் தோன்றின. குப்பனைச் சாலையின் ஒரு புறமாய்ப் புரட்டித் தள்ளிவிட்டு வண்டியிலேறி விரைவாக ஓட்டச் சொன்ஞன்.

---

25 இருக்கையில் (இருக்கும் பொழுது, alternative form) : during the time of.

26 பாவம் : sin. Often used to convey one's sympathy for others. A term of commiseration. See 1, note 17.

27 தொப்பென்று (தொப் + என்று) விழுந்தான் : he fell with a dull thud.

28 அவனுக்கு . . . தெரிந்தது : to him identification appeared well, i.e. he clearly recognized.

29 வண்டியடா (வண்டி + அடா).
  –அடா. Same as –டா. See 3, note 39.

30 ஊர்வம்பு : gossip.

அதற்கும் ஒரு நாள்–ஒரு கன்னியின் தலை மயிரை எடுக்கவும் ஒரு நாள்–[31]பார்த்திருந்தார்கள்.[32] பொழுது விடியவில்லை. ராஜம் 'சிறை' இருந்த அறையில் ராமு போய்ப் பார்த்தான். அவளுடைய அழகான வீணை மென்னி முறிந்து கிடந்தது ; புத்தகங்கள் சாம்பராகி இருந்தன ; மணிகளும் பட்டு நூலும் சிதறிக் கிடந்தன ; சில அரும்பு களையும் மலர்களையும் அங்கும் இங்கும் கசக்கி எறிந்திருந்தது.[33] ராஜத் தை மட்டில் அங்கே காணவில்லை. ராமு இரைந்தான் ; கூக்குரல் போட்டான். ஆனால், பலன் ஒன்றுமில்லை. அங்குமிங்கும் ஓடினான். வீடு முழுவதும் பரபரப்பு. தோட்டத்தில் ஒரு மரத்தடியில் ராஜத்தின் அழகிய மேனி கிடந்தது. அவள் அருகே ஓர் ஆள் நின்றான். ஈனஸ்வரத்தில், "குப்பா![34] குடிவெறியிலே நீ எனக்குச் செய்த உபகாரத்தை நான் தேவலோகத்திலும் மறக்கமாட்டேன்" என்றாள் 'கன்னி கழியாத' ராஜம்.

குப்பன் முகத்தில் அறைந்துகொண்டு, "ஐயோ! ராஜம், உன் முகத்தையும் இழந்துவிட்டேனே–[35] ஐயோ!" என்று கதறினான்.

'ராஜத்துக்கு விஷக் கிழங்கு கொண்டுவந்து கொடுத்த' குற்றத்துக் காகக் குப்பன் இப்போது கடுஞ் சிறைவாசம்[36] புரிந்து கொண்டிருக் கிறான். அது எவ்வளவு உண்மையோ, நமக்குத் தெரியாது. ஆனால் ராஜத்தின் தற்கொலைக்குத் தானே காரணம் என்று குப்பன் ஒப்புக் கொள்கிறான்.

"பாழுங் கள்ளைக்[37] குடித்தேன் அல்லவா பாவி!"[38] என்று அடிக் கடி புலம்புகிறான். இனிப் புலம்பி என்ன பயன்? நடந்தது நடந்து விட்டது.

---

31 What falls between the hyphens here is an expansion of the first ஒரு நாள்.

32 அதற்கும் ஒரு நாள் பார்த்திருந்தார்கள் : for *that* they had fixed a day.

–உம் here stresses the previous word.

33 சில . . . எறிந்திருந்தது. This sentence, the result of the admixture of a highly colloquial style, does not conform to the norms of written Tamil. More acceptable would be *either* : சில அரும்புகளையும் மலர்களை யும் . . . கசக்கி எறிந்திருந்தாள் ; *or* : சில அரும்புகளும் மலர்களும் . . . கசக்கி எறியப்பட்டிருந்தன.

34 குப்பா. Vocative form of குப்பன்.

35 உன் முகத்தையும் இழந்துவிட்டேனே : I have lost your face. This means 'I can never again see your face'. –ஏ. Here this suffix indicates finality.

36 கடுஞ் சிறைவாசம் : rigorous imprisonment.

37 பாழுங் கள் : accursed toddy.

38 பாவி : sinner; a person to be pitied.

5. பெ. தூரன் : காற்றுடி

எழுத்தோவியங்கள்,* from which this is taken contains one-act plays as well as essays. For a brief note on the author, see passage 2.

காற்றுடி [1]

ஒரு சிறிய ஓலை நறுக்கு. அதன் மையத்தில் வட்டமாகச் சிறிய தொளை யிட்டு முள்ளைச் செருகிச் சோளத் தட்டுடன் இணைத்துக் காற்றிலே பிடித்து விட்டால் வந்துவிட்டது அதற்கு உயிர். ஒரே வேகம். கிறுகிறு வென்று சுற்றத் தொடங்கி விடுகிறது. இந்தக் காற்றுடியின்மேல்[2] சிறு வயதிலே ஏற்பட்ட விருப்பம் இன்னும் எனக்கு மாறுதிருக்கின்றது. அதன் சுழற்சியிலே எத்தனை உணர்ச்சிகள் பிறக்கின்றன! வாழ்க்கை யின் உயர்வு தாழ்வுகளைப்[3] பற்றி விரிவுரை செய்பவன் அதைக் காற்று டிக்கு ஒப்பிடுகின்றான். காற்றுடியின் முனைகள் மேலும் கீழுமாய் மாறிமாறிச் சுற்றுவதுபோல வாழ்க்கை ஓங்கியும் தாழ்ந்தும் மாறிக் கொண்டிருக்கிறதாம். ஒரு நிலையில் நில்லாது அலையும் மனத்திற்குக் காற்றுடியை உவமை கூறுவதுண்டு.

சித்திரைத் திங்களிலேயே காற்றுடிக்கு உயிர் வந்து விடும். பனையோலையைத் தேடிச் சிறுவர்கள் புறப்பட்டு விடுவார்கள். ஆனால் ஆடித் திங்களில்தான் காற்றுடிக்கு நல்ல இளமைப் பருவம்! அப் பொழுது அதன் முறுக்கும், வேகமும் சொல்லி முடியா.[4]

காற்றுத்தேவன் காற்றுடியின் காதலன். அவன் மெய்தொட்டு விட்டால் அதற்கு உண்டாகும் இன்பம் கரைகடந்து விடுகிறது. அந்த

---

* Madras, 1959; pp. 72–4.

1 காற்றுடி : windmill; pinwheel. A toy made of pieces of palmyra leaf, arranged as a cross, pivoted on a thorn in the centre, so that it will spin in the wind (காற்று).

2 –மேல். Note the use of this postposition with விருப்பம் to mean 'liking *for*'. Other words denoting 'emotions' that entail the suffixing of –மேல் to the object of the emotion include அன்பு, ஆசை, வெறுப்பு, கோபம்.

3 உயர்வு தாழ்வு : ups and downs. Note that the plural suffix –கள் occurs only after the last part of a compound of this sort.

4 முடியா : Note the plural ending here. In such a context many would write முடியாது with the singular ending.

முள் மட்டும் இல்லாவிட்டால் ஓலை நறுக்கின் களியாட்டம் எப்படி முடியு மென்றே சொல்ல முடியாது.

காற்றாடியின் முதுகிலே தொளை போட்டுக் கொண்டு முள் அசை யாது நிற்கிறது. அது துன்பம் தருகிறதா, காதலர் கூட்டத்திற்கு இடைஞ்சல் செய்கிறதா, துணை செய்கிறதா என்று சிந்தித்துப் பார்க் கும்போது பெரிய பெரிய தத்துவ விசாரணைகள்[5] எல்லாம் உதயமாகி விடுகின்றன. எது விடுதலை, எது கட்டுப்பாடு என்றெல்லாம்[6] உள்ளத் திலே விவாதம் ஏற்பட்டுவிடுகிறது. ஆனால் இவற்றிற்கெல்லாம் காற்றாடி செவி சாய்க்கிறதா என்ன ?[7] அது ஒன்றையும் கவனியாது தான் பெற்ற இன்பத்திலே மூழ்கி மூச்சுக்கூட வாங்காமல் விர்ரென்று தலைகால் தெரியாதபடி வட்டமிடுகின்றது.[8] அது மட்டுமா ? சுற்றும் போது அந்த ஓலை தனது சொந்த உருவத்தை இழந்து, ஒரே வட்டமா கின்றது. இறைவனை அச்சாணியாகக்[9] கொண்டு வாழும் ஞானிகளும் இப்படித்தான் தமது உருவம் இழந்து, இன்பப் பெருக்கிலே வட்ட மிட்டுக் கொண்டிருக்கிறார்களாம்.

காற்றாடி சுற்றும்போது அதைக் கவனித்துப் பாருங்கள். மாயோன்[10] கையில் திகிரி போன்ற ஒரு வட்டம் தோன்றுகிறதா ? நன்கு கவனியுங்கள். அந்த வட்டத்திலே காற்றாடி இல்லாத இடமிருக்கின்றதா ? தொட்டுக் காட்ட முடியுமா ? முடியாது. அது இறைவனைப் போன்று[11] எங்கும் நிறைந்து, ஆனால் அதே சமயத்தில் ஓரிடத்திலும் இல்லாதிருக்கின்றது.

சிறுவர்களுக்கு இவைபோன்ற ஆராய்ச்சிகளைப் பற்றிக் கவலை யில்லை. அவர்களுக்குக் காற்றாடியின் வேகத்திலே தான் கண்.

---

5 பெரிய பெரிய தத்துவ விசாரணைகள் : many big discussions of the nature of things. The duplication of the adjective here implies the repetitive nature of the word qualified. It could also be understood to mean 'very big'.

6 என்றெல்லாம். This expression refers back to all that precedes. It could in addition mean 'all such things' as are listed before it.

7 என்ன preceded by an interrogative sentence may be freely translated 'Do you think that ...' –with the implication that you do not consider this to be the case.

8 தலைகால் தெரியாதபடி வட்டமிடுகின்றது : as though not knowing head or feet it makes circles. –படி : as, like.

9 அச்சாணி : peg on the axle. I.e. linch pin.

10 மாயோன். One of the names for Viṣṇu in Tamil. In one of his four hands Viṣṇu holds a discus (திகிரி), and in the others a conch-shell, a club and a lotus.

11 போன்று (போல, alternative form) : like, resembling.

காற்ருடி சுற்றுகிறது. சிறுவர்கள் அதைக் கண்டு உவகை மீறிக் குதிக்கிருர்கள் ; கை தட்டிக் களிக்கிருர்கள்.

சுழன்று சுழன்று காற்ருடி அவர்களுக்கு மாருத இன்பந் தருகிறது. அதைப் போலவே மூச்சிருக்கும் வரையில் ஓயாமல் முயன்று முயன்று நான் உலகிற்கு இன்பம் அளிக்க வேண்டும் என்பது எனது ஆசை. காற்ருடியைப் பார்க்கும்போதெல்லாம்[12] இவ்வாசை மேலோங்கி நிற்கிறது.

---

12 பார்க்கும்போதெல்லாம் : whenever [one] sees. Cf. பார்க்கும் போது, 'when one sees'.

6. புதுமைப்பித்தன் : தெரு விளக்கு

புதுமைப்பித்தன் (சொ. விருத்தாசலம் : 1906–1948) may properly be considered to be among the most important figures in Tamil literature of the first half of this century. Of his considerable output of stories, a novel, plays, poems, essays, translations from European languages a good part still remained in manuscript form at the time of his death, though happily more and more is being published. Few would dispute his claim to be supreme in his mastery of the short story in Tamil. There follows one from a collection first published about twenty years ago, புதுமைப்பித்தன் கதைகள்.*

தெரு விளக்கு

தெருக் கோடியிலே, அந்த மூலே திரும்பும் இடத்தில் ஒரு முனிசிபல் விளக்கு.

தனிமையாக, ஏகாங்கியாகத் தனது மங்கிய வெளிச்சத்தைப் பரப்ப முயன்று வாழ்ந்துவந்தது.

இளமை, மூப்பு, சாக்காடு என்பவை[1] மனிதருக்கு மட்டும் உரிமையில்லே. எனவே, தெரு விளக்கிற்கும் இப்பொழுது மூப்புப் பருவம்.

நிற்கும் கல்-உடம்பு சிறிது சாய்ந்துவிட்டது. சிரத்தில் இருந்த கண்ணுடிச் சில் ஒரு பக்கம் உடைந்துவிட்டது. அந்தச் சிறுவன் விளேயாட்டாகக் கல்லே எறிந்த பொழுது விளக்கின் கஷ்டத்தை நினேத்தாஞ?

காற்று அடித்தால் உயிரை ஒரே யடியாகவாவது[2] போக்கிவிடுகிறதா? குற்றுயிராய்த்[3] துடிக்கத் துடிக்க வைத்து[4] அதைக் கொல்லுகிறதே!

---

* 5th edition, Madras, 1959; pp. 130–2.

1 என்பவை. This refers to the things listed before it. Cf. its parallel singular form என்பது.

2 ஒரேயடியாக : all in a single stroke. –ஆவது : at least.

3 குற்றுயிர் : shortened life. I.e. the life remaining during the actual process of dying.

4 துடிக்கத் துடிக்க வைத்து : keeping [it] fluttering in pain. This refers to the intensified suffering resulting in its not being killed at one stroke.

துடி : suffer in agony.

கொஞ்சமாவது[5] மங்கிய வெளிச்சத்தைக் கொடுக்கிறதென்று இந்தக் காற்றிற்கு நன்றி இருக்கிறதா ?

போய்விட்டது ![6] பிறகு மழையில் அதன் குளிரை யார் கவனிக்கிறார்கள் ?[7]

அது காற்றிற்குத் தெரியுமா ?

இனிமேல் விளக்கு அந்தப் பக்கத்திற்கு வேண்டாமாம்![8] அதை எடுத்துவிட வேண்டுமாம் !

அதற்கு ஒரு தோழன்—ஒரு கிழவன்.

ஒத்த வயதில்தானே நட்பு ஏற்படும் ? இதில் என்ன அதிசயம் !

விளக்கிற்குக் கிழவன்.

கிழவனுக்கு விளக்கு.

விளக்கை எடுத்துவிடப்போகிறார்கள் என்று கிழவனுக்குத் தெரியாது.

அவனுக்கு எப்படித் தெரியும் ?

அவன் வயிற்றுக்குப் பிச்சை எடுக்கவேண்டாமா ?

வயிற்றுக்கில்லாமல்[9] உயிர் வாழ முடியுமா ?

தெரு விளக்கு அவன் தோழன்தான். அதன் வெளிச்சம் அவனுக்கு எவ்வளவு மன நிம்மதியை அளித்தது !

அன்று சாயங்காலம் வந்தான்.

வெறும் குழி ஒன்றுதான் இருந்தது.

இருள் ! இருள் !

பற்றுக்கோலை யாரோ தட்டிப் பிடுங்கிக் கொண்ட குருடனின் நிலை ![10]

அன்று அவனுக்கு உலகம் சூனியமாய், பாழ் வெளியாய், அர்த்தமற்றதாய் இருந்தது.

---

5 *கொஞ்சமாவது* : at least a little.

6 *போய்விட்டது*. This is slightly obscure. It probably refers to the light.

7 *பிறகு . . . கவனிக்கிறார்கள்* : and then, who notices it's being cold in the rain ?

8 *வேண்டாமாம்* : *–ஆம்* 'it is said'. See 2, note 10. Cf. also *வேண்டுமாம்* in the following sentence.

9 *வயிற்றுக்கில்லாமல்* : without having [food] for the stomach.

10 *பற்றுக்கோலை . . . நிலை* : the state of a blind man whose stick someone has snatched away.

பற்றுக்கோல் : holding stick (used by a blind man when he is led by others). It could also mean 'walking stick'.

சாந்தி ?

அது எங்கிருந்து வரும் !

உடைந்த தெரு விளக்குத்தான்! ஆனால், கொஞ்சமாவது அவனைத் தேற்றிவந்ததே!

வெளிச்சமில்லாவிட்டாலும், ஸ்பரிசித்துப் பார்த்து ஆறுதலடைய வெறுங் கல்லாவது இருந்ததே!

மறுநாள் காலை, ஒரு கிழவனின் சவம் அங்கு கிடந்ததைக் கண்டார்கள்.

* * *

இப்பொழுது ஒரு புது விளக்கு!

மின்சார விளக்கு!

அதன் கீழே குழந்தைகள் உற்சாகமாக விளையாடிக் கொண்டிருக்கிறார்கள்.

அவர்களுக்குப் பழைய விளக்கையும் பழைய கிழவனையும் பற்றிக் கவலை என்ன ?

ஒரு காலத்தில்[11] இவர்களும் அப்படித்தான் ஆவார்கள்! அதற்கென்ன ?[12]

எங்கும், எப்பொழுதும்[13] அப்படித்தான்.

பழையன கழியும், புதியன வரும்.

இது உலக இயற்கையாம்!

---

11 ஒருகாலத்தில் : (here) at some time.

12 அதற்கென்ன ? : what of it ?

13 எங்கும், எப்பொழுதும் : everywhere, always. Note here –உம் modifying the meaning of எங்கு 'where' and எப்பொழுது 'when'. Thus this is not a case of the simple conjunctive –உம் . . . –உம் meaning 'and'.

7. புதுமைபித்தன் : திறந்த ஜன்னல்

This second story from the same volume* as number 6 is another quite typical example of the author's economical (and occasionally, it must be admitted, rather enigmatic) style.

திறந்த ஜன்னல்[1]

சாயங்காலம்.

சிறு பசி என்ற நினைப்பைச் சாந்தி செய்ய ஒரு ஹோட்டலுக்குள் சென்றேன்.

கூட்டத்திலே இடம் கிடைப்பது கஷ்டந்தான் ; எனினும், என் அதிர்ஷ்டம் ஒரு மேஜை காலியாயிருந்தது.

போய் உட்கார்ந்தேன்.

"என்ன ஸார் வேண்டும் ?"

ஏதோ வேண்டியதைச்[2] சொல்லிவிட்டு, என்னத்தையோ பற்றி[3] யோசித்துக்கொண்டு இருந்துவிட்டேன். அவன் வைத்துவிட்டுப் போனதையும்[4] கவனிக்கவில்லை.

மறுபடியும், "என்ன ஸார் வேண்டும் ?" என்ற குரல் கேட்டது.

"முன்பே சொல்லியாகிவிட்டதே !"[5] என்று நினைத்துத் திரும்பினேன்.

---

* pp. 145–7.

1 திறந்த ஜன்னல் : open window. This title is slightly enigmatic. It is probably a reflection of the phrase திறந்த கதவு 'open door'. Keeping an open door is a sign of charitable intentions towards those who might come and ask for food, etc.

2 ஏதோ வேண்டியதை : something or other that was required.

3 என்னத்தையோ பற்றி : about something or other. Note –ஓ here and in ஏதோ (note 2 above) implying the non-specific nature of the things in question.

4 வைத்துவிட்டுப் போனது. Refers to the thing asked for (ஏதோ வேண்டியது) above.

5 முன்பே சொல்லியாகிவிட்டதே : it has already been said.

Note ஆகு 'become' (after சொல்) denoting the completed action of the verb it follows.

அவன் கேட்டது என்னையல்ல; என் எதிரிலிருந்த ஒருவரை. மெலிந்த தேகம்; கிழிந்த சட்டை, ஆனால் அழுக்கில்லை; கிழிசல் தைக்கப்பட்டிருந்தது. இரண்டு மூன்று வாரம் கத்தி படாத முகம்;[6] சோர்வடைந்திருந்தாலும் கண்களில் ஒருவிதப் பிரகாசம் தென்பட்டது.

கீழே குனிந்து, மேஜைக்கு அடியிலிருந்த கைகளைக் கவனித்து விட்டு, ஒரு பெருமூச்சுடன், (அது வெகு மெதுவாக வந்தது) "அரை கப் காப்பி!" என்றார்.

முகத்தில் 'பசி' என்பது ஸ்பஷ்டமாக எழுதியிருந்தது.

கையில் சில்லறையில்லை போலும்![7] இதனால்தான் கீழே கவனித்துப் பார்த்துக் கொண்டார். பார்ப்பானேன்?[8] நினைவில் இல்லாமலா போய்விடும்?[9] யாரோ என்னைப்போல் இலக்கிய உலகத்தில் வேலை செய்பவர் என்ற முடிவிற்கு வந்தேன். அவர்களுக்குத்தானே இந்தக் கதி வரும்! சகோதரத் தொழிலாளி என்ற பாசம் ஏற்பட்டது. உதவி செய்ய வேண்டுமென்ற ஆசை. தர்ம உணர்ச்சியாலல்ல, சகோதர பாசத்தால்.

எப்படி ஆரம்பிப்பது? கோபித்துக்கொள்வாரோ என்னவோ? பக்குவமாகச் சொல்லிப் பார்த்தால் என்ன குடி முழுகிப் போகிறது?[10]

"தங்களை எங்கோ பார்த்த மாதிரி இருக்கிறதே!" என்று மனமறிந்து பொய் கூறினேன்.

"பார்த்திருக்க முடியாது!"

இது தடையுத்தரவு மாதிரி இருந்தது. இருந்தாலும்[11] இன்னொரு தடவை.

---

6 கத்தி படாத முகம் : face untouched by razor, i.e. unshaven face.

7 போலும் : it may be.

8 பார்ப்பானேன் : why look? For this idiomatic construction, see 3, note 53.

9 நினைவில் இல்லாமலா போய்விடும் : would that be without being in memory, i.e. would he not remember? Note that the first case form நினைவு could also occur where நினைவில் is found here. Note the position of the interrogative suffix –ஆ, which most commonly occurs in sentence final.

10 பக்குவமாக . . . போகிறது : what fortunes will be lost if an attempt is made to say it tactfully.

பக்குவம் : tact.

பார் here means 'try'.

குடி முழுகிப்போ : lose everything one possesses.

11 இருந்தாலும் : nevertheless.

"எனக்குப் பசி பிராணன் போகிறதே![12] தங்களுக்கு உடம்பிற்கு என்ன?"[13] என்று காப்பிக் கோப்பையைக் கூர்ந்து நோக்கினேன்.

"பசியாமல் ஏன் ஒட்டலுக்கு வரவேண்டும்?" என்றார்.

"மறந்து போயிருக்கும்; அதனாலென்ன? நீங்கள் இன்று என்னுடைய விருந்தினராக இருக்கவேண்டும். இன்று என் பிறந்த நாள்!" என்றேன்.

"காசைக் கண்டபடி[14] இறைக்காதேயும்" என்றார்.

"பாதகமில்லை. தயவுசெய்து . . .".

"சரி, உமதிஷ்டம்" என்றார். இருவரும் குதூகலமாகச் சாப்பிட்டோம். குதூகலம் என்னுடையது; அவர் மௌனமாகத்தான் சாப்பிட்டார். இடையிலே இரண்டொரு[15] வார்த்தை சிக்கனமாக இருப்பதைப் பற்றி. வெகு கூச்சமுள்ள பிராணி போலும்! இந்த ரகத்தை எனக்கு நன்றாகத் தெரியும். இலக்கியத்தில் இது எதிர் பார்க்கக் கூடிய விஷயமே. மிகவும் கஷ்டப்பட்டவர். அதனால்தான் சிக்கனத்தில் அதிகக் கருத்து!

ஒரு குழந்தையைப் போஷிப்பதைப்போல் மனம் கோணாமல்[16] நாசூக்காகச்[17] செய்தேன். 'பில்' ஏறக்குறைய ஒரு ரூபாயை எட்டி விட்டது.

எழுந்திருந்தோம். மௌனமாக அவர் முன் சென்றார்.

பணத்தைக் கொடுக்கச் சில நிமிஷம் தாமதித்தேன்.

நேராக வெளியே சென்று ஒரு பளபளப்பான 'ஹில்மன்' காரில் கூசாமல் ஏறி உட்கார்ந்தார் அந்த மனுஷர்.

எனக்குத் தூக்கி வாரிப் போட்டது.[18] பைத்தியமோ என்ற சந்தேகம்.

---

12 எனக்கு . . . போகிறதே : I am dying of hunger. Note this idiomatic usage.

பிராணன் : life.

13 தங்களுக்கு உடம்பிற்கு என்ன? : what's wrong with your body (i.e. health)?

14 கண்டபடி : as [you] see. I.e. according to [your] whims.

15 இரண்டொரு : one or two. Note the order of words in this phrase.

16 மனம் கோணாமல் : without hurting the feelings. (More literally: 'without the feelings being hurt'.)

மனம் : heart *or* mind. கோணு : bend.

17 நாசூக்காக : neatly.

18 எனக்குத் தூக்கி வாரிப் போட்டது : I was startled.

மோட்டார் டிரைவர் இயற்கையான சாவதானத்துடன் காரை விட்டுக்கொண்டு[19] போய்விட்டான்.

எனக்கு ஒன்றும் புரியவில்லை.

'ஹோட்டல் காஷியர்' என்னமோ தெரிந்தவர்போல் விழுந்து விழுந்து சிரித்தார்.[20]

நான் விழித்தேன்.

"அவன் பெரிய லக்ஷாதிபதி.[21] பெரிய கருமி, கஞ்சன். யார் தலையையும் தடவுவதில்[22]–இந்தச் சாப்பாட்டு விஷயத்தில்தான்–ஒரு பைத்தியம். இன்று நீர் அகப்பட்டுக் கொண்டீர் போலிருக்கிறது!" என்றார்.

நானும் சிரித்தேன். எதற்கு என்று எனக்குத் தெரியாது.

"தர்மம் செய்வதில் எவ்வளவு கஷ்டம் உண்டு பார்த்தீரா?" என்றார்.

"நான் தர்மம் செய்யவில்லையே!" என்று சொல்லி விட்டு வெளியே வந்தேன்.

---

19 காரை விட்டுக்கொண்டு (காரை ஓட்டிக்கொண்டு, alternative form): driving the car.

20 விழுந்து விழுந்து சிரித்தார். The equivalent English idiom would be 'He laughed fit to kill himself'.

21 லக்ஷாதிபதி : a man possessing money or property worth 100,000 rupees, i.e. a rich man.

Cf. கோடீஸ்வரன் 'a man of 10,000,000 rupees or more'.

22 யார் . . . தடவுவதில் : in cheating anyone.

தலை தடவு : cheat, swindle.

8. மு. வரதராசன் : சுவை மிகுதி

மு. வரதராசன் (*b.* 1912), professor of Tamil in the University of Madras, has, among his sixty or more published works, scholarly publications in both Tamil and English on Tamil language and literature as well as selections from classical poems edited with commentaries that help make them available to a wider audience. He is not only an interpreter of the best of ancient Tamil culture, however, but also a creative writer—of plays, stories, novels, one of which won the Sahitya Akademi prize for the best book in Tamil in 1961. His numerous essays include this one from *உலகப் பேரேடு*.*

சுவை மிகுதி

ஒரு கிராமத்தில் ஒரு வீட்டின் திண்ணையில் உட்கார்ந்துகொண்டு, ‘அவன் பொய் சொல்ல மாட்டான். இவனிடத்தில் வஞ்சனை இல்லை. இன்னான்[1] நல்லவன். இன்னான் உண்மையுடையவன்’ என்று பேசிக் கொண்டிருந்தால், ஒருவரும் செவி கொடுத்துக் கேட்க மாட்டார்கள். அதற்கு மாறாக,[2] “பக்கத்துத் தெரு முனுசாமி அங்கே அகப்பட்டுக் கொண்டான். நடுத்தெரு[3] கந்தசாமிக்கு நல்ல உதை கிடைத்தது. மேட்டுக்குடிக்[4] குடும்பத்தில் அண்ணன் தம்பி கசப்பு முற்றுகிறதாம். எதிர்வீட்டு அய்யாப் பிள்ளை முழு அயோக்கியன்” என்று மற்றக் குடும்பத்துக் கோளாறுகளையும் குறைகளையும் எடுத்துப் பேசிக்கொண்டிருந்தால் ஒருவரும் எழுந்து போக மாட்டார்கள்; திண்ணையில் இடமே இருக்காது; எல்லோரும் ஊக்கமாகக் கேட்டுக்கொண்டிருப்பார்கள். இதைவிட அந்த ஊர்ப் பெண்கள் சிலருடைய ஒழுக்கத்தைப் பற்றிப் பழித்துப் பேசத் தொடங்கினால் ஊக்கம் இன்னும் மிகுதியாகும். சொந்த வேலைகளையும் விட்டுவிட்டு எந்நேரமும் திண்ணையில் வந்து கூடிவிடுவார்கள். அந்தத் திண்ணைக் கூட்டத்தின் தலைமைப் பதவி[5] எந்த நாளிலும் நீங்காமல்[6] நிலைத்து நிற்கும்.

---

* Madras, 1959; pp. 40–3.

1 *இன்னான்* : such and such a man.
2 *மாறாக* : in contrast; differently.
3 *நடுத்தெரு* : (here) the middle street (in a town or village).
4 *மேட்டுக்குடி* : a house on elevated ground.
5 *தலைமைப் பதவி* : first rank.
6 *எந்த நாளிலும் நீங்காமல்* : never leaving. Note –*உம்* followed by a negative. See 10, note 16.

மற்றவர்களின் குணங்களையும் நாடிக் குற்றங்களையும் நாடி, நடுநிலையான ஆராய்ச்சி செய்கிறவர்களுக்கு இந்த உலகத்தில் தக்க இடம் இல்லை. அன்பு கனிந்த நெஞ்சத்தோடு குணங்களை மட்டும் எடுத்துச் சொல்கின்றவர்களுக்கு ஊக்கம் ஊட்டுகின்றவர்கள் இல்லை. ஆனால், குற்றங்களை மட்டும் பொறுக்கி எடுத்துச் சுவைபடப் பேசும் திறமை யிருந்தால் அவர்கள் செல்வாக்குப் பெறுவது மிகவும் எளிது. திண்ணை முதல் உலகம் வரையில் எந்த இடத்திலும் அவர்கள் சிறந்து விளங்குகிறார்கள்.

மேடை ஏறிப் பேசுகின்றவர்கள் இந்த உண்மையைத் தெரிந்து கொண் டிருக்கிறார்கள். ஆராய்ச்சியையும் உண்மையையும் ஒரு புறம் ஒதுக்கி விட்டு மற்றவர்களின் குற்றங் குறைகளை எடுத்து அலசிப் பேசு வதிலேயே பொழுதைப் போக்குகின்றார்கள். அப்படிப்பட்டவர்கள் புகழும் பெறுகின்றார்கள். ஓயாத கைத்தட்டும் அவர்களின் பேச்சுக்குக் கிடைக்கிறது. பெருங் கூட்டமும் அவர்களின் பேச்சைக் கேட்பதற்கு வந்து கூடுகிறது. பேச்சாளர் ஏன் இவ்வளவு காரமாக மற்றவர்களைக் கண்டிக்கிறார் என்ற காரணத்தையும் அவர்கள் ஆராய்வது இல்லை. அதைக் கேட்டுத் தாங்கள் கைதட்டுகின்ற காரணத்தையும் உணர் வதில்லை.

செய்திகளை உள்ளபடி அறிவிக்க வேண்டிய பத்திரிகைகளிலும் இந்த நிலை உண்டு. நடுநிலையை மறந்துவிட்டுக் காரத்தோடு கண் டிக்கும் பத்திரிகைகளே நாட்டில் செல்வாக்குப் பெறுகின்றன. அவை களையே மக்கள் விலை கொடுத்து வாங்கி ஊக்கத்தோடு படிக்கின்றனர். அந்தப் பத்திரிகைகள் அவ்வாறு எழுதும் காரணத்தையும் தாங்கள் அவற்றையே போற்றும் காரணத்தையும் பொதுமக்கள் எண்ணிப் பார்ப்பதே இல்லை.

கட்சிகளை அமைத்து நடத்தும் தலைவர்களில் சிலர் இந்த முறையைக் கையாளுகின்றார்கள். மற்றக் கட்சியார் சொல்வதையும் செய்வதை யும் ஓயாமல் குறை கூறிக் கண்டித்து எழுதுகின்றார்கள். அதில் ஒரு வகைத் தேர்ச்சியும் பெறுகின்றார்கள். தனி அறிக்கை[7] விடுவது முதல் மகாநாடு கூட்டி முழங்குவது வரையில் அந்த முறையையே கையாண்டு வெற்றி பெறுகின்றார்கள். பொதுமக்கள் அவர்கள் போக்கை ஆராய் வது இல்லை; நம்புகின்றார்கள்.

ஆராய்ச்சி என்பது பற்றைக் குறைக்கும். நம்பிக்கை, பற்றை வளர்க்கும். பொதுமக்கள் ஆராயாமல் நம்புவதால் கட்சிகளின்மேல்

---

7 அறிக்கை : notice : giving information.
தனி அறிக்கை is a pamphlet circulated by an individual on his own account to publicize certain information or views,

அவர்கள் மிகுதியாகப் பற்றுக் கொள்கின்றார்கள். கட்சிப் பற்றும் வளர்ந்து பெருகுகின்றது.

ஆக்கவேலை[8] செய்யும்போது கட்சிகள் இவ்வளவு முன்னேற்றம் அடைவது இல்லை. ஆக்கவேலை என்று தொடங்கினவுடனே கட்சித் தொண்டர்களுக்கு ஊக்கம் குறையும். பிரிவும் பிளவும் ஏற்படும். பொதுமக்களுக்குச் சுவை குறையும். ஆனால், இவற்றுக் கெல்லாம் நேர்மாறாக[9] அழிவுவேலையையே[10] செய்யும் போது கட்சிக்கு நல்ல பயன் விளைகிறது. கருத்து வேறுபாடு அங்குத் தலைகாட்டுவதே இல்லை. மற்றவர்களைத் தூற்றுவதிலும் தாக்குவதிலும் கருத்து வேறுபாடு இருக்க முடியுமா? அது பொதுமக்கள் எல்லோரும் விரும்பும் போக்கு. ஆகையால் அழிவு வேலையில் சுவை குறைவதில்லை; ஊக்கம் குன்றுவது இல்லை; பிளவும் பிரிவும் ஏற்படுவது இல்லை.

இதை உணர்ந்துதான் கட்சிகளின் தலைவர்கள் ஆக்கவேலை செய்ய வாய்ப்பு ஏற்பட்டபோதுங்கூட அதனைப் பொதுமக்களுக்கு எடுத்துக் கூறாமல் விடுகின்றார்கள். அழிவு வேலையையே தொடர்ந்து செய்யத் தூண்டுகின்றார்கள். அதற்குத் துணையான பத்திரிகைகளையே படைத்து வைத்துக்கொள்கின்றார்கள்.

பொதுவாக எந்த நாட்டிலும் இந்த நிலையைக் காணலாம். இது பொது மக்களின் முற்போக்குக்கு முட்டுக்கட்டையாகும்;[11] குற்றங்கேட்பதில் வேட்கை; குறை கற்பதில் ஆவல்; அழிவு காண்பதில் ஆர்வம்— இவை மாற வேண்டும். நடுநிலையான ஆராய்ச்சி நல்ல வாழ்க்கைக்கு வழிகோலும் என்ற நம்பிக்கை வர வேண்டும். அரசியல் மேடைகளையும் பத்திரிகைகளையும் சுவைமிக்க பொழுதுபோக்கு என்றும், உணர்வுக்கு விருந்து என்றும் அனுபவிக்கும் நிலை மாறி, பொதுவாழ்க்கைக்கு அடிப்படை எது என்று சீர்த்தூக்கிப்பார்க்கும் நிலை வர வேண்டும்.[12] அந்த நிலை வரவில்லையானால், மக்களுக்கு உரிமை இருந்தும்

---

8 ஆக்கவேலை : constructive work.

9 நேர்மாறாக : in direct contrast.

10 அழிவுவேலை : destructive work. Cf. note 8 above.

11 முட்டுக்கட்டை : (here) hindrance. முட்டுக்கட்டை is a wedge-shaped block of wood placed under the wheel of a temple-car to keep it from moving.

12 அரசியல் . . . வர வேண்டும் : the state of affairs of enjoying political platforms and newspapers as a very interesting pastime and as a feast for the emotions having changed, the state of evaluating what is the basis of public life should come.

சுவை மிக்க : very tasty; very interesting.

சீர்தூக்கு : weigh the good; evaluate.

பயன் இல்லை என்ற உணர்வு சிலர்க்குப் பிறக்கும். நாளடைவில், அந்த உரிமையைப் பறிக்கும் கூட்டம் வளரும். அந்தக் கூட்டத்தினரில் ஒருவர் ஒரு நாள் 'சர்வாதிகாரியாய்'த் தடியாட்சி[13] நடத்த முன்வருவார்.

13 தடியாட்சி : rule by the stick, i.e. police rule. Note the use of the word தடி, 'stick'. In செங்கோல், 'just rule', the word கோல் also means 'stick'.

9. திருவாணன் : இறுதி ஆசை

This story is from a selection of Indian folk tales in English translated into Tamil by திருவாணன் and published under the title இந்திய நாடோடி கதைகள்.* Apart from his work as a translator திருவாணன் has also written novels and short stories.

இறுதி ஆசை is one of a large number of stories that have grown up round the name of Tenāli Rāmakṛishṇa, an important Telugu court poet of the sixteenth century. In spite of his merit in this field he is better known to posterity as a court jester who played frequent practical jokes and made numerous witty remarks even at the expense of the emperor himself. In this connection his name is a familiar one throughout South India.

இறுதி ஆசை[1]

ஒரு நாள், அரசனின் தாயார்,[2] கடுமையான நோயினால் பீடிக்கப்பட்டாள்; சாவதற்குமுன் மாம்பழம் சாப்பிடவேண்டும் என்று ஆசைப்பட்டாள். அக்காலம், தந்தியோ வானொலியோ, தொலைபேசியோ, உந்து வண்டியோ, நீராவி வாகனங்களோ,[3] இல்லாத காலம்; வெகு தூரத்திலேதான் மாம்பழங்கள் கிடைக்கும். வெகுதூரம் சென்று, மாம்பழம் கொண்டுவர, தனிச் சேவகன்[4] குதிரையிலே அனுப்பப்பட்டான். ஆனால், மாம்பழம் வந்து சேருவதற்கு முன்னாலேயே, அரசனின் தாயார் இறந்துவிட்டாள். ‘தன் அன்னையின் ஆத்மா, சமாதியிலே சாந்திபெறுமோ![5] அன்னையின் இறுதி ஆசை பூர்த்தியாகாமலே அவள் இறந்துவிட்டாளே!’ என்று அரசன் சந்தேகித்து வருந்திக்கொண்டே இருந்தான். அன்னையின் ஆவி அரண்மனையைச் சுற்றிக்கொண்டு திரிவதை அரசன் விரும்பவில்லை. அதற்குப் பரிகாரம் தேட; புரோகிதரை[6] அழைத்து ஆலோசனை கேட்டான். அரசன் பல தங்க மாம்

---

* Madras, 1959; pp. 64–6.

1 இறுதி ஆசை : last wish (of a dying person).

2 தாயார் : mother. Note –ஆர், honorific suffix, used after both masculine and feminine kinship terms and proper names.

3 தந்தியோ . . . வாகனங்களோ. Note the Tamil neologisms for telegraph, radio, etc. Often the English words themselves are used.

4 தனிச் சேவகன் : separate servant; (here) special messenger.

5 சாந்தி பெறு : attain peace.

6 புரோகிதர். A brahman learned in the śāstras, who officiates at certain ceremonies such as marriage, death,

பழங்கள் செய்து ஒவ்வொரு புரோகிதருக்கும் ஒரு பழம் தானம் செய்தால், ஆத்மா திருப்தியடைந்துவிடும் என்றும் பிறகு ஆவி நடமாட்டத்தைப் பற்றி அஞ்ச வேண்டிய அவசியமில்லை என்றும், புரோகிதர் கூறினார். அரசன் அப்படியே செய்தான்! புரோகிதர்களுக்குக் கொழுத்த லாபம் கிடைத்தது!!

புரோகிதரின் இந்தத் தந்திரமான திட்டத்தைக் கேட்டதும், தெனாலிராமன், தன்னைக் கொடுமைப்படுத்தி உயிரோடு புதைப்பதற்குக் காரணமாக இருந்த புரோகிதர்களைப் பழிவாங்க அருமையான சந்தர்ப்பம் ஏற்பட்டிருப்பதை உணர்ந்தான்.

மறுநாள், தெனாலிராமன் சோகம் கப்பிய முகத்தோடு, கண்ணீர் வடித்துக்கொண்டு கொலு மண்டபத்திலே தோன்றி, தன் தாயார் திடீரென்று இறந்துவிட்டதால், சில நாட்கள் விடுமுறை தருமாறு[7] கேட்டான்; விடுமுறை வழங்கப்பட்டது. வீட்டுக்குச் செல்லும் வழியிலே, கோயிலுக்குச் சென்று, அன்று மாலை தன் வீட்டிலே நடைபெறும் கருமாதி சடங்குகளுக்கு வருமாறு புரோகிதர்களை அழைத்தான்.

புரோகிதர்கள் வீட்டுக்கு வந்ததும்,[8] இரும்புக் கம்பிகளைப் பழுக்கக் காய்ச்சிச்[9] சூடுபோட்டான். அவர்கள் அலறித் துடித்துக் கொண்டு ஓடினார்கள்!

அரண்மனைக் கோமாளியாக இருந்தாலும், இது வரம்பு மீறிய செயலாகும்.[10] புரோகிதர்கள் அரசனை அணுகித் தெனாலிராமனைப்பற்றி கடுமையாக முறையிட்டனர். தெனாலிராமன் உடனே அழைத்து வரப்பட்டான்;[11] அரசன் விசாரித்தான்!

தெனாலிராமன் கொடுத்த விளக்கம் இதுதான்: "கருணை மிகு காவலா! என் தாயார் நோயினால் அவதிப் பட்டுக்கொண்டிருந்த பொழுது வைத்தியர் சூடு போடுமாறு கட்டளையிட்டார்! வியாதி குணமாகும் என்ற ஆசையால் என் தாயார் வைத்தியர் ஆணைப்படி சூடு போடு

---

7 தருமாறு (தரும்படி, alternative form) : to give. Note the grammatical context in which this form –ஆறு occurs. Cf. the similar constructions in this and succeeding paragraphs –வருமாறு, போடுமாறு (வரும்படி, போடும்படி).

8 வந்ததும் : as soon as [they] came. Note –உம் in this meaning after past tense verbal noun.

9 பழுக்கக் காய்ச்சி : having made red-hot.
பழு : ripen.
காய்ச்சு : heat.

10 செயலாகும். Divide this into செயல் and ஆகும்.
வரம்பு மீறிய செயல் : a deed that oversteps the limits.

11 அழைத்துவரப்பட்டான் : he was brought. Note that the passive marker –படு could not occur after வா when it is not preceded by some other verb. *வரப்பட்டான் by itself would not occur.

மாறு கேட்டுக்கொண்டாள். ஆனால், இரும்புக்கம்பியைப் பழுக்க காய்ச் சுவதற்குள்[12] என் தாயார் இறந்துவிட்டாள். நீங்கள் பரிகாரத்திற்குத் தங்க மாம்பழங்களை புரோகிதர்களுக்குக் கொடுத்ததைப்போல, நானும் என் தாயாரின் இறுதி ஆசையைப் பூர்த்தி செய்ய சூடுபோட்டேன்!'' கோமாளியின் புத்திசாலித்தனமான தந்திரத்தை எண்ணி அரசன் வியந்து சிரித்தார்! அரசன், புரோகிதர்களின் ஆதிக்கத்தை விரும்பா விட்டாலும்,[13] அவர்கள் மனதைப் புண்படுத்த விரும்பவில்லை. எனவே அரசன் தெனாலிராமனை, கோபத்துடன் பார்த்து, ''வெளியே போ! மீண்டும் உன் அசட்டு முகத்தை என்னிடம் காட்டாதே!'' என்று கூறினார்.

கொலு மண்டபத்திலிருந்து வெளியேறினான் தெனாலிராமன். புரோகிதர்களும் போய்விட்டார்கள்!

தெனாலிராமன் பானையைத் தலையிலே கவிழ்த்துக் கொண்டு கொலு மண்டபத்திற்குள் நுழைந்தான்.

''இது என்ன கோமாளித்தனம்?'' என்று கேட்டார் அரசர். பானையிலிருந்து குரல் கேட்டது; ''காவலனே! மீண்டும் உன் அசட்டு முகத்தை என்னிடம் காட்டாதே என்று கூறினீர்கள் அல்லவா? இந்தக் காட்சி தங்கள் மனதை உருத்தாது என்று நினைக்கிறேன்.''

தெனாலிராமனின் இந்த நகைச்சுவை 'நறுக்' என்று சுவைத் தது.[14] அரசன் மனம் மகிழ்ந்து அவனிடம் பழையபடி அன்பு செலுத்தினார்.

---

12 காய்ச்சுவதற்குள் : **before heating. See 1, note 5.**

13 விரும்பாவிட்டாலும் : **even though [the king] did not like. Cf.** விரும்பாவிட்டால் **'if [one] did not like'.**

14 தெனாலிராமனின் . . . சுவைத்தது : **this wit of Tenaliraman's had a real tang to it.**

'நறுக்' என்று சுவைத்தது : **it tasted sharp.**

10. C. N. அண்ணுதுரை : பூஜா மனேபாவம் கூடாது

சி. என். அண்ணுதுரை (1909–1969), Chief Minister of Madras from February 1967 until his death two years later, was the founder and leader of the party now in power in Tamil Nad, the திராவிட முன்னேற்ற கழகம் (the D.M.K.). His political outlook found expression in journalistic writings, books on the history and philosophy of his party (we have here part of a chapter from இலட்சிய வரலாறு*), as well as in some of his novels, short stories, plays and film scripts. He was an outstanding orator and had a profound influence on the development of the technique of public speaking in Tamil.

பூஜா மனேபாவம்[1] கூடாது

நாட்டை மீட்கும் நற்பணியில் நாங்கள் ஈடுபட்டிருக்கிறோம். இப்போது இங்கே இரண்டே கட்சிகள்தான் உண்டு : ஒன்று விடுதலைப் போர் புரியும் கட்சி, மற்றொன்று ஏகாதிபத்தியம். எனவே வேறு கட்சிகள் இருக்கக் கூடாது.

நாடு விடுதலை பெற்றுன பிறகு, நாட்டை ஆளும் நேரத்திலே கட்சிகள் இருக்கலாம்; போராட்டத்தின்போது கூடாது என்று காங்கிரஸ் தலைவர்கள் கூறிவந்தனர். இன்றே! நாட்டுக்கு விடுதலை கிடைத்து விட்டது, ஆனல், காங்கிரசாருக்கு, வேறு கட்சியே இருக்கக்கூடாது! எதிர்ப்பின்றி, ஏகபோகமாகத் தாங்களே நாடாள வேண்டும், நிர்வாகம் எவ்வளவு கேடுள்ளதாயினும்[2] யாரும் எதிர்த்திடக் கூடாது என்ற எண்ணம் பலமாக ஏற்பட்டிருக்கிறது.[3]

வெற்றிக் களிப்பே, இந்த விபரீத எண்ணத்துக்கு முக்கிய காரணம்; ஆனல் மூலகாரணம் வேறு இருக்கிறது.

என்ன தவறு செய்தாலும், சகித்துக்கொண்டு தவறுகளை வெளியே எடுத்துச் சொல்லவும்[4] யாருமே இல்லை என்றல் மட்டுமே,

---

* 2nd edition, Trichy, 1953; pp. 61–6.

1 பூஜா மனேபாவம் : hero worship.
பூஜா : worship.
மனேபாவம் : nature of the mind; attitude.

2 எவ்வளவு கேடுள்ளதாயினும் : however harmful it is.
உள்ளது : that which has. Cf. 4, note 8.

3 ஏற்பட்டிருக்கிறது : it has become.

4 வெளியே எடுத்துச் சொல் : point out openly.

தங்களால் ஆட்சியை நடத்த முடியும்; குறை கண்டு பிடிக்கப்[5] பலருக்கோ சிலருக்கோ வாய்ப்பிருந்தால், தமது 'பிடி' தளர்ந்து விடும் என்ற அச்சம் அந்த மூலகாரணம்.

இது, குடி அரசுக்[6] கோட்பாட்டுக்குக் கேடு விளைவிக்கக்[7] கூடியது.

அறிஞர், டாக்டர் கிருஷ்ணலால் சீதரணி, இந்தப் போக்குக் கூடாது என்று தக்க காரணத்தோடு விளக்கி யுள்ளார்.

புதிய நிலை நாட்டுக்குப் பிறந்து விட்டது; இப்போது பழைய 'பூஜா மனோபாவம்' நீடிக்குமானால் ஜனநாயகம்[8] வளராது என்கிறார். அவருடைய கருத்துரை கீழே வெளியிடப்பட்டிருக்கிறது.

புதிய கட்சிகள் வேண்டும்

"சுதந்திரம் அடைந்திருக்கும் இந்த நேரத்தில் நமக்கு ஒன்றுக்கு மேற்பட்ட அரசியல் கட்சிகள் தேவைப்படுகின்றன. எங்கு ஒரே கட்சி ஆதிக்கம் செலுத்துகிறதோ அங்கு ஜனநாயகத்திற்கு உறைவிடம் சவக்குழிதான். இது ஒரு மகத்தான சோதனையாயிருக்கும். ஏனெனில், நாம் நடத்தி வந்துள்ள ஒரு நீண்ட, கடுமையான போராட்டத்தின் போக்கில் நாம் காங்கிரசைத் தவிர மற்றச் சகல கட்சிகளிடத்தும்[9] அவநம்பிக்கை[10] கொள்ளக் கற்று வந்திருக்கிறோம். ஆனால் காங்கிரஸ் ஒன்றினிடத்தில் மட்டும் நாம் கொண்ட பக்திக்குக் காரணம், காங்கிரஸ் இன்றுவரை ஒரு கட்சியாக இராமல் ஒரு இயக்கமாக இருந்து வந்ததுதான் என்பதை நாம் உணரவேண்டும். அது ஒரு பொது ஜன முன்னணியாக விளங்கிற்று, அதன் ஆதரவில் பல்வேறு சிந்தனைப் போக்குகள் ஒன்றுபட்டு[11] அந்நிய அதிகாரத்திற்கெதிராக[12] ஒரு பொது லட்சியத்தை உருவாக்கின.[13] அந்த இயக்கம், இந்தியாவை அந்நிய ஆதிக்கத்திலிருந்து விடுவிக்கும் தனது பணியை இப்போது நிறைவேற்றி[14] வைத்து விட்டது.

---

5 குறை கண்டு பிடி : find fault.
கண்டு பிடி : find; find out.
6 குடி அரசு : democracy.
7 விளைவி (விளை + –வி) : make grow, create. –வி causative suffix.
கேடு விளைவிக்கக் கூடியது : one that can create harm, i.e., harmful.
8 ஜனநாயகம் : democracy. See note 6 above.
9 கட்சிகளிடத்து : in parties.
10 அவநம்பிக்கை : disbelief; lack of confidence.
11 ஒன்றுபட்டு : having become united.
12 அதிகாரத்திற்கெதிராக : against power *or* rule.
13 உருவாக்கு : create. Note உருவாகு 'come into being'.
14 நிறைவேற்று : fulfil. Note நிறைவேறு 'be fulfilled'.

சுதந்திரமெய்தியிருக்கும் இத்தருணத்தில் காங்கிரஸ் ஒரு கட்சியாக மாறி விடுகிறது. இயக்கம் என்ற அதன் உருவம் மறைந்துவிடுகிறது. அந்த நிலைமையானது பல்வேறு அரசியல், பொருளாதாரத் திட்டங் களையுடைய மற்றக் கட்சிகள் ஸ்தாபிக்கப்படவேண்டியதை[15] அவசிய மாக்குகிறது.

இந்தப் புதிய கட்சிகளில் சில, காங்கிரசிற்கு உள்ளிருந்தே எழும் அந்தக் கட்சிகள், காங்கிரசிற்கு ஒருபோதும் தங்களின் தளராத[16] விசுவாசத்தை அளித்திராத நபர்களையும் சேர்த்துக் கொள்ளும் காங்கிரஸ் வலது சாரியாகவும், இடது சாரியாகவும் பிரிந்துவிடுமென்று தோன்றுகிறது. எனினும் அதுவே கொஞ்சகாலம் வரை ஒரு இடைக் கட்சியாக ஆதிக்கம் வகித்துவரும்.

பத்திரிகைச் சுதந்திரம்

''சுதந்திரம் அடைந்திருக்கும் இந்த நேரத்தில் நமக்குச் சுதந்திரம் பெற்ற பத்திரிகைகள் தேவை. இப்போது இது ஒரு தர்ம சங்கடமான பிரச்சினை யாயிருக்கிறது. அந்நிய அடக்குமுறை ஒழிக்கப்பட்ட அந்த நிமிடமே நமது பத்திரிகைகள் தாமாகச் சுதந்திரமடைந்து விடுமென்று சில ஜனங்கள் நினைப்பார்கள். ஆனால் அன்னிய ஆட்சியில் அவை சுதந்திரமாக நடந்துகொள்ளலாம்.[17] நமது சொந்த ஆட்சியில் அவ்வாறு நடந்துகொள்வதுதான் கஷ்டம். ஏகாதிபத்தியவாதிகளுக் கெதிரான தங்களுடைய போராட்டத்தில் பல்வேறு கொள்கைகளோடு இறங்கிய நமது வீரர்களைப் போற்றி, ஆதரவு நல்கி, நமது பத்திரிகைகள் தேசத்திற்கு அவை ஆற்றவேண்டிய பணிகளைச் செய்தன. அது ஒரு பழக்கமாக மாறியது. பழக்கங்கள் மாறுவது துர்லபம். நமது பத்திரி கைகள் தாமாகவே நமது வீரர்களின் விளம்பர ஸ்தாபனங்களாக இருந்துவரத் தொடங்கினால், அவை தத்தம்[18] ஜனநாயகக் கடமை களைச் செய்யத் தவறி விடும். யுத்த காலத்தில் குற்றங் குறைகள் கூறுவதைச் சகிப்பது கஷ்டம்தான். ஆனால் சமாதான காலத்தில் சீர்திருத்த வேண்டுமென்ற எண்ணத்தோடு குற்றங் குறைகள் எடுத் துக்கூற வேண்டியது ஒரு கடமையாகிவிடுகிறது.[19]

---

15 ஸ்தாபிக்கப்படவேண்டியது : need to be established. The whole sentence means, 'That state of affairs makes it necessary that other parties with many political and economic schemes should be established.'

16 ஒருபோதும் தளராத : never weakening (failing). –உம் followed by a negative indicates absolute negation. Cf. note 23 below.

17 நடந்துகொள் : conduct oneself; behave.

18 தத்தம் : each one's.

19 கடமையாகிவிடுகிறது : it becomes definitely a duty. –விடு in such contexts makes the statement more positive. But this is not always so; it may be no more than a mark of style.

தன் குறும்புத்தனத்தை அதாவது எதேச்சாதிகாரத்தைத் திருத்தக்கூடிய வல்லமை கிடைத்தது பத்திரிகை ஒன்றுக்குத்தான்.[20] ஆனால் சுதந்திரமா யிருந்தால் தான் அந்த வல்லமை அதற்குண்டு. நமது பத்திரிகாசிரியர்கள்[21] அந்நிய ஆட்சி வர்க்கத்தினருக் கெதிராக எவ்வளவு தைரியத்துடன் நடந்துகொண்டார்களோ, அவ்வளவு தைரியத்துடன் இப்போது நமது சொந்தத் தலைவர்களிடமும் நடந்து கொள்ள வேண்டும். இது நமது தலைவர்களில் சிலருக்கு வேப்பங்காயாக[22] இருக்கலாம். ஏனெனில் இதுவரை அவர்களுடைய பேச்சிற்கு மறு பேச்சு இல்லாமலிருந்து வந்தது. ஆனால் தங்கள் தலைவர்களின் நேரான நடத்தையை எதிர்பார்ப்பது ஜனநாயக மக்களின் உரிமையாகும். 'சர்வமும் நாம்தான்' என்ற மமதைகொண்ட எந்தவொரு மனிதனும்[23] ஜனநாயக ஆட்சிக்குத் தலைமை தாங்கத் தகுதியுடையவனாக முடியாது.

வீரர் வணக்கம்[24] பற்றிய எனது கருத்திற்கு இது தோற்றுவாயாகிறது. ஒரு போராட்டத்தின் போது அது ஆயுதப் போராட்டமாயினும் சரி, அகிம்சைப் போராட்டமாயினும் சரி, நமக்கு ராணுவ மனோபாவம் அவசியமாகிறது. ஆகவே, இங்கு நமது வீரவணக்கம் தீவிரப்பட்டு, மேலே போகப்போக,[25] பல இடத்தில் சிதறிக்கிடந்த நமது விசுவாசம் ஒருமுகப்பட்டு[26] எல்லோருக்கும் மேம்பட்டு விளங்கும் அந்த ஒரு மனிதரிடமே செல்கின்றது. பார்க்குமிடமெல்லாம் அவரது முகமே நம்முன் தோன்றுகிறது. சகல குண நலன்களையும் நாம் அவருக்கு உரிமையாக்கி விடுகிறோம். வேறு யாரும் நம்மைத் திருப்திபடுத்த முடியாது.

ஆயினும், சாதாரண காலத்தில் ஒரு ஜனநாயக அரசை உருவாக்கிக்கொண்டிருக்கும்போது[27] நமது வீர வணக்கமானது ஒரு முகமாகத் தீவிரப்படுவதற்குப் பதிலாகப் பல திசையில் பரந்து செல்லவேண்டும், நாட்டு மக்கள் அனைவரும் வீரர்களாகிவிடும் ஒரு காலம் வரும் வரை நாம் அனேக வீரர்களைப் பெறவேண்டும், சாதாரண மனிதனின்

20 பத்திரிகை ஒன்றுக்குத்தான் : to the newspaper alone. The whole sentence means, 'The press alone possesses the power to correct one's mischief, that is to say [the mischief of] absolute power.'

21 பத்திரிகாசிரியர்கள் (பத்திரிகை ஆசிரியர்) : newspaper editors.

22 வேப்பங்காயாக : like the unripe fruit of the neem. 'A bitter pill', 'distasteful'.

23 எந்தவொரு மனிதனும் + negative : no person.

24 வீரர் வணக்கம் : worship of the heroes. Cf. வீர வணக்கம் 'hero worship'.

25 மேலே போகப் போக : as [it] goes on increasing.

26 ஒருமுகப்பட்டு : having become united.

27 உருவாக்கிக்கொண்டிருக்கும்போது : when creating.

பெருமைதான் ஜனநாயகம் என்று அழைக்கப்படுகிறது. அமெரிக்காவைப் போல நாம் அரசியலைத் தவிர மற்றத் துறைகளிலும் அதாவது கலைத் துறையில், இலக்கியத் துறையில், தொழில் துறையில், தொழிலாளர் இயக்கத் துறையில், சினிமாத் துறையில் வீரர்களைப் பெறவேண்டும். இங்கு நாட்டின் பத்திரிகைகள் புதிய சமுதாயத்திலிருந்து புதிய தலைவர்களை உருவாக்கிக் கொடுப்பதன் மூலம் பணிசெய்ய முடியும். இப்போது நமது பத்திரிகைகளில் ஒவ்வொரு நாளும் நாம் எப்போதும் பார்க்கும் அதே முகங்கள்தான் பிரசுரிக்கப்படுகின்றன. வழக்கமான ஒரு சில தலைவர்களின் சொற்கள்தான் வெளியாகின்றன.

மற்றவர்களும் செய்திகளில் இடம் பெற முடியுமென்பதையும் அச்செய்திகளை ஜனங்கள் படிப்பார்கள் என்பதையும் முயற்சி, ஊக்கமுடைய நிருபர்கள் காண்பார்கள்.

ஜனநாயகம் ஆழ்ந்து வேரூன்ற,[28] பெரியவர்களுக்கே புகழ்பாடும் மனோபாவம் அருகத் தொடங்குகிறது. சாதாரண மனிதனுடைய முக்கியத்துவம் அதிகரித்துக்கொண்டே போகும்போது 'படே மனிதர்களோடு'[29] அவனை ஒப்பிட்டுக் கூறவேண்டிய அவசியம் குறைந்து விடுகிறது. அமெரிக்காவில் சாதாரண மனிதன் எப்படி வாழ்கிறான் என்பதை எடுத்துரைக்கும் புத்தகங்களும், பத்திரிகைகளும், பெரிய மனிதர்களின் செய்கைகளை விவரிக்கும் புத்தகங்களைப் போலப் பிரபலம் பெற்று விளங்குகின்றன.''

---

28 ஜனநாயகம் ஆழ்ந்து வேரூன்ற : as democracy takes deep root.

29 படே மனிதர்கள் : the high-ups. The form படே is normally pronounced with initial voicing.

11. மு. வரதராசன் : இடப்பேச்சுக்களும் கொச்சை மொழிகளும்

One of the results of Dr Varadarajan's interest in linguistic problems and in the Tamil language was a series of broadcasts for children on aspects of language. These talks were later printed and one of the books, சொல்லின் கதை, contains this chapter.*

இடப்பேச்சுக்களும்[1] கொச்சை மொழிகளும்[2]

தஞ்சாவூரிலிருந்து சென்னைக்குப் புதியவராக வந்தார் ஒருவர். ஒரு கடைக்குப் போனார். ஒரு பொருளைக் காட்டி, "இது என்ன விலை அய்யா ?"[3] என்றார். கடைக்காரனுக்குக் கோபம் வந்தது. "என்ன அப்பா,[4] பெரிய சீமான் என்று நினைத்துக்கொண்டு பேசுகிறாயோ ?" என்றான். தஞ்சாவூரார்க்கு ஒன்றும் விளங்கவில்லை. பேசாமல் நின்றார். அவருக்கும் கோபம் வந்தது. சிறிது அமைதிக்குப் பிறகு கடைக்காரனுடைய கோபம் அடங்கியது. பிறகு கடைக்காரன் அவரைப் பார்த்து, "மனிதனுக்கு மனிதன் சமமாக எண்ணிப் பேசு அப்பா. அய்யா இய்யா[5] என்று இப்படிப் பேசுகிறாயே!" என்றான். பக்கத்திலிருந்த ஒருவர் அப்போது குறுக்கே வந்து தஞ்சாவூர்க்காரரைப் பார்த்து, "நீங்கள் வெளியூர்க்காரர்போல் தெரிகிறது. இங்கே அய்யா என்று கூப்பிட்டால் கோபம் வரும். அப்படிப் பேசாதீர்கள்" என்றார். உடனே தஞ்சாவூர்காரர் இவரைப் பார்த்து, "கடைக்காரர் மட்டும் என்னை அவமதிப்பாகப் பேசுகிறாரே! என்னை அப்பா இப்பா[6] என்று ஒருவகை

---

* 1st edition, Madras, 1956; pp. 39–47.

1 இடப்பேச்சு : dialect.

2 கொச்சை மொழி : corruption (in speech).

3 அய்யா. A form of address to a man. In some parts it is polite, in others discourteous.

4 அப்பா. As for அய்யா, note 3.

5 அய்யா இய்யா : 'அய்யா' and the like. Echo forms of this sort, in which the second part will usually begin with the syllable இ– (or ஈ– if the first vowel of the first part is long) but otherwise will not differ from the first, are very common in Tamil.

6 அப்பா இப்பா. See note 5.

யாகப்[7] பேசுகிறுரே, அதுமட்டும் தகுமா ?'' என்ருர். அப்போது தான் ஒருவர்க்கொருவர்[8] கொண்ட கோபத்தின் காரணம் விளங்கியது.

தஞ்சாவூர் தமிழ்நாட்டில் உள்ள நகரம். சென்னை தமிழ்நாட்டின் தலைநகரம். அப்படி இருந்தும், 'அய்யா' என்ருல் சென்னைத் தமிழர்க்குக் கோபம் வருகிறது. 'அப்பா' என்ருல் தஞ்சாவூர்த் தமிழர்க்குக் கோபம்வருகிறது. இருவரும் பேசுவது ஒரே மொழியாக இருந்த போதிலும், இப்படி இடத்துக்கு இடம்[9] பேச்சில் வேறுபாடு இருப்பதைக் காணலாம்.

திருநெல்வேலியில், "ஒரு குவளையில் குடிக்கத் தண்ணீர் கொண்டுவா'' என்பார்கள்; "வாளியால் தண்ணீர் கொண்டுவா'' என்பார்கள். வட ஆர்க்காடு, தென் ஆர்க்காடு, செங்கல்பட்டு ஆகிய ஜில்லாக்களில்[10] வாழும் தமிழர்களுக்குக் 'குவளை' என்ருலும் தெரியாது; 'வாளி' என்ருலும் தெரியாது. 'டம்ளர்', 'பக்கெட்' என்று ஆங்கிலச் சொற்களைச் சொன்னுல்தான் தெரியும். தமிழ்நாட்டின் தெற்குப் பகுதியில் குடிநீர்க்குப் பயன்படும் நீர்நிலையை 'ஊருணி' என்று சொல்வார்கள். வயல்களில் பயிருக்குப் பயன்படுமாறு[11] நீர் தருவதைக் குளம் என்று சொல்வார்கள். மற்றப் பகுதிகளில் குடி தண்ணீர் தருவதைக் குளம் என்றும், பயிருக்குப் பயன்படுவதை ஏரி என்றும் சொல்வார்கள். இப்படி இடத்துக்கு இடம் சில சில சொற்கள் வேறு வேறு பொருளில் பேசப்படுவதைக் காணலாம்.[12] நூற்றுக்கு 90, 95 சொற்கள் எல்லா இடங்களுக்கும் பொதுவாக இருக்கும். ஆனுல் நூற்றுக்கு 10 அல்லது 5 சொற்கள் வெவ்வேருக இருக்கும்.[13] இப்படி வெவ்வேருக உள்ள சொற்களைக் கிளைமொழி (dialect) என்று சொல்வார்கள்.

ஒரு மலைக்கு இந்தப் பக்கம் ஓர் ஊரும் அந்தப் பக்கம் ஓர் ஊரும் இருப்பதாக வைத்துக்கொள்வோம். இரண்டு ஊரிலும் உள்ளவர்கள் ஒரே மொழி பேசுகின்றவர்கள் என்று வைத்துக்கொள்வோம். நாளடைவில் இவர்களுடைய பேச்சில் ஒற்றுமை இருந்த போதிலும் சில வேறுபாடுகள் அமைந்துவிடும். இதற்குக் காரணம் அந்த ஊர்களுக்கு இடையில் மலை நின்று போக்குவரவுக்குத் தடையாய்ப் பிரித்த பிரிவே

7 ஒருவகையாக : in an odd manner.

8 ஒருவர்க்கொருவர் : one to another.

9 இடத்துக்கு இடம் : from place to place.

10 வட . . . ஜில்லாக்கள் : the districts of North Arcot, South Arcot and Chingleput.

11 பயிருக்குப் பயன்படுமாறு : for the use of crops.

12 இப்படி . . . காணலாம். Thus from place to place we may see some words spoken now with one meaning, now with another. Note this doubling of words to give a distributive sense.

13 வெவ்வேருக இரு : be different.

ஆகும். ஆறு முதலியவைகளாலும்[14] இப்படிப் பிரிவு ஏற்பட்டு, கிளை மொழி வேறு வேருக அமைவது உண்டு. ஒரு மாவட்டத்துக்கும் மற்றொரு மாவட்டத்துக்கும் உரிய பேச்சிலும் இப்படியே இடம் காரண மாக வேறுபாடு ஏற்படும்.

மலையாள மொழி ஒரு காலத்தில் தமிழாகவே இருந்ததுதான். ஆனல், மேற்குத்தொடர்ச்சி மலை[15] பிரித்தபடியாலும், அரசாங்கம் வேருக இருந்ததாலும், அந்த நாட்டு மக்கள் பேசும் பேச்சு மெல்ல மெல்ல மாறிவிட்டது. நூற்றுக்கு ஐந்து பங்காக இருந்த வேறுபாடு நூற்றுக்கு ஐம்பதாக ஆகிவிட்டது. அதனல் அங்கே தமிழ் மறைந்து வேறு மொழி ஏற்பட்டுவிட்டது. இடப் பேச்சாக உள்ள ஒரு மொழியின் பிரிவு, நாளடைவில் இப்படி வேறொரு மொழியாகவே மாறுவது உண்டு. தெலுங்கும் கன்னடமும் ஒரு காலத்தில் இப்படிக் கிளைமொழி யாக இருந்து மாறி ஏற்பட்டவைதான். நாம் இப்போது தமிழ்நாட்டில் பேசும் பேச்சும் ஒரு வகையாக இல்லை. ஆனல், புத்தகங்கள், பத்தி ரிகைகள், வாஞெலி முதலிய காரணங்களால், எல்லாப் பகுதிகளுக்கும் பொதுவான தமிழ் ஒன்று இருந்து வருகிறது.[16] அதனல் தமிழர் ஓர் இனமாய்ப் பழக முடிகிறது.

இவ்வாறு, கிளைமொழி ஏற்படுவதற்கு இடம் காரணமாக இருப்பது தவிர, வேறு சில காரணங்களும் உண்டு. வியாபாரிகள் பேசுகின்ற பேச்சில் சில தனிப்பண்புகள் உண்டு. வழக்கறிஞர்கள் சட்டத்தில் பழகிப் பேசும் பேச்சில் சில வேறுபாடுகள் உண்டு. சமயத்துறையிலும் இப்படிப்பட்ட இடப்பேச்சுக்களைக் காணலாம். சைவர், வைணவர், கிறிஸ்தவர், முகமதியர் எல்லாரும் தமிழரே ஆனபோதிலும், இவர் களின் சமயத்துறையில் வெவ்வேறு சொற்கள் பேசப்படுகின்றன. பதி,[17] பசு[18] என்ருல் சைவர்களுக்குப் பொருள் வேறு. அமுது,[19] திருவடி[20] என்பவற்றை வைணவர்கள் குறிப்பிட்ட பொருளில் வழங்கு

---

14 ஆறு முதலியவைகளாலும் : because of rivers and so on.

15 மேற்குத்தொடர்ச்சி மலை : the western range of mountains.

16 புத்தகங்கள், . . . வருகிறது : because of books, newspapers, radio and so on there is in existence one common Tamil for all parts.

17 பதி. This word ('master') has in Śaiva Siddhānta philosophy the specialized meaning of 'Supreme Being', i.e. Śiva.

18 பசு. As a technical term in Śaiva Siddhānta this word (in common usage 'cow') refers to the 'soul', or the aggregate of all souls that makes up Śiva's flock.

19 அமுது. This word, which can be used in a general sense to mean 'cooked food', has a specialized reference among Vaiṣṇavas to food offered to God.

20 திருவடி (திரு + அடி 'holy feet') is sometimes used to refer specially to the feet of Viṣṇu.

கிறார்கள். வியாபாரம், அரசியல், வைத்தியம் முதலிய மற்றத் துறையிலும் இடப்பேச்சுக்களைக் காணலாம். பொதுவான தமிழில் 'வரவு' என்றால் வருதல் என்று பொருள். 'செலவு' என்றால் செல்லுதல் என்று பொருள். ஆனால் வியாபாரிகள் பேச்சில் 'வரவு', 'செலவு' என்றால், வந்த பணம், செலவான பணம் என்று பொருள். பொதுவான தமிழில் 'பெயர்' என்றால் வேறு; இலக்கணத்தில் 'பெயர்' என்றால், நால்வகைச் சொல்லில்[21] ஒருவகை என்பதாகும். 'வினை' என்றால், பொதுவான தமிழில், தொழில், செயல், வேலை என்று பொருள்படும். ஆனால் சமயத்துறையில் 'வினை' என்றால், ஊழ்வினை[22] என்று பொருளாகிறது. இலக்கணத்தில் 'வினை' என்றால், ஒருவகைச் சொல்லைக் குறிக்கிறது. இப்படியே ஒவ்வோர் இடத்திலும் ஒவ்வொரு துறையிலும், சில சொற்கள் வெவ்வேறாகப் பொருள் உணர்த்தக் காண்கிறோம்.

இலங்கையில் உள்ள தமிழர்கள் பேசுவதும் தமிழே. ஆனால் அவர்களின் தமிழிலும் சில வேறுபாடுகள் உண்டு. ஓய்வாக என்று நாம் சொல்வதை அவர்கள் 'ஆறுதலாக'[23] என்பார்கள். ஆறுதலாக என்றால் நமக்குப் பொருள் வேறு. 'நாங்கள்' என்பது தன்மைப் பன்மையான[24] சொல். அதில் எதிரில் உள்ளவர்களைச் சேர்த்துப் பேசும் கருத்து இல்லை. 'நாம்' என்பது அப்படி அல்லாமல், எதிரில் உள்ளவர்களையும் சேர்த்துப் பேசும் கருத்து உடையது. ஆனால் இலங்கைத் தமிழில் அந்தப் பொருளில் 'நாங்கள்' என்பதே வழங்கு கிறது.

கிளைமொழியில் சொற்கள் வேறுபொருள் உணர்த்துவது மட்டும் அன்று. வேறு வேறு வகையாகவே ஒலிக்கப்படுவதும் உண்டு. 'வாழைப்பழம்' என்பதைச் சில இடங்களில் 'வாயப்பயம்' என்று ஒலிக்கிறார்கள். வேறு சில இடங்களில் 'வாளப்பளம்' என்கிறார்கள். இப்படி ஒலி வேறுபடுவதும் கிளைமொழியாகவே கொள்ள வேண்டும். நிரம்ப நல்லவர் என்பதைச் சில இடங்களில் 'ரொம்ப நல்லவர்' என் பார்கள். சில இடங்களில் 'ரம்ப நல்லவர்' என்பார்கள்.

தொழிற்சாலைகளில் வேலை செய்யும் தொழிலாளர் பேசும் சொற் கள் ஒருவகையாக[25] ஒலிக்கப்படும். சாதியை ஒட்டித் தொழில்

---

21 நால்வகைச் சொல். The four parts of speech traditionally recognized in Tamil grammar, namely பெயர்ச்சொல் (noun), வினைச்சொல் (verb), இடைச்சொல் (particle) and உரிச்சொல் (qualifying word).

22 ஊழ்வினை : fate.

23 ஆறுதல். This word which, as explained in the text, is used in Ceylon to mean 'rest', has the meaning of 'consoling' in Tamil India.

24 தன்மை பன்மை : first person plural.

25 ஒருவகையாக : in a special way. See note 7 above.

அமையும் இடங்களில், ஒவ்வொரு சாதியும் வெவ்வேறு வகையாக ஒலிப்பது உண்டு. 'இருக்குது' என்று சிலர் பேசுவார்கள். 'இருக்கு' என்று சிலர் சொல்வார்கள். 'கீது' என்று சிலர் ஒலிப்பார்கள். இவைகளும் கிளைமொழியில் சேர்க்கப்பட வேண்டியவைகளே. இவைகளில் எவ்வளவோ தவறுகள் உண்டு. ஒவ்வொரு வகையார் ஒவ்வொரு வகையான தவறு செய்வார்கள்.

புத்தகங்களில் உள்ளபடி சொற்களை ஒலிக்காமல், வெவ்வேறு வகையாகக் குறைத்தும் மாற்றியும் ஒலித்தால் அவைகள் கொச்சை ஒலிகள் என்று கூறப்படும். 'ஏன் அடா', 'மூன்று' முதலியவைகளை 'ஏண்டா', 'மூணு' என்றெல்லாம் ஒலிப்பது கொச்சையே ஆகும். 'வந்தது', 'போனது', 'இழுத்துக்கொண்டு' முதலான சொற்களை[26] 'வந்துச்சி', 'போச்சி', 'இசுத்துக்குனு' என்று கொச்சை யாக ஒலிப்பார்கள். இந்தக் கொச்சை ஒலிகளில் சில படிப்படியாகச் செல்வாக்குப் பெற்று நல்ல மொழியாக மாறிவிடுவதும் உண்டு. பாய்கிறது என்பதைப் பாயுது என்றும், பிறக்கிறது என்பதைப் பிறக்குது என்றும் பாரதியார் பாட்டில் கேட்கிறோம். இவைகளை இலக்கணத்தில் மரூஉ என்று குறிப்பிடுவார்கள். ஆனால் நாகரிகம் குறைந்த தாழ்வான மக்கள் பேசும் பேச்சின் ஒலிகள் இவ்வாறு மரூஉ[27] என்று கொள்ளப்படுவதில்லை.[28] உயர்ந்தவர்கள்–பெரும்பான்மையோர்[29]–கொச்சையாக ஒலிக்கும் சில ஒலிகளே நாளடைவில் ஏற்றுக் கொள்ளப்படுகின்றன.

இந்தக் கொச்சைத் தன்மை சொற்களின் ஒலியில் ஏற்படாமல், சொற்களின் பொருளில் ஏற்பட்டால், அவைகள் கொச்சைமொழி அல்லது குறுமொழி (slang) எனப்படும். "பணம் இருந்தால் நடக்கும்" என்று ஒருவன் சொல்ல விரும்புகிறான். ஆனால் அப்படிச் சொல்வதில் புதுமை இல்லை, சுவை இல்லை ; ஆகையால் கேட்போரின் கருத்தைக் கவர்வதற்காக அவன் ஒரு மாறுதல் செய்கிறான். எல்லோரும் நெடுங்காலமாகச் சொல்லி வந்த 'பணம்' என்னும் சொல்லைச் சொல்வதில்லை. அந்தச் சொல்லால் பயன் குறைவு என்று உணர்ந்து, அதற்குப் பதில்[30] 'வெள்ளையப்பன்'[31] என்கிறான். "வெள்ளையப்பன் இருந்தால் நடக்கும்" என்று அவன் மாற்றிச் சொல்லும் போது கவர்ச்சியாக இருக்கிறது. "அடி கொடுப்பேன்", "உதை கொடுப்

26 முதலான சொற்கள் : and such words.

27 மரூஉ. A contracted word authorized by grammarians. In this word itself note the unusual feature of the vowel letter occurring in non-initial position.

28 மரூஉ என்று கொள்ளப்படுவதில்லை : are not to be taken as மரூஉ.

29 பெரும்பான்மையோர் : the majority.

30 **அதற்குப் பதில்** : instead of that.

31 **வெள்ளையப்பன்** : white fellow.

பேன்" என்று சொல்லாமல், "பூசை கொடுப்பேன்" என்று சொல் லும் போது புதுமையின் கவர்ச்சி இருக்கிறது. வியாபாரத்தில் நஷ்ட மாகிவிட்டது என்னும்போது, "மொட்டையாய்விட்டது" என்று சொல் வதும் அப்படியே. பரீட்சையில் தவறிவிட்டான் என்று சொல்லாமல் "பரீட்சையில் கோட் அடித்தான்",[32] "பல்டி போட்டான்"[33] என்று சொல்வதும் அப்படியே. உணவு விடுதியை ஓட்டல் என்று சொல்லாமல் "மாமியார் வீடு" என்று கூறுவதும் அந்த வகையே ஆகும்.

இப்போது சொன்ன இந்தப் புதுச்சொற்களைக் கிளைமொழி என்று சொல்ல முடியாது. கிளைமொழியாக இருந்தால், ஒரு மாவட்டத்தில் அல்லது ஓர் ஊரில், அல்லது ஒரு துறையில், அல்லது ஒரு கூட்டத் தாரிடத்தில் வழங்க வேண்டும். ஆனால் 'வெள்ளையப்பன்', 'பூசை', 'மொட்டை', 'மாமியார் வீடு' முதலானவை ஒரு குறிப்பிட்ட இடத்தில் அல்லது துறையில் பேசப்படுகின்றவை அல்ல. பழக்கப்பட்டுப்போன பழஞ்[34] சொற்களுக்குப் புதிய உயிர், புதிய கவர்ச்சி தர வேண்டும் என்று நினைக்கிறவர்கள் எல்லாரும் இந்தச் சொற்களைப் பேசுகிறார்கள். ஆகையால் இவைகள் குறுமொழி என்று குறிக்கப்படும்.

கிளைமொழியைப் பேசுகின்றவர்கள், வேறுபாடுகளை அறியாமலே பேசுகிறார்கள். அவர்களை அறியாமலே[35] ஊருக்கு ஊர், துறைக்குத் துறை, கூட்டத்துக்குக் கூட்டம் சொற்கள் மாறியிருக்கின்றன. ஆனால், மேலே குறிக்கப்பட்ட குறுமொழி அப்படிப் பட்டது அல்ல. பேசுவோர் தாங்களாகவே புதுமையாகப் படைத்துப் பேசுகின்ற சொற்களாகும். கிளைமொழி இயல்பாக மக்களிடையே ஏற்படுவது. குறுமொழி, மக்கள் வேண்டும் என்றே கவர்ச்சிக்காக ஏற்படுத்துவது. ஆகையால் அது வேறு, இது வேறு.

குறுமொழியை முதலில் பேசுகின்றவர்கள் யார்? ஒரு கூட்டத் தார் அல்லது ஓர் இடத்தார் அல்ல. கவர்ச்சியிலும் புதுமையிலும் ஈடுபட்டவர்கள் யாரோ, அவர்களே இப்படிக் குறுமொழியைப் பேசத் தொடங்குகிறார்கள். அவர்கள் பெரும்பாலும் இளைஞர்களே. வாழ்க்

---

32 கோட் அடித்தான் : he failed. This slang term is of uncertain etymology. It has been suggested that கோட் may be from English 'goat', this animal being regarded as singularly stupid. Another explanation is that it may be derived from the expression கோட்டை விட்டான் 'he lost [it]' (originally used in the sense of 'losing a fortress' (கோட்டை)). For the same meaning would be conveyed by பரீட்சையில் (or பரீட்சையைக்) கோட்டை விட்டான்.

33 பல்டி போட்டான் : he came a cropper.

34 பழஞ் : old. This form (=பழைய) is only used when the following word begins with ச.

35 அவர்களை அறியாமல் ; without their knowing. Cf. 2, note 9.

கையில் விளையாட்டு உணர்ச்சி உடைய இளைஞர்களே இப்படிப் புதிய கவர்ச்சியான சொற்களைப் படைத்துப் பேசுகிறார்கள். இவற்றைப் படைப்பதில் ஒருவகை இன்பம் இருக்கிறது. கேட்பதில் ஒருவகையான ஊக்கம் இருக்கிறது. அதனால் இந்தச் சொற்கள் வேகமாக மக்களிடையே பரவுகின்றன. சில சொற்கள் மிகவும் இழிவான, மட்டமான போக்கில் அமைந்துவிடும். அப்படி அமையாமல் காத்துக்கொண்டால், இவற்றை யாரும் வெறுக்க மாட்டார்கள்.

ஆனால் ஒன்று: கிளைமொழிக்கு நீண்ட வாழ்வு உண்டு. குறுமொழி நெடுங்காலம் வாழ்வதில்லை. காரணம், கவர்ச்சியும் புதுமையும் நிலையாக நிற்காமல் மாறிவிடுகின்றன. இன்று, கவர்ச்சியான புதுமை வேண்டும் என்று "அவனுக்குப் பூசை விழுந்தது"[36] என்கிறார்கள். இதையே பலமுறை பல ஆண்டுகள் சொல்லிப் பழகிவிட்டால் கவர்ச்சியும் புதுமையும் இல்லாமற் போகின்றன. பழக்கம் எதையும் எப்படிப் பட்டதையும் பழையது ஆக்கிவிடும். நேற்று புதிதாக இருந்த ஒரு சொல், இன்று பழைய சொல் ஆகிவிட்டால், நாளைக்கு வேறொரு புதுச் சொல் வேண்டியதாக ஏற்படுகிறது. இந்த நிலையில், அந்தப் பழைய சொல் மறந்து கைவிடப்படுகிறது. அதனால்தான், குறுமொழி நீண்ட காலம் வாழ முடியாமல் அவ்வப்போது மறைந்து போகின்றது.

---

36 பூசை விழுந்தது : beatings fell.

12. கல்கி : அதிசயமனிதர் அழகப்பர்

கல்கி (*ரா. கிருஷ்ணமூர்த்தி* : 1899–1954) was the founder-editor of the weekly *கல்கி*, in which many of his books first appeared in serial form. He was a prolific writer of novels (some of them perhaps excessively long), short stories and essays. His elegant style was a major contribution to the development of Tamil prose. Known in his day for his wit and humour, he will probably be remembered by later generations for his historical novels. The extract given here is from a perhaps more ephemeral type of publication, *யார் இந்த மனிதர்கள்*, a collection of pen portraits of his contemporaries.*

அதிசயமனிதர் அழகப்பர்

டாக்டர் அழகப்பச் செட்டியார் ஒரு அதிசயமனிதர். அவர் பம்பாய்க்கு ஒரு தடவை போயிருந்தார். மேனாட்டு[1] முறையில் நடத்தப்பட்ட ஹோட்டலுக்குச் சென்றார். ''தங்குவதற்கு அறை வேண்டும்'' என்று கேட்டார். அழகப்பச் செட்டியாரை ஏற இறங்கப் பார்த்துவிட்டு[2] மேற்படி ஹோட்டல் மானேஜர், ''அறை காலி இல்லை'' என்றான். ''நன்றாய்ப் பார்த்துச் சொல்!'' என்றார் அழகப்பச் செட்டியார். ''பார்த்துத்தான் சொல்கிறேன்.'' என்றான் மானேஜர். ''இந்த ஹோட்டலில் எத்தனை அறைகள் இருக்கின்றன?'' என்று அழகப்பச் செட்டியார் கேட்டார். ''நீ என்ன ஹோட்டலை விலைக்கு வாங்கப்[3] போகிறீரா?''[4] என்று மானேஜர் கேட்டான். ''ஆமாம், விலைக்கு வாங்கத்தான் போகிறேன்! என்ன விலை?'' என்று அழகப்பச் செட்டியார் கேட்டார். லட்சக் கணக்கில் ஏதோ ஒரு தொகையை[5] அவன் சொன்னான். ''சரி; இப் போதே அட்வான்ஸு வாங்கிக் கொள்!'' என்றார் அழகப்பச் செட்டி யார்.

---

* Madras, 1958; pp. 43–7.

1 *மேனாட்டு* : western.

2 *ஏற இறங்கப் பார்* : look [someone] up and down.

3 *விலைக்கு வாங்கு* : buy. *வாங்கு* on its own does not necessarily imply the handing over of money; it can mean simply 'receive'.

4 *நீ . . . போகிறீரா*. Note that the more usual pronoun/verb concord here would be *நீ போகிறாயா*.

5 *லட்சக் கணக்கில் ஏதோ ஒரு தொகை* : some sum in the region of a lakh [of rupees].

மானேஜர் திகைத்துப் போனார்.[6] கடைசியில் அந்த 'ரிட்ஸ்' ஹோட்டலை டாக்டர் அழகப்பச் செட்டியார் விலைக்கு வாங்கியே விட்டார்!

வியாபார விஷயத்திலேதான் இப்படியென்றால்,[7] தர்மங்கள் செய்யும் விஷயத்தில் டாக்டர் அழகப்பரின் காரியம் ஒவ்வொன்றும் நம்மைத் தூக்கிவாரிப் போடுவதாகவே[8] இருக்கிறது.

சென்ற வருஷத்தில்[9] வைஸ் சான்ஸலர் லக்ஷ்மணசாமி முதலியார் "ஒரு லட்சம் ரூபாய் ரொக்க நிதி[10] ஏற்படுத்தினால் ஒரு ஆர்ட்ஸ் காலேஜ் ஆரம்பிக்கலாம்!" என்று சொன்னார்.

"இந்தாருங்கள்[11] ஒரு லட்சம்! காரைக்குடியில் ஒரு காலேஜ் ஆரம்பிக்கலாம்!" என்றார் அழகப்பர். சொல்லிச் சில நாளைக்கெல்லாம்[12] காரைக்குடியில் காலேஜ் ஆரம்பமாகி விட்டது.

"வாடகைக் கட்டிடத்தில் எத்தனை நாள் காலேஜ் நடத்துவது? காலேஜுக்குச் சொந்தக் கட்டிடம் வேண்டும்!" என்று அவர் எண்ணினார்.

காரைக்குடிக்குப் பக்கத்தில் அறுநூறு ஏக்கரா நிலத்தை வாங்கினார். அதில் 150 ஏக்கரா நிலத்தை மேற்படி காலேஜுக்கு என்று எழுதி வைத்தார்.[13]

அவ்வளவு விஸ்தாரமான நிலம் வைத்திருக்கும்போது அதற்குத் தகுந்த விஸ்தாரமான கட்டிடம் கட்ட வேண்டாமா?

அழகப்பச் செட்டியார் காலேஜ் கேவலம் அற்ப சொற்பமாயிருக்கலாமா? வெறும் பி.ஏ. வகுப்பு மட்டும் போதுமா? பி.எஸ்.ஸி., பி.காம்., பி.ஏ. ஆனர்ஸ் எல்லாம் வேண்டாமா? பௌதிகம், இரசாயனம், தாவர நூல் முதலிய எல்லா வகுப்புக்களும்[14] வேண்டாமா?

கட்டாயம் வேண்டியதுதான். அதற்குப் பணம் எவ்வளவு ஆகும்?

முதலில் மூன்று லட்சம் வேண்டும் என்று திட்டம் போட்டார்கள். மூன்று லட்சம் ஐந்து லட்சமாயிற்று. பிறகு ஒன்பது லட்சத்தில் வந்து நின்றது!

---

6 திகைத்துப் போ : be bewildered.
7 இப்படியென்றால் : if it is like this.
8 தூக்கிவாரிப் போடு. See 7, note 18.
9 சென்ற வருஷம் : last year.
10 ரொக்க நிதி : ready cash.
11 இந்தாருங்கள் : here you are! Often used when handing over something to another. See 13, note 32, for the use of this word in a different situation.
12 சில நாளைக்கெல்லாம் : within a few days. See 13, note 7.
13 எழுதி வைத்தார் : he set aside.
14 முதலிய எல்லா வகுப்புக்களும் : and all such divisions, too.

அவ்வளவும் அழகப்பச் செட்டியார் கொடுத்தார். ரொக்கமாகவும் கொடுத்தார்; சொத்துக்களாகவும்[15] கொடுத்தார்.

"வெறும் ஆர்ட்ஸ் காலேஜுகளைப் பெருக்கி பி.ஏ.க்களை உற்பத்தி செய்து தள்ளுவதில் என்ன பிரயோஜனம்?" என்று சிலர் சொன்ன வார்த்தைகள் டாக்டர் அழகப்பரின் காதில் விழுந்தன.

இதே சமயத்தில்[16] இந்தியாவின் சுதந்திர சர்க்கார் சென்னை மாகாணத்தில் ஒரு பெரிய மின்சார–ரசாயன ஆராய்ச்சிக்கூடம்[17] ஆரம்பிக்கப் போகிறார்கள் என்றும் தெரிந்தது.

"முந்நூறு ஏக்கரா நிலம் கொடுக்கிறேன். பதினைந்து லட்சம் நன்கொடையும் தருகிறேன். காரைக்குடியில் ஆரம்பியுங்கள்!" என்று அழகப்பச் செட்டியார் சொன்னார்.

இந்திய சர்க்காரின் விஞ்ஞான இலாகா காரியதரிசி டாக்டர் பட்நகர் காரைக்குடிக்கு வந்து பார்த்தார். "நிலம் இருக்கிறது; சரிதான்! தண்ணீர் வசதி இல்லையே?" என்றார்.

உடனே பூமிக்கு அடியிலே[18] இருநூறு அடி முந்நூறு அடி ஆழம் போய்த் தண்ணீரை வெளியில் கொண்டு வரக்கூடிய போர்[19] பம்பிங் இயந்திரத்தை[20] அழகப்பச் செட்டியார் கொண்டு வந்தார்.

பூமிக்குள்ளே ஆழமாய்க் குடைந்ததும் தண்ணீர் பொங்கிக் கொண்டு வந்து வெள்ளமாய்ப் பெருகிற்று!

ஆகவே டாக்டர் பட்நகரின் ஆட்சேபனை அடிபட்டுப் போய்விட்டது.

* * *

அறுநூறு ஏக்கரா நிலத்தில் நானூற்றைம்பது ஏக்கரா போகப்[21] பாக்கி நூற்றைம்பது ஏக்கரா நிலம் இருக்கிறதே–அதை என்ன செய்கிறது என்ற கவலை அழகப்பரைத் தொல்லைப்படுத்தியது. அதற்கும் ஒரு வழி சீக்கிரத்திலேயே அவர் கண்டுபிடித்தார்.

நாட்டுக்கு இப்போது வேண்டிய முக்கியமான கல்வி என்ன? என்ஜினியரிங் கல்வி அல்லவா?

---

15 ரொக்கமாகவும் சொத்துக்களாகவும்: both in the form of cash and in the form of goods. Note this use of the linking –உம் . . . –உம் in two separate 'sentences'.

16 இதே சமயத்தில்: at this very moment.

17 மின்சார–ரசாயன ஆராய்ச்சிக்கூடம்: electro-chemical research centre.

18 பூமிக்கு அடியிலே: down into the ground.

19 போர். From English 'bore'.

20 பம்பிங் இயந்திரம்: pumping machine.

21 போக: when [they] go.

மீதம் உள்ள நூற்றைம்பது ஏக்கரா நிலத்தில் ஒரு முதல்தர[22] என்ஜினியரிங் காலேஜ் ஆரம்பித்துவிட வேண்டியதுதான். அதற்கு எத்தனை பணம் வேண்டும்? பத்து லட்சம் ரூபாய் தானே? சரி!

இப்போது அழகப்பச் செட்டியார் காரைக்குடியில் என்ஜினியரிங் காலேஜ் ஆரம்பிப்பதற்காகப் பத்து லட்சம் ரூபாய் சேகரம் செய்து[23] கொண்டிருக்கிறார்!

* * *

இப்படியெல்லாம் மூச்சுத் திணறிப்போகும் படியாகக் கல்வி தர்மம் செய்துவரும் டாக்டர் அழகப்பச் செட்டியார் தமிழ் நாட்டுக்கு இன்னொரு மகத்தான பேருபகாரம்[24] புரிந்திருக்கிறார்.

காரைக்குடியில் ஸ்தாபனமாகிற மின்சார–ரசாயன ஆராய்ச்சிக்கூடத்துக்கு அஸ்திவாரக்கல்[25] நாட்டப் பிரதம மந்திரி பண்டித ஜவாஹர்லால் நேருவை அழைத்து வந்திருக்கிறார்.

எத்தனையோ[26] முக்கியமான தேசீய, சர்வ தேசீய[27] வேலைகளில் மூழ்கிக் கிடக்கும் ஜவாஹர்லால்ஜியைத்[28] தில்லியிலிருந்து சென்னைக்கு வரவழைப்பது என்பது இலேசான காரியமா?

சாதாரணமாக, அசாத்தியமான காரியம் என்றே அதைச் சொல்லலாம்.

ஆனால் டாக்டர் அழகப்பாவுக்கு அது அசாத்தியமான காரியம் அன்று.

அழகப்பர் நேருஜியைக் கைப்பிடியாகப் பிடித்துக் கொண்டு வருகிறார்.

சென்னையிலும் காரைக்குடியிலும் லட்சக்கணக்கான தமிழ் மக்களுக்கு ஜவாஹர்லால்ஜியைத் தரிசிக்கும் பாக்கியம் கிடைக்கப் போகிறது. ஜவாஹர்லாலின் பொன் மொழிகளைக் கேட்கும் பேறும் கிட்டப் போகிறது.[29]

---

22 முதல்தர : first-rate.

23 சேகரம் செய் : raise (money).

24 பேருபகாரம் (பேர் + உபகாரம்) : great benefaction.

25 அஸ்திவாரக்கல் (அத்திவாரக்கல் alternative form) : foundation-stone.

26 எத்தனையோ : so many.

27 தேசீய சர்வ தேசீய : national and international.

28 ஜி. A Hindi suffix indicating respect.

29 கேட்கும் பேறும் கிட்டப் போகிறது : even the good fortune of hearing ... is going to be obtained.

தமிழ் மக்களின் சார்பாக டாக்டர் அழகப்பச் செட்டியாருக்கு மனமார்ந்த நன்றியைச் செலுத்துகிறோம். இது போல் இன்னும் பல திடுக்கிடும் தர்மங்களையும் மனிதருக்கு உபகாரங்களையும் செய்யும் பேற்றை அவருக்கு அருள் புரியுமாறு இறைவனைப் பிரார்த்திக்கிறோம்.[30]

30 பல . . . பிரார்த்திக்கிறோம் : we pray God to grant him the grace of the good fortune of doing many startling acts of charity and benefactions to mankind.

13. அகிலன் : கங்கா ஸ்நானம்

அகிலன் (வை. அகிலாண்டம் : *b.* 1922) served in the Postal Department from 1945 to 1957, when he left to devote himself entirely to his writing. His first short stories were published as early as 1938. His original works consist of ten novels, as many volumes of short stories, two plays and some collections of essays. He has also translated a number of books from English. In 1963 he received the Sahitya Akademi award for Tamil. The volume of short stories drawn on here is அமராவதிக் கரையில்.*

கங்கா ஸ்நானம்[1]

1

கதவைப் படீரென்று சாத்தினாள் . . .

நாற்காலியில் ஒரு யோசனையும் இல்லாமல் அறைக்கு வெளியே உட்கார்ந்திருந்த சுந்தரத்திற்கு அந்தச் சத்தம் தலையில் அடித்தது போல் கேட்டது. எழுந்து சென்று கதவைத் தட்டினான்; ஒரு பதிலும் இல்லை.

"பாகீரதி, பாகீரதி!"

சுந்தரத்தின் குரலில் ஒருவித உணர்ச்சியும் இல்லை. செத்தவன் கூப்பிடுவதுபோல் இருந்தது.

அப்போதும் கதவு திறக்கப்படவில்லை. உள்ளே தாழிடப்பட்டிருந்தது.

சுந்தரத்திற்குக் கொஞ்சம் எங்கிருந்தோ[2] சூடு பிறந்தது. "ஏ, பாகீரதி" என்று சற்றே பலமாகக் கூப்பிட்டுக் கதவையும் ஓங்கித் தட்டினான்.[3]

பாகீரதி வரும் காலோசை கேட்டதும், கதவின் நாதாங்கி கழன்று விழுந்தது. ஆனால் கதவைத் திறந்து கொண்டு சுந்தரம் உள்ளே செல்வதற்குள் பாகீரதி படுக்கையில் சென்று குப்புற விழுந்துவிட்டாள்.

---

* 4th edition, Peṇṇāṭam, 1960; pp. 11–20.

1 கங்கா ஸ்நானம் : a [holy] bath in the Ganges. The name of the river in Tamil is கங்கை.

2 எங்கிருந்தோ : from somewhere.

3 ஓங்கித் தட்டினான் : he banged forcefully.

அவள் தேகம் அடிக்கொரு தரம்[4] குலுங்கியது; ஆனால் அவள் விம்மிய குரல் வெளியே எழவில்லை.

"பாகீரதி" எனப் பக்கத்தில் உட்கார்ந்து சுந்தரம் அழைத்தான். அவள் நீர் சிந்திய கண்களுடன் திரும்பி அவனைப் பார்த்தாள். "ஏன் அழுகிறாய்?" என்ற அவனுடைய சாரமற்ற கேள்விக்கு அவள் ஒன்றும் பதில் சொல்லவில்லை. அவனையே வெறிக்கப் பார்த்துக் கொண்டிருந்தாள்.

"அம்மா சொல்லுவதுபோல் இந்தத் தடவை காசிக்குப் போய் வந்துவிடுவோம். நாம்தான் வடக்கே அந்தப் பக்கமெல்லாம் போனதில்லையே" என்றான்.

அவள் மௌனமாக அவனைப் பார்த்துக்கொண்டிருந்தாள். கண்ணீர் ஊற்று வற்றிக் கறை படிந்திருந்தது. கன்னங்களில், அவளுடைய இதழ்களில் நீர் சிந்தியதால், அதில் கறித்த உப்பை அவள் வாய் உணர்ந்தது.

"கங்கா ஸ்நானம் செய்து வந்த பிறகு நான் . . . நான் . . . வந்து . . . என்ன, பாகீரதி!" –அவன் அதற்கு மேல் தயங்கினான்.

அதற்குமேல் அவன் சொல்லப் போவதை அவள் உற்றுக் கேட்கலானாள்.[5] அவள் கண்களில் சோகம் கலந்த ஆவல் ஊடாடியது. ஆனால் அவனோ அதற்குமேல் ஒன்றும் பேசவில்லை. தயக்கத்தோடு வெளிவந்த சொற்களுடன் அவன் பேச்சு அறுபட்டுவிட்டது.

பாகீரதி மீண்டும் ஏதோ சொல்லப் போகிறான் எனப் பொறுத்துப் பார்த்தாள். அவன் பாலை எடுத்து நிதானமாகக் குடிக்கத் தொடங்கினான்.

"ஆமாம், உங்கள் அம்மாவிடம் அந்தச் சங்கதியை இன்னும் சொல்லவில்லையா? சொல்லப் போகிறதே இல்லையா? . . . என்ன, நான் கேட்பது புரிந்ததா?" என்றாள்.

சுந்தரம் விழித்தான். பின், "இன்னும் இல்லை . . . வந்து . . . வந்து . . ."[6] எனத் தடுமாறினான். கடைசியாகப் போர்வையை இழுத்துப் போர்த்திக்கொண்டு படுத்துவிட்டான். படுத்தவன் படுத்தவன் தான். லேசான குறட்டை அரைமணிக்கெல்லாம்[7] அவனிடமிருந்து கிளம்பியது.

---

4 அடிக்கொரு தரம் : very often.
5 உற்றுக் கேட்கலானாள் : she began to listen attentively.
6 வந்து . . . வந்து. Hesitation form repeated.
7 அரைமணிக்கெல்லாம் : within half an hour.

அவனைப் பாகீரதி பார்த்தாள். அயர்ந்து தூங்கும் தன்னுடைய அருமைப் பிள்ளையைப் பார்க்கும் தாயைப் போல அவனைப் பார்த்தாள். சுருண்டு அழகாக இருந்த அவனுடைய கிராப்புத் தலையில் மெதுவாகத் தன் கரத்தை வைத்தாள். பின்பு ஏனோ படிப்படியாக அவள் முகத்தில் வெறுப்புத் தோன்றியது. வைத்த கரத்தை வேகமாக எடுத்துக் கொண்டு முன்போலவே குப்புறக் கிடந்து விம்மினாள்.

2

அன்று மாலை நிகழ்ச்சி அவள் நினைவுக்கு வந்தது.

"காய்க்காத மொட்டை மரத்தைக்[8] கட்டி அழுது என்னடா பிரயோசனம்? உங்கள் பரம்பரையிலேயே இப்படி இருந்ததில்லை சுந்தரம். ஒரு வருஷமா இரண்டு வருஷமா? ஒன்பது வருஷமா யாராலேதான் இந்தப் பாவத்தைச் சகிக்க முடியும்? சொத்திலே பாதி கோவிலுக்கும் குளத்துக்கும் கரைத்தாகிவிட்டது.[9] என்ன புண்ணியத்தைக் கண்டோம்? கேட்டதில்லையா நீ? மலடியைப் பிள்ளை பெறு என்றால் எங்கேயிருந்தடா பெறுவாள்? கடைசியாக ஓர் ஆசை; காசிக்கு மாத்திரம் இன்னும் போகவில்லை. அங்கேயும் போய் கங்கையில் ஒரு முழுக்குப் போட்டு வந்துவிடுங்கள். அப்புறம் ஆறு மாசம் பார்க்கிறேன். பூவோ, பிஞ்சோ[10] இல்லாவிட்டால் பேசாமல் அவளுக்கே ஒரு முழுக்குப் போட்டுவிட்டு, மறு கல்யாணத்திற்கு ஏற்பாடு பண்ணவேண்டியதுதான். என்னைப்போல் இந்த ஒன்பது வருஷம் பொறுத்தவள் ஒருத்தியும் இல்லை. பூமாதேவியைப்போல்[11] பொறுத்தேன்" என்று தன் மகன் சுந்தரத்திடம் படபடவென்று வார்த்தையைக் கொட்டினாள், அவன் தாய் மங்களம். அத்தனையையும் கேட்டுக்கொண்டுதான் இருந்தாள் பாகீரதி.

---

8 காய்க்காத மொட்டை மரம்: a barren tree which bears no fruit. I.e. a woman who bears no child.

9 சொத்திலே ... கரைத்தாகிவிட்டது: half the property has been dissolved for temple and tank. Childless people often visit holy places to pray for the blessing of a child, and spend money on rituals.

கோவில் குளம்: the temple and the holy tank attached to it. Can mean 'holy place' in general.

கோவில், alternative form கோயில்.

10 பூவோ பிஞ்சோ: flower or young unripened fruit. Idiomatically 'child'.

11 பூமாதேவி: Mother of the Earth. A name of Laksmi, wife of Viṣṇu. She is known for her great patience and forbearance.

சுந்தரம் ஏதாவது தன் தாயிடம் பேசமாட்டாஞ எனப் பாகீரதிக்கு ஓர் ஏக்கம். அவன் சொல்லுவதற்கும் விஷயம் இருந்தது. ஆனுல் கல்லுப் பிள்ளையாராகி[12] அவன் சமாதி நிலை அடைந்துவிட்டான்.

அந்தக் குடும்பத்தின் ஏகபோக அதிகாரமும் மங்களத்தம்மாள் கையில் இருந்தது. அவளுடைய செல்லப் பிள்ளையாக வளர்ந்தவன் சுந்தரம். அழகுக்கும் வாட்ட சாட்டத்திற்கும் குறைச்சல் இல்லை. அப்பா சிறு வயசிலே நிறையச் சொத்தை அந்தக் கிராமத்திலே விட்டுவிட்டு இறந்துபோனுர். மங்களத்தம்மாளின் தமையன் ராம கிருஷ்ணன்தான் குடும்பத்திற்கு உதவியாக இருந்து மேற்பார்வை பார்க்கிருர். அவருக்கும் குடும்பச் சிக்கல் கிடையாது. அவர் இந்தக் குடும்பத்தின் உள்விவகாரங்களிலும்[13] தலையிட்டுக்[14] கொள்வதில்லை.

பாகீரதியின் அழகு கண்கொள்ளா அழகு.[15] அதற்காகவே மங்களம் அவளைத் தன் மருமகளாக்கிக்கொண்டாள். மூன்று வருஷங் கள் குடும்பம் குதூகலமாய்த்தான் நடந்தது. நாலாவது வருஷத்தி லிருந்து பிடித்தது சனியன்[16] பாகீரதிக்கு. மாதந்தோறும்[17] அவள் விலகியிருக்கும் நான்கு நாட்களும் வீட்டில் ஏக அமளி. அதற்குப் பின்னும் சில நாட்கள் அந்தத் துன்பம் இருக்கும். மங்களம் எரிந்து எரிந்து விழுவாள்;[18] சம்பந்தம் இல்லாமல் திட்டுவாள். மலடி, பாவி, மொட்டை—இன்னும் பல பல அடைமொழிகள் பாகீரதிக்கு.

மங்களத்தின் ஒரே பெண் சீதா பிறந்தகம் வரும்போதெல்லாம்[19] அவளுடைய குழந்தைகளை அதிகமாகப் பாகீரதியிடம் கொஞ்ச விடக் கூடாதென்பது மங்களத்தின் உத்தரவு. பிள்ளையற்றவளின் கண் மிகப் பொல்லாததாம்.[20] இதையெல்லாம் மங்களம் ஒளிவு மறைவுடன்

---

12 கல்லுப் பிள்ளையார் : Vināyaka made of stone. This refers to the inactive stone image of Vināyaka. Note that only the name of Vināyaka among the Gods has such a collocation. See also 3, note 50.

13 உள்விவகாரங்கள் : internal affairs.

14 தலையிடு : interfere.

15 கண்கொள்ளா அழகு : beauty that eyes could not contain. I.e. very great beauty.

16 சனியன் : the planet Saturn. Often associated with bad luck and misery.

17 மாதந்தோறும் : every month.

18 எரிந்து எரிந்து விழுவாள் : often she would frown upon [people]. Note the use of the future tense for habitual statement. Repetition of எரிந்து indicates the frequency of this habit.

19 வரும்போதெல்லாம் : whenever [she] comes.

20 பிள்ளையற்றவளின் கண் மிகப் பொல்லாததாம் : it is said that the childless woman's glance is very evil.

பொல்லாத கண் : evil eye.

சொல்லுவதில்லை. அவளுக்கென்ன பாகீரதியிடம் பயம்? அவள் மாமியார்!

அவள் மாமியின் பேச்சு அந்தக் கிராமமே பரவியது. பாகீரதியை அநுதாபத்துடன் பார்ப்போரும் வெறுப்போடு நோக்குவோரும் பயத்தோடு கவனிப்போருந்தான் அந்தக் கிராமத்தில் இருந்தனர். தோழமைக்கும் நட்புக்கும் பெண்கள் பஞ்சமாகிவிட்டார்கள்.

ஊர் கிடக்கட்டும்,[21] அவள் நெஞ்சே அவளை அரித்தெடுத்தது.[22] குளத்தங்கரைக்குப் போகும் வழியில் தாய்க் கோழியைச் சுற்றித் திரியும் சிறு குஞ்சுகளும், தூங்கும் நாயின் மடியைக் கவ்வும் அதன் அழகிய குட்டிகளும், தலையில் தாய் புல் சுமந்து வர, அவள் இடுப்பில் இருந்தவாறே[23] மார்பைச் சுவைக்கும் குடியானவக் குழந்தையும் பாகீரதிக்கு என்ன என்னவோ[24] ஏக்கக் கதைகளைக் கூறின. தன் வீட்டிலேயே ஒரு முறை மாமி பசுவிடம் பால் கறக்கும்போது அதைப் புதுக் கருத்துடன் நோக்கினாள். பால் சுரந்து செம்பில் பீச்சும் அதே சமயம் பாகீரதியின் கண்களும் குபு குபுவென நீரைச் சொரிந்தன. அவள் நெஞ்சு விம்மி விம்மி விழுந்தது.

குலை குலையாய்க் காய்த்துக் குலுங்கும் மாமரமே! தாறுகளைத் தாங்காது சாயும் வாழையே! பருத்த கனிகளைக் கிளைகளிலும் வேர்களிலும் தொங்கவிடும் பலாவே! உங்களுடன் பாகீரதி சேர்ந்தவள் அல்லவா? அவள் பூக்காத, கனி குலுங்காத வர்க்கத்தில் ஒதுக்கக் கூடியவளா?[25]

3

ஒரு மாதத்திற்கு முன்புதான் பாகீரதியின் பிறந்த இடமான திருச்சிக்கு அவள் அப்பா இருவரையும் அழைத்துச் சென்று ஒரு வாரம் வைத்திருந்து அனுப்பினார். அதுவும் அவர் ஏதோ சாந்தி கழிக்க[26] அழைத்ததால்தான் மங்களத்தின் அநுமதி கிடைத்தது. திருச்சி சென்று நாலைந்து[27] தினங்கள் ஆனபிறகு, ஒருநாள் மாலை, "ஸ்ரீரங்கம்

---

21 ஊர் கிடக்கட்டும் : let the village be i.e. don't worry about what people say.

22 அரித்தெடு : torment.

23 இருந்தவாறே (இருந்தபடியே, alternative form) : in the manner of being. Cf. 9, note 7.

24 என்ன என்னவோ : all sorts of.

25 கூடியவள் : one who can. 'Is she the kind to be relegated to the class that does not flower, that does not bear fruit?'

26 சாந்தி கழி : make appeasement (with evil spirits, and so on).

27 நாலைந்து : four or five. See 7, note 15.

புறப்படலாம், வாருங்கள்" என்று சுந்தரத்தை அழைத்துக் கொண்டு பாகீரதி தன் வீட்டு வண்டியில் புறப்பட்டாள்; போகும் வழியில் ஒரு லேடி டாக்டரின் விலாசத்தைச் சொல்லி அங்கே முதலில் போய்விட்டுப் பிறகு கோவிலுக்குப் போகலாம் என்றாள் வண்டிக்காரனிடம்.

டாக்டர் வீட்டு வாசலில் வண்டி நின்றது. அந்த லேடி டாக்டரின் கணவரும் ஒரு டாக்டர். இது ஏற்கனவே பாகீரதிக்குத் தெரிந்திருந்தது.

"இறங்குங்கள், இவர்களைப் பார்த்துவிட்டுப் பிறகு போகலாம்" என்றாள்.

"நான் எதற்கு? உனக்குத் தெரிந்தவர்களென்றால் நீ போய்ப் பார்த்துவிட்டு வா" என்றான், வண்டியில் இருந்தவாறே.

"வண்டியில் இருக்கும் நேரம் உள்ளே வந்திருக்கக்கூடாதா?" எனப் பிடிவாதமாய் அவனையும் அழைத்துச் சென்றாள்.

லேடி டாக்டருக்கு ஏற்கனவே பாகீரதியைத் தெரியும் போலும். புன்சிரிப்புடன் வரவேற்றாள். சுந்தரத்தைப் பற்றியும் விசாரித்தாள். பின்பு தனியே சுந்தரத்தை ஓர் அறையில் விட்டுவிட்டுப் பாகீரதி மட்டிலும் அவளிடம் தனிமையில் ஒரு நிமிஷம் பேசினாள்.

"அதற்கென்ன? பார்த்தால் போகிறது.[28] ஐந்து நிமிஷத்து வேலை. உன்னை மாத்திரம் பரிசோதித்தால் போதாது! இதோ அவரும் வந்துவிடுவார். வந்தவுடன் உன் புருஷரையும் பார்க்கச் சொல்லுகிறேன்" என்று பரிசோதனை அறைக்கு அழைத்துச் சென்றாள்.

வெளியில் வரும்போது பாகீரதியும் லேடி டாக்டரும் சிரித்த முகத்துடன் காணப்பட்டனர்.

லேடி டாக்டரின் கணவரும் வந்துவிட்டார். வந்தவுடன் முதல் வேலையாக அவர் மனைவியின் வேண்டுகோளின்படி சுந்தரத்தைப் பரிசோதித்தார். சுந்தரம் முதலில் தயங்கினான். பின்பு வேறு வழியற்றவன்போல்[29] சம்மதித்தான். பரிசோதனைக்குப் பின்பு சில முக்கியமான யோசனைகளைச் சுந்தரத்திடம் கூறினார். அதைக்கேட்டு லேடி டாக்டர் பாகீரதிக்கும் அவனுக்குச் சொல்லப்பட்ட விஷயங்களைத் தெரிவித்தாள. பாகீரதியின் முகம் மலர்ந்தது. வெகு நாட்களாகப் பிரிந்

---

28 அதற்கென்ன? பார்த்தால் போகிறது. Very well, let us see.
அதற்கென்ன. **Idiomatically this is used when one agrees with another person about doing something.**

29 வேறு வழியற்றவன் (கதியற்றவன், alternative form) : a man with no other course; a man who could not do otherwise.

திருந்த அபூர்வக் களை அந்த முகத்தில் மறுபடியும் கொஞ்சியது. ஆனால் சுந்தரத்திடம் ஒரு மாற்றத்தையும் காணவில்லை. தர்மசங்கடத் தில் அகப்பட்டு விடுதலை அடைந்தவன் போல் காணப்பட்டான்.

4

காசி யாத்திரை புறப்பட்ட சுந்தரம் தம்பதிகளின் ரெயில் ஆந்திர நாட்டை ஊடுருவிக்கொண்டிருந்தது.[30] இரண்டாவது வகுப்புப் பெட்டி யில் சுந்தரம், பாகீரதி, மங்களம், அவள் தமையன் ராமகிருஷ்ணன் ஆகிய நால்வரே இருந்தனர். மங்களம் அயர்ந்து உறங்கிக்கொண்டி ருந்தாள். ராமகிருஷ்ணன் உட்கார்ந்தபடியே தூங்கி வழிந்தார்.[31]

சுந்தரம் அவனுக்கே இயற்கையான அர்த்தமற்ற நோக்குடன் விழித்துக்கொண்டு சாய்ந்திருந்தான். பக்கத்தில் பாகீரதி அமர்ந் திருந்தாள்.

"இந்தாருங்கள்"[32] என்றாள் பாகீரதி.

சுந்தரம் திரும்பினான்.

"திருச்சியில் நடந்ததை நீங்கள் உங்கள் அம்மாவிடம் சொல்லப் போகிறீர்களா, இல்லையா?" என்றாள்.

பதில் இல்லை. அதே அர்த்தமற்ற பார்வை.

"உங்களுக்கே உங்கள் வாழ்வில் அக்கரை இல்லையா? உள்ளதைச் சொல்லத் திராணி இல்லா ஆண் பிள்ளையா நீங்கள்?" என்றாள்.

அவனுக்கு ரோஷம் வரவில்லை.

"நீங்கள் ரொம்பக் கோழை—உள்ளதைச் சொல்லுங்கள்; உங்க ளுக்கு இன்னொரு பெண்ணைக் கட்டிக்கொள்ள வேண்டுமென்ற ஆசை இருக்கிறதா?"

அதற்கும் ஒரே மௌனம்.

"இந்த ஒன்பது வருஷங்களாய் உங்களைப் பார்த்தாகிவிட்டது.[33] நானாய்க் கிடந்து[34] அலட்டிக்கொள்வதில் பலன் என்ன? என் விதி, நான் ஒரு நெஞ்சில்லாத, கபடு நிறைந்த, பயம் பிடித்த மனிதருடன் வாழ்ந்தேன்."

---

30 ஊடுருவிக்கொண்டிருந்தது : it was penetrating; it was passing through.

31 தூங்கி வழி : fall asleep. Note the use of the word வழி, 'overflow'.

32 இந்தாருங்கள். Used to call the attention of one's husband.

33 இந்த ... விட்டது : for nine years [I] have seen you. I.e. I have known you.

34 நானாய்க் கிடந்து (நானாகக் கிடந்து, alternative form) : myself alone.

கங்கைக் கரையில் பண்டாக்களிடம் நூறு ரூபாய் பேசி[35] எல்லாவித ஏற்பாடுகளும் முடிந்தன. சடங்குகள் நிறைவேறின. "முன்னாலேயே இருந்து நிதானமாக முழுகி வாருங்கள்" என்றாள் மங்களத்தம்மாள்.[36] தன்னுடைய பெயரைக் கொண்ட கங்கையை, அவளுடைய சுழித்தோடும் வேகத்தைச் சிரித்தபடியே பார்த்தாள் பாகீரதி.[37]

முதல் முழுக்கு, இரண்டாவது, மூன்றாவது . . . சுந்தரம் முழுகி எழுந்தான். ஆனால் பாகீரதி எழவில்லை. சுந்தரம் திரும்பிப் பார்த்தான்.

மங்களம், "பாகீரதி" என வாய்விட்டுக் கத்தினாள்.[38]

பாகீரதி பாகீரதியுடன்[39] கலந்துவிட்டாள். அவளுடைய மடியை நோக்கிப் பாய்ந்துவிட்டாள்.

கடைசியில் தேடிப் பிடித்து அவள் உடலை எடுத்தார்கள்.

சொந்தக் கிராமத்திற்கு நள்ளிரவில் திரும்பியபோது, கதவைத் திறந்து விளக்கு ஏற்றியவுடன் மங்களத்தம்மாளின் விலாசத்திற்கு ஒரு உறை கிடந்தது. கையெழுத்து பாகீரதியினுடையது.

அன்புள்ள மாமி,
நமஸ்காரம்.

கங்கையில் கடைசியாக என்னையே நான் முழுக்கிவிடுகிறேன்.[40] பிழைக்க விரும்பினேன். அந்த ஆசைக்கு ஒரு துளி நீராவது உங்கள் குழந்தை வார்ப்பாரென்று நம்பினேன்.[41] அவர் அப்படிப்பட்டவர் அல்ல.

என்னை மலடி என்கிறீர்கள். நான் மலடி அல்ல. சில குழந்தைகளுக்கு இந்த ஒன்பது வருஷத்தில் தாயாகக் கூடியவள்தான்.

---

35 நூறு ரூபாய் பேசி : having talked [and fixed] 100 rupees.

36 மங்களத்தம்மாள் (மங்களம் + அம்மாள்). அம்மாள் suffixed to a feminine name. See 4, note 3.

37 தன்னுடைய . . . பாகீரதி : Bhāgīrathī, laughing, saw the whirling speed of the Ganges, which had her own name. This sentence would be more acceptable to an orthodox grammarian if it had கங்கையினுடைய for கங்கையை. Note that அவளுடைய refers to the river Ganges. The Ganges is considered the wife of Śiva. பாகீரதி is another name for Śiva's wife.

38 வாய்விட்டுக் கத்து : shout loudly.

39 பாகீரதி பாகீரதியுடன். See above note 37.

40 நான் முழுக்கிவிடுகிறேன் : I will immerse. Note the use of the transitive form. It brings out the deliberate nature of her drowning.

41 அந்த . . . நம்பினேன் : I trusted that your child would pour at least a drop of water for that wish. I.e. I was hoping your son would give at least a little help. Note ஒரு துளி நீர் வார் 'pour a drop of water' (to a plant, or to a dying person) used figuratively.

உங்கள் பிள்ளையைச் சில மருந்துகள் சாப்பிட வேண்டுமென்றும், ஊசிகள் போட்டுக்கொள்ள வேண்டுமென்றும் சமீபத்தில் திருச்சியில் டாக்டர் கூறினார். ஆறு மாதங்களில் குணமாகலாம் என்றும் சொன்னார். பிறகு நிச்சயம் குழந்தைகள் பிறக்கும் என்றார்.

இது உங்கள் பிள்ளைக்கு நன்றாகத் தெரியும். தெரிந்தவர் ஏன் உங்களிடம் சொல்லவில்லை ? ஏன் இதற்குப் பரிகாரம் தேடவில்லை ? இந்த விஷயம் எங்கள் இருவருக்குந்தான் தெரிந்திருந்தது.

நீங்கள் இருந்த இருப்பில் நான் உங்களிடம் இதைச் சொல்லியிருக்க முடியாது. நீங்கள் அணு அணுவாய்[42] என்னைச் சித்திரவதை செய்தீர்கள். மலடியாகவே ஒருத்தி இருந்துவிட்டாலும் அது அவள் குற்றமா ? அவளை அதற்காக உயிருடன் கொலைத்தால் என்ன பயன் ?

நான் போன மகிழ்ச்சியில்[43] உடனே மறுபெண்ணைத் தேடவேண்டாம். அவளுக்கும் எனக்குச் சூட்டிய பட்டங்கள் சூட்ட வேண்டாம். உங்கள் புத்திரரைத் தைரியம் உள்ளவராக, ஆண்மையுள்ளவராக மாற்ற முயலுங்கள். உடனே சிகிச்சைக்கு ஏற்பாடு செய்யுங்கள். பின்பு டாக்டரின் ஆலோசனைப்படி மணம் செய்து வையுங்கள்.[44] ஆனால் ஒன்று, கெஞ்சிக் கேட்டுக் கொள்ளுகிறேன். வருகிற பெண்ணையாகிலும்[45] நீங்கள் பெற்ற பெண்ணைப் போலப் பாவித்து வாருங்கள்.

—பாகீரதி.

கடிதத்தை அருகில் உள்ள விளக்கில் காட்டி எரித்தாள் மங்களம். இவர்கள் வருகையை எதிர்பார்த்து அடுத்த தெருவில் காத்திருந்த பாகீரதியின் பெற்றோரும் மற்றத் தெரு ஜனங்களும் கூட்டமாய்த் துக்கம் கேட்க வந்து கூடினர்.

அந்த எரிந்து போன கடிதம் மட்டிலும் தாயின் நெஞ்சிலும் பிள்ளையின் இருதயத்திலும் கூரிய ரம்பமாக அதிக ஆழத்தில் பாய்ந்து கொண்டே இருந்தது.

---

42 அணு அணுவாய் : atom by atom; bit by bit.

43 நான் போன மகிழ்ச்சி : the joy of my dying. Note this use of போ.

44 மணம் செய்து வை : arrange marriage.

45 வருகிற பெண்ணையாகிலும் : at least the girl who is going to come (i.e. after another marriage).

14. நாடோடி : இட்டிலி–சாம்பார்

நாடோடி (எம். வெங்கட்ராமன் : *b.* 1912), a journalist, enjoys great popularity as a comic writer. Most of his books are made up of humorous sketches poking light-hearted fun at the foibles of his society and managing at the same time to paint quite an accurate picture of that society. One such collection, என்னைக் கேளுங்கோன்னு!, opens with this portrait of a favourite Tamil dish.*

இட்டிலி–சாம்பார்[1]

என், தலைப்பைக் கண்டதுமே வாயில் ஜலம் ஊறுகிறதோ? உடனேயே பக்கத்தில் உள்ள ஹோட்டலுக்கு ஓடிப்போய் ஒரு இட்டிலி–சாம்பார் வாங்கிச் சாப்பிடாவிட்டால் தலை சுக்கு நூறாக[2] உடைந்து விடும்போல் தோன்றுகிறதோ? ரொம்ப சரி, கொஞ்சம் பொறுங்கள். இதோ, சாப்பிட்டுக் கொண்டிருக்கும் இட்டிலி–சாம்பாரை முடித்துக்கொண்டு நானும் உங்களுடன் புறப்பட்டு வருகிறேன்.

காப்பிக்கு அடுத்தபடியாக[3] நாம் உயிரைவிடத் தயாராயிருக்கும் பொருள் இந்த இட்டிலி–சாம்பார்தான் என்பதில் சந்தேகமில்லை.[4] யோசித்துப் பார்க்கும்போது, இதற்கு முதல் ஸ்தானமே கொடுத்து விடலாம் என்று தோன்றுகிறது. காலையில் எழுந்ததும், முதலில் இட்டிலி–சாம்பார் முகத்தில் விழித்த[5] பிறகுதானே காப்பியின் முகத்தில் விழிக்கிறோம்?

மனைவிக்குப் பயந்துகொண்டு அவள் போட்டுக் கொடுத்த காப்பிக் கஷாயத்தைக் குடித்துவிட்டு, வயிற்றைப் பிடித்துக்கொண்டு இருக்கிறார்களே, அவர்களைப் பற்றி நான் ஒன்றும் சொல்ல விரும்பவில்லை. காலையில் எழுந்ததும் இட்டிலி–சாம்பார் முகத்தில் விழிக்காதவர்கள்

---

* 2nd edition, Madras, 1957; pp. 9–16.

1 இட்டிலி–சாம்பார். A favourite South Indian dish. இட்டிலி is a kind of cake made by steaming a dough consisting of rice mixed with black gram.

சாம்பார் is a vegetable sauce eaten with it.

2 சுக்கு நூறாக : in hundreds of fragments.

3 காப்பிக்கு அடுத்தபடியாக : next after coffee.

4 என்பதில் சந்தேகமில்லை : there is no doubt about the fact.

5 முகத்தில் விழி : look [something] in the face.

மனிதப் பிறவியில் சேர்த்தியா, என்ன? "அரிதரிது, மானிடராய்ப் பிறத்தலரிது"[6] என்று பாடப்பெற்ற அரிதான மானிட ஜன்மத்தை[7] எடுத்த பிறகு, இட்டிலி–சாம்பார் சாப்பிடாமல் அதைப் பாழாக்குவ தென்றால்!

இட்டிலி–சாம்பாரினால் எத்தனை நன்மைகள் விளைகின்றன என் கிறீர்கள்! முதலில் காப்பி ஹோட்டலுக்கு நடந்து போவதே ஒரு நல்ல 'மார்னிங் வாக்' ஆகிறது. இதைவிட நல்ல தேகப்பயிற்சி நமக்கு வேறு எங்கே கிடைக்கப் போகிறது? இதை உத்தேசித்தாவது[8] தினம் காலையில் காப்பி ஹோட்டலுக்குப் போக வேண்டும் என்று கூறுவேன்.

ஹோட்டல் சிப்பந்திகள் தான் நம்மிடம் எவ்வளவு மரியாதையாக நடந்து கொள்கிறார்கள்! நாம் போய் உட்கார வேண்டியதுதான் தாமதம், உடனே ஒரு இட்டிலி–சாம்பார் கொண்டுவந்து நம் முன் வைத்து விடுவார்கள். பளபள வென்று கண்ணைப் பறிக்கும்[9] அழ கான பீங்கான் பிளேட்! அதன் நடுவே நம் மனத்தைக் கவரும் இட்டிலி! இட்டிலி இருக்கும் இடம் தெரியாதபடி அதை மூழ்கடித்து[10] நிற்கும் சாம்பார்! கடைசியாக இட்டிலியில் சொருகப்பட்டிருக்கும் அந்த வெள்ளை வெளேரென்று வெள்ளியை வெகுளச் செய்யும் ஸ்பூன்![11]

ஸ்பூன் என்றதும் ஒரு விஷயம் ஞாபகத்துக்கு வருகிறது. நம்மில் யாருக்கும் ஸ்பூனை உபயோகிக்கத் தெரியாதுதான். இதில் அவமானப் படுவதற்கு ஒன்றும் இல்லை. நாம் யாரைப் பார்த்து இந்த வழக்கம் கற்றுக் கொண்டிருக்கிறோம் என்று நினைக்கிறோமோ அவர்களுக்கும் ஸ்பூனில் எடுத்துச் சாப்பிடத் தெரியாது. ஆங்கிலேயர்கள் சாப்பிட உபயோகப் படுத்துவது[12] கத்தியும், முள் ஸ்பூனுமே தவிர, வெறும் ஒற்றை ஸ்பூன் அல்ல.

இட்டிலியோ அல்லது வேறு எதுவோ ஸ்பூன் கொண்டு[13] சாப் பிடுவதற்காக நம் ஜனங்கள் படும் திண்டாட்டத்தைக் கவனித்திருக் கிறீர்களா? கையால் எடுத்துச் சாப்பிட்டால் பக்கத்தில் இருப்பவர்

---

6 அரிதரிது மானிடராய்ப் பிறத்தலரிது : it is a very rare thing to be born as a man. A quotation from அவ்வையார்.

7 பாடப்பெற்ற . . . ஜன்மம் : the precious human life which is sung of (in these words).

8 உத்தேசித்தாவது : at least considering.

9 கண்ணைப் பறி : take out the eyes, i.e. dazzle.

10 மூழ்கடி : submerge.

11 அந்த . . . ஸ்பூன் : that spoon which, being very white, mocks silver. Note the deliberate alliteration in this sentence.

12 உபயோகப் படுத்து : make use of.

13 ஸ்பூன் கொண்டு : with a spoon.

என்ன நினைக்கப் போகிறாரோ என்று உங்களுக்கு எண்ணம். பக்கத்தில் இருப்பவருக்கோ, நீங்கள் என்ன நினைக்கப் போகிறீர்களோ என்று பயம். ஆகவே, இரண்டு பேரும், ''நமக்காச்சு, இந்த ஸ்பூனுக் காச்சு''[14] என்று 'ஒரு கை' பார்த்து விடத்[15] தீர்மானிக்கிறோம்.

ஆனால், அந்தச் சதிகார இட்டிலி உங்களுடன் ஒத்துழைத்தால் தானே? நாமொன்று நினைத்தால் அது ஒன்று நினைக்கிறது. நாம் ஸ்பூனைக் கிழக்கே கொண்டு போனால், அது மேற்கே ஓடுகிறது; மேற்கே கொண்டுபோனால் கிழக்கே ஓடுகிறது. ''உனக்கு இத்தனை ஆணவமா?'' என்று, இதுவரையில் 'ஒரு கை' பார்த்துக் கொண்டிருந்த நீங்கள், இப்பொழுது, 'இரண்டு கை' பார்க்கத் துணிகிறீர்கள். இதுவரையில் வேடிக்கை பார்த்துக் கொண்டிருந்த இடது கை பிளேட்டைப் பிடித்துக் கொள்ளுகிறது.

அப்பொழுதும் இட்டிலிக்கும், ஸ்பூனுக்கும் சண்டைதான்! கடைசியாக, ஒரு வகையாக, இட்டிலியிலிருந்து ஒரு துண்டு பிரிகிறது. ஆனால், அது ஸ்பூனுக்குள் அகப்பட்டுக் கொண்டால் தானே? இதற்காகப் பிளேட்டை இப்படிச் சாய்த்தும், அப்படிச் சாய்த்தும், இன்னும் அதைத் தட்டாமாலை[16] சுற்றியும் பார்க்கிறீர்கள். இதனால், சில சமயம், உங்களுக்குச் சாம்பார் அபிஷேகம் நடப்பதும் உண்டு. இதையெல்லாம் பொருட்படுத்தாமல் நீங்கள் 'விடேன் தொடேன்'[17] என்று யுத்தத்தை மேற்கொண்டு நடத்துகிறீர்கள். கடைசியாக, உங்கள் ஸ்பூனுக்குள் ஒரு இட்டிலித் துண்டு அகப்பட்டுக் கொண்டு விடுகிறது. ஆனால், ஸ்பூனுக்கு எட்டினது வாய்க்கு எட்டினால்தானே? அதுதான் பாதி வழியில் உருண்டு விழுந்து விடுகிறதே!

கடைசியாகத் தோல்வியை ஒப்புக்கொண்டு, கையால்தான் எடுத்துச் சாப்பிட வேண்டி யிருக்கிறது!

ஆனால், இதற்காக, 'ஸ்பூன் வேண்டாம்' என்று சொல்லிவிடாதீர்கள். இட்டிலியில் ஸ்பூன் சொருகப்பட்டிருக்கிறதா என்றுதான் நீங்கள் முக்கியமாகக் கவனிக்க வேண்டும். சில சாமான்கள் வாங்கும் போது, அதன்மீது, அதன் 'டிரேட் மார்க்' இருக்கிறதா என்று கவனித்து வாங்குவதில்லையா? அதைப் போலவே, இட்டிலி, நம் பாட்டி பண்ணும் பொரிவிளங்காய் உருண்டை போல் இல்லாமல், பூப்

14 நமக்காச்சு, இந்த ஸ்பூனுக்காச்சு : it's either us or the spoon.
15 'ஒரு கை' பார்த்துவிடு : try one's hand; have a go.
16 தட்டாமாலை. A game in which two people join hands and spin round and round.
17 விடேன் தொடேன் : I won't be beaten. For another example of the negative conjugation see 3, note 3.

போல் வெந்திருக்கிறதா[18] என்பதற்கு ஸ்பூன் சொருகியிருப்பதுதான் டிரேட்மார்க் அடையாளம்.

கொஞ்ச நாட்களாக இந்த இட்டிலியைப் பார்த்துப் பாக்கிப் பதார்த் தங்களுக்குப் பொறாமை உண்டாகி இருக்க வேண்டும். இல்லாவிடில்[19] இட்டிலிக்கும் ஓர் 'இமிடேஷன்' ஏற்படுமா?

சென்னையில், 'காஞ்சீபுரம் இட்டிலி' என்று ஒன்று ஏற்பட்டிருக் கிறது. இதை, நான் சாப்பிட்டுப் பார்த்தது கிடையாது.[20] சாப்பிட்டுப் பார்ப்பதாகவும் உத்தேசமில்லை. உண்மையில், எனக்கு அதன் முகத் தில் விழிக்கக்கூட இஷ்டமில்லை. அசல் நெய், கலப்பட நெய்க்குப் பயந்துகொண்டு, "வெண்ணெய் காய்ச்சின நெய்" (வெண்ணெய் காய்ச்சாத நெய்யும் உண்டு போலும்!)[21] என்ற பெயருடன் வெளிவர வில்லையா? அதைப்போல், இட்டிலியும் "ரைஸ்–இட்லி" என்ற புதுப் பெயருடன் இப்போதெல்லாம் வெளியே உலாவத் தொடங்கி யிருக் கிறது![22]

இதை யெல்லாம் நினைத்துப் பார்க்கும்போது, இந்த இட்டிலி விஷயமாக, சர்க்கார் ஏன் ஒரு சட்டம் கொண்டுவரக் கூடாது என்று தோன்றுகிறது. இது விஷயமாக ஒரு சட்டமும் செய்யாமல், காங்கிரஸ் மந்திரிகள் ராஜீனாமாச் செய்து விட்டார்களே என்று வருத்தமா யிருக் கிறது. இந்த வருத்தத்தில், காங்கிரஸ் விரோதிகள்கூடப் பங்கெடுத்துக் கொள்ளத் தயாரா யிருக்கிறார்கள் என்றால், எல்லாரையும் ஒற்றுமைப் படுத்தும் இந்த இட்டிலியின் மகிமையைப் பற்றி என்னவென்று சொல்வது![23]

முதலில், இட்டிலி காலை வேளையில் கிடைக்கிறதே தவிர, பாக்கி நேரங்களில் கிடைப்பதில்லை.

இரண்டொரு ஹோட்டல்களில், வாரத்திற்கொரு நாள், மத்தியான டிபனுக்கு என்று "ரைஸ்–இட்லி" போடுகிறார்கள்–அதாவது, சுவரில் மாட்டியிருக்கும் பலகையில் அப்படி எழுதி வைக்கிறார்கள். ஏனெ னில், நாம் இட்டிலி வேண்டும் என்று கேட்டால், "இன்னும் கொஞ்ச

18 பூப்போல் வெந்திரு : be cooked like a flower. A properly cooked இட்டிலி should be soft like the petals of a flower.

19 இல்லாவிடில் : if not.

20 இதை . . . கிடையாது : I have never eaten this.
சாப்பிட்டுப் பார் : taste.

21 வெண்ணெய் . . . போலும்! : as if there is ghee which is not melted butter!

22 இட்டிலியும் . . . தொடங்கி யிருக்கிறது! : nowadays *idli* too is moving about with the new name 'rice *idli*'.

23 என்னவென்று சொல்வது : what more can be said.

நாழி ஆகும்'' என்றோ, அல்லது "ஆகிவிட்டது ஸார்'' என்றோதான் பதில் வரும்.[24] இதற்கு, அவர்கள் இட்டிலியே போடவில்லை யென்றோ, அல்லது, போட்டிருந்தும் அந்தச் சிப்பந்திகளுக்குக் கொடுக்க மன மில்லை[25] என்றோதான் அர்த்தம்.

"காப்பி ஹோட்டல் என்று பெயர் வைத்துக்கொண்டிருக்கும் எந்தக் கடையும், எந்த வேளையில், யார் போனாலும், எத்தனை கேட் டாலும், இல்லை யென்னாமல் இட்டிலி–சாம்பார் சப்ளை செய்யவேண்டும்; இல்லாவிடில் அவர்கள் லைசென்ஸ் பறிமுதல் செய்யப்படும்''[26] என்று மாத்திரம் சர்க்கார் சட்டம் போட்டுவிட்டால்[27] எவ்வளவு நன்றா யிருக்கும்!

ஒரு கடையில் அரையணா, இன்னொரு கடையில் அணாவுக்கு மூன்று,[28] என்று இப்படிக் கன்னா பின்னா வென்று[29] இட்டிலிக்கு விலை ஏற்படுத்தப் பட்டிருக்கிறது. இதனால், நமக்கு ஏற்படும் அவதியும் அவமானமும் எண்ணுந் தரமன்று. காலணா இட்டிலியாக்கும் என்று நினைத்துக்கொண்டு கணக்கில்லாமல் சாப்பிட்டுவிடுகிறோம். பிறகு 'பில்' கிடைத்த பிறகுதான் நாம் செய்த தவறு தெரிகிறது. போது மான சில்லறை கொண்டுவராத தப்பிதத்தை உணருகிறோம். சில சமயங்களில், அரையணா இட்டிலியாக்கும் என்று நினைத்து, ஒன்று இரண்டுடன் திருப்தியடைந்து விடுகிறோம். பிறகு, அது காலணா இட் டிலி என்று தெரிந்ததும் "முன்னமேயே தெரியாமல் போச்சே'' என்று வருத்தமாயிருக்கிறது.[30]

ஆகவே, இந்தத் தொல்லை யெல்லாம் நீங்குவதற்கு, தமிழ் நாட்டின் எல்லாப் பாகங்களிலும், இட்டிலிக்கு ஒரே விலை[31] நிர்ணயித்து விட வேண்டும். இன்னும், கடைக்குக் கடை[32] இட்டிலி சின்னது, பெரியதாயிருப்பதைத் தடுப்பதற்காக, இட்டிலி என்றால், அதன் எடை, குறுக்களவு, சுற்றளவு, கன பரிமாணம், இன்னும் இத்தனை அரிசிக்கு இத்தனை உளுந்து என்று கணக்கு, முதலிய எல்லாவற்றையும் சர்க் காரே தீர்மானித்து விடவேண்டும்.

---

24 இன்னும் . . . வரும் : the reply will come, 'It will take a little while more', or 'It's finished, sir'.

25 மனமில்லை : [they] don't have a mind; don't want.

26 பறிமுதல் செய்யப்படு : be confiscated.

27 சட்டம் போட்டுவிட்டால் : if [they] passed a law.

28 அணாவுக்கு மூன்று : three for an anna. See 3, note 59.

29 கன்னா பின்னா : without any uniformity.

30 முன்னமேயே . . . வருத்தமாயிருக்கிறது : one feels sorry one didn't know it earlier.

31 ஒரே விலை : one uniform price.

32 கடைக்குக் கடை : from shop to shop.

"இட்டிலியில் ஸ்பூனைச் சொருகிக் கொடுக்கவேண்டும்" என்றும் சட்டம் வேண்டும். சில ஹோட்டல்களில் ஸ்பூன் கொடுப்பதில்லை; அப்படிக் கொடுத்தாலும் தனியாக வைத்துவிடுகிறார்கள். இதில், ஒரு பெரிய சூட்சி இருக்கிறது. இட்டிலி வெந்திருக்கிறதா, இல்லையா என்று நமக்குத் தெரியாமல் இருப்பதற்குத்தான் அப்படிச் செய்கிறார்கள்.

சட்னி, மிளகாய்ப் பொடி, கொத்சு முதலியவற்றைப் பற்றி ஒன்றும் சொல்லவில்லையே என்று ஒரு நண்பர் கேட்கிறார். ஆம், சொல்லவில்லை தான்! ஏனெனில்,[33] என் அபிப்பிராயப்படி, இட்டிலிக்கு மிகவும் உகந்தது சாம்பார்தான். ஆனால், இந்த ஹோட்டல்காரர்கள் இருக்கிறார்களே, மிகவும் பொல்லாதவர்கள். நீங்கள் சாம்பார் ஏகத்தாராகக் கேட்பீர்கள் என்று, இட்டிலிக்குச் சட்டினியா, மிளகாய்ப் பொடியா, என்றெல்லாம் உங்களைக் கேட்பார்கள். நீங்கள் அவர்கள் வலையில் விழாமல், அழுத்தந் திருத்தமாக,[34] 'சாம்பார் தான்' என்று வற்புறுத்த வேண்டும்.

சாம்பார் எவ்வளவு ஊற்றுவது என்பதைப்பற்றி ரொம்ப நாளாகவே[35] பெரிய சர்ச்சை இருக்கிறது. ஆகவே அதைப் பற்றியும் ஒரு சட்டம் வேண்டியதுதான். என்னைக் கேட்டால் தட்டில் இட்டிலி இருப்பது தெரியக்கூடாது, குறைந்த பட்சம் அவ்வளவு சாம்பாராவது[36] ஊற்ற வேண்டும் என்று கூறுவேன்.

கடைசியாக, நம் பெண்மணிகளின்[37] ஞாபகம் வருகிறது. அவர்களுக்கு மாத்திரம் சரியானபடி[38] இட்டிலி, சாம்பார் செய்யத் தெரிந்துவிட்டால், ஆண் உலகத்தையே அடிமைப்படுத்திவிடலாம். ஆனால், அவர்களுக்குத் தெரியாதவரையில், நம் பாடு கொண்டாட்டந்தான்! . . .

"யார் ஸார், அங்கே? இன்னொரு இட்டிலி–சாம்பார்!"

---

33 ஏனெனில் : for.

34 அழுத்தந் திருத்தமாக : firmly and positively.

35 ரொம்ப நாளாகவே : for a long time.

36 குறைந்த பட்சம் அவ்வளவு சாம்பாராவது : at the very least that much சாம்பார்.

37 பெண்மணி : lady.

38 சரியானபடி : properly.

15. நாடோடி : பெண் பார்த்தல்

A further sketch of an aspect of Tamil life from என்னைக்கேளுங்கோன்னா ! *

பெண் பார்த்தல்[1]

"குடித்தனமோ, துரைத்தனமோ ?"[2] என்று கூறுகிறார்கள் அல்லவா ? அது ஒரு வகையில் மிகப் பொருத்தம் என்றுதான் தோன்றுகிறது. துரைத்தனத்தில் பங்கு எடுத்துக்கொள்ள வேண்டுமானால்[3] 'மனுப் போடுதல்'[4] பிறகு 'பேட்டி காணுதல்'[5] என்று இரண்டு காரியங்கள் இருக்கின்றன. அதைப்போலக் குடித்தனத்திலும் இருக்கிறது. முதலில், நம் ஜாதகத்தைப் பெண்ணின் தகப்பனாரின் கையில் சேர்க்க வேண்டியிருக்கிறது. பிறகு, அவர் ஜாதகம் பிடித்திருக்கிறது என்றால், பெண்ணைப் போய்ப் பேட்டி காண வேண்டியிருக்கிறது. இப்படிப் பெண்ணைப் போய்ப் பேட்டி காண்பதற்குத்தான் 'பெண் பார்த்தல்' என்று பெயர்.

"பெண்ணைப் பார்க்க" என்று போகிறோமே யொழிய[6] பெண்ணைப் பார்க்க முடிகிறதோ ? இல்லை. முதலில் வெட்கம் நம்மைப் பிடுங்கித் தின்கிறது. நாம் புது நாட்டுப் பெண்போல் (அதாவது பழைய காலத்துப் புது நாட்டுப் பெண்போல்) தலையைக் குனிந்து கொள்ள வேண்டியிருக்கிறது. கொஞ்சம் தைரியத்தை வரவழைத்துக்கொண்டுதான் பார்க்கத் துணிகிறோம் என்றால், பெண் மின்னல்போல் ஒரு கணம் எதிரே நின்றுவிட்டு, ஓடி மறைந்து விடுகிறாள். பெண் அழகா, இல்லையா என்று நாம் நிர்ணயிக்க முடிகிறதில்லை. ஆனால் பெண்ணோ தூண் மறைவில் இருந்துகொண்டோ, அல்லது கூடத்துக்குப் பக்கத்தில்

---

* pp. 77–82.

1 பெண் பார்த்தல். Paying a visit to 'see a girl' with a view to judging whether she would make a suitable wife.

2 குடித்தனமோ, துரைத்தனமோ : family or government. As is explained in what follows the structure of a family and of a government are considered to be similar.

3 வேண்டுமானால் : if [one] wants.

4 மனுப் போடு : make an application.

5 பேட்டி காண் : (here) go for an interview.

6 போகிறோமே யொழிய : though we go.

உள்ள அந்த இருட்டறையில் இருந்துகொண்டோ நம்முடைய ரூப ஸௌந்தரியங்களை அறிந்துகொண்டு விடுகிறாள்.[7]

சில இடங்களுக்குப் பெண் பார்க்கப் போகுமுன் நம்முடைய வெட்கம், மானம், லஜ்ஜை எல்லாவற்றையும் மூட்டை கட்டி வீட்டில் வைத்துவிட்டுப் போகவேண்டியிருக்கும்.

முன்னொரு தடவை பெண் பார்ப்பதற்காக நான், என் தாயார், என் தமக்கை, என் தங்கை நால்வரும் புறப்பட்டோம். பெண் வீடு போய்ச் சேர்ந்ததும் தாயார், தமக்கை, தங்கை மூவரும் பெண்கள் கோஷ்டியுடன் சேர்ந்துகொண்டு விட்டார்கள். நானும் பெண்ணின் தகப்பனாரும் கூடத்தில் போய் உட்கார்ந்து கொண்டோம்.

பெண்ணைப் பார்க்க வேண்டும் என்று வெகு ஆவலாக நான் காத்துக்கொண்டிருந்தேன். ஆனால், பெண் வருவதாகக் காணோம்.[8] பெண்ணின் தகப்பனார் மாத்திரம் என்னென்னமோ[9] பேசிக்கொண்டே போனார்.

ஒரு போட்டோவைக் காண்பித்து, "இதுதான் இப்பொழுது கல்யாணமாகப் போகிறதே அந்தப் பெண்ணின் தமக்கை; கிளி என்றால் கிளியாட்டம் இருப்பாள்"[10] என்றார். போட்டோவைப் பார்த்ததில், அவர் தம் மூத்த பெண்ணைக் கிளி என்று குறிப்பிட்டது மிக்கப் பொருத்தம் என்றுதான் தோன்றிற்று. ஏனெனில் அவள் மூக்கழகில் கிளியைக் கொண்டிருந்தாள்!

இதற்குப் பிறகு, இன்னொரு போட்டோவை எடுத்தார். "இந்தப் போட்டோவைப் பாருங்கோ.[11] இது தான் நான். எனக்குக் கலியாணமானபோது எடுத்தது" என்று ஆரம்பித்தார்.

"அது கிடக்கட்டும், பெண்ணுக்குப் பாடத் தெரியுமோ?" என்று கேட்டேன்.

"பாட்டா! எங்கள் வீட்டில் எல்லாருக்கும் சங்கீதத்தில் உள்ள பிரியம் சொல்லி முடியாது.[12] பிடில் வாசிப்பதில் எனக்கு இணை

7 பெண்ணோ . . . அறிந்துகொண்டு விடுகிறாள் : but the girl, standing behind a pillar or else standing in that dark room next to the hall, finds out about our appearance and good features.

8 பெண் வருவதாகக் காணோம் : there was no sign of the girl coming.

9 என்னென்னமோ : something or other.

10 கிளி என்றால் கிளியாட்டம் இருப்பாள் : she is just like a parrot. In this sentence the words கிளி என்றால் give emphasis to the idea expressed. In Tamil it is a compliment to compare a girl to a parrot.

11 பாருங்கோ (alternative form பாருங்கள்) : look at!

12 சொல்லி முடியாது : it cannot be adequately expressed. I.e. even if it is said, it cannot be said completely.

கிடையாது என்றால், பார்த்துக் கொள்ளுங்களேன்''[13] என்று சொல்லி விட்டுப் பிடிலை வைத்துக்கொண்டு வாசிக்க ஆரம்பித்து விட்டார்.

''இது என்ன ராகம் என்று சொல்லுங்கள், பார்க்கலாம்'' என்று பிடிலில் ஓர் இழுப்பு இழுத்தார்.[14]

எனக்கு, அவர் எப்போது பிடிலைக் கீழே வைப்பார் என்று ஆகிவிட்டது. 'அவர் எப்படித்தான் அத்தனை அபஸ்வரங்களையும் அந்தப் பிடிலுக்குள் ஒளித்து வைத்திருந்தாரோ' என்ற சந்தேகம் வேறு என்னை வதைக்க ஆரம்பித்து விட்டது.

கடைசியாக, ஒரு வகையாக பிடிலைக் கீழே வைத்தார். அந்தப் பிடில் கம்பி மாத்திரம் அறுந்து என் உதவிக்கு வந்திராவிட்டால்[15] நான் என்ன செய்திருப்பேனோ, தெரியாது. ஆனால் அப்பொழுதும் அவர் ஓயவில்லை. இம்மாதிரி, தம் கடைசிப் பையனின் கெட்டிக்காரத் தனம், மூத்த பெண்ணின் அழகு, முதல் மாப்பிள்ளையின் சம்பளம், தம்முடைய சங்கீத ஞானம் முதலிய பல விஷயங்களைப் பற்றி பேசிக் கொண்டே போனார். பெண்ணைப் பற்றி ஒன்றும் சொல்ல வில்லை;[16] பெண்ணும் வெளியே வரவில்லை!

இப்பேர்ப்பட்டவர்களிடத்தில்,[17] தைரியமாக வெட்கத்தை விட்டு, ''பெண் எங்கே? வரச் சொல்லுங்கள், நான் பார்க்க வேண்டும்!'' என்று கேட்பதைத் தவிர வேறு வழியில்லை.

பெண் பார்க்கப் போவதற்கு முன், அவர்கள் வீட்டில் எத்தனை குழந்தை குட்டிகள் என்று கேட்டுத் தெரிந்து கொள்வது நலம். குழந்தை குட்டிகள் நிறைய இருந்தால் அவர்கள் சம்பந்தமே வேண் டாம் என்று பேசாமல் இருந்து விடுங்கள்.[18]

நான் ஒரு சமயம் இப்படித்தான் தெரியாமல் அகப்பட்டுக் கொண்டு விட்டேன், பெண் பார்ப்பதற்காக ஒரு கிராமத்திற்குப் போயிருந்தேன். நான் போய், கூடத்துப் பெஞ்சியில் உட்கார்ந்தது தான் தாமதம், ''அத்திம்பேரே!'' என்று ஒரு மூன்று வயதுக் குழந்தை வந்து என்னைச் சுற்றிக் கொண்டது. அது வந்த அடுத்த வினாடியே[19]

---

13 பார்த்துக் கொள்ளுங்களேன் : you can very well imagine it.

14 பிடிலில் ஓர் இழுப்பு இழுத்தார் : he sawed away on the violin. The literal meaning of இழு is 'pull'.

15 வந்திராவிட்டால் : if [it] had not come.

16 ஒன்றும் சொல்ல வில்லை : did not say anything. See 10, note 16.

17 இப்பேர்ப்பட்டவர்களிடத்தில் : with people of this sort.

18 பேசாமல் இருந்து விடுங்கள் : keep entirely silent. I.e. avoid such an alliance (சம்பந்தம்).

19 அது . . . விநாடி : the very next second after it came. Note that the pronoun form used to refer to a small child is அது.

"அத்திம்பேரே!" என்று கத்திக்கொண்டு ஒரு ஐந்து வயதுப் பையன் என் சட்டையைப் பிடித்து இழுத்தான். இதற்குள், ஏழு வயதுப் பெண் ஒன்று ஓடி வந்து என் கழுத்தைக் கட்டிக்கொண்டது.[20] ஐந்து நிமிஷத்திற்குள் எனக்கு மச்சினன், மச்சினி ஆகப்போகிற எட்டுப் பேர்களும் (எட்டோ, ஒன்பதோ, பத்தோ சரியாகக் கூட எண்ணவில்லை) என்னைச் சூழ்ந்து கொண்டார்கள். அவர்கள் ஒவ்வொருவரும் செய்த விஷமத்தை என்னவென்று சொல்வேன்!

தலைக் கிராப்பைப் பிடித்து இழுத்தது ஒன்று; என் மூக்குக் கண்ணாடியைக் கீழே தள்ளி உடைத்தது இன்னொன்று; என் பௌண்டன் பேனாவைக் கூர் பார்த்தது இன்னொன்று; அதிலிருந்த மசி முழுவதையும் என் வேஷ்டியில் உதறிற்று மற்றொன்று; தையற்காரன் என் சட்டையைக் கெட்டியாகத் தைத்திருக்கிறானா என்று சோதித்துப் பார்த்தது ஒன்று!

இந்தத் தொல்லைக்காகத்தான் குழந்தை குட்டிகள் அதிகம் இருக்கும் இடத்திற்குப் பெண் பார்க்கப் போக வேண்டாம் என்று கூறினேன்.

பெரிய சர்க்கார் உத்தியோகஸ்தர்கள் இருக்கிறார்களே அவர்கள் பெண்ணைத் தயவு செய்து பார்க்கப் போகவே போகாதீர்கள்.[21] 'சூடு கண்ட பூனை பாலை அண்டாது'[22] என்பதுபோல் இது விஷயத்திலும் எனக்கு ஓர் அனுபவம் உண்டு.

நான் ஒரு தடவை ஒரு சர்க்கார் உத்தியோகஸ்தர் பெண்ணைப் பார்க்கப் போயிருந்தேன். பெண் பிடித்திருந்தது. கல்யாணம் பண்ணிக் கொள்ளச் சம்மதிக்கலாம் என்று கூடத் தீர்மானித்தேன். அந்தச் சமயம் பார்த்துப்[23] பெண்ணின் தகப்பனார் என்னைத் தம்முடைய அறைக்கு அழைத்தார்.

"உம்முடைய பெயர் என்ன?" என்று கேட்டார்.

சொன்னேன்.

"வயது?"

"23."

---

20 என் கழுத்தைக் கட்டிக்கொண்டது : clung to my neck.
கட்டிக்கொள் : embrace.

21 பெரிய... போகாதீர்கள் : you know those top government officials; at any cost please don't go and 'see' their daughters. Note the emphatic form of the imperative போகவே போகாதீர்கள்.

22 'சூடு ... அண்டாது' : 'once bitten, twice shy'. This well-known proverb means literally 'A cat that has seen heat will not approach milk'.

23 அந்தச் சமயம் பார்த்து : just at that moment.

"என்ன பாஸ் பண்ணியிருக்கிறீர் ?"[24]

"எம்.ஏ."

"என்ன வேலே ?"

"இன்னும் ஒரு வேலேயும் கிடைக்கவில்லே."

"ஏன், இந்த சர்விஸ் கமிஷன் பரீட்சைக்குப் போய்ப் பார்ப்பது தானே ?"

"இந்த வருஷம்தான் போகலாம் என்று நினேக்கிறேன்."

"அப்படியா ? ரொம்ப சந்தோஷம் ! எங்கே இந்தப் பரீட்சைப் பேப்பருக்கு விடை எழுதும்,[25] பார்க்கலாம் !" என்று போன வருஷம்[26] சர்வீஸ் கமிஷன் பேப்பரை என் கையில் கொடுத்தார்.

"இந்தப் பேப்பரில் 'பாஸ் மார்க்' வாங்கினுல் தான் என் பெண்ணே உமக்குக் கொடுப்பேன்" என்றும் கூறினுர் !

ஏது, பெரிய தொல்லேயாக இருக்கும் போலிருக்கிறதே என்று தோன்றுகிறதோ ? ஆம், இந்தப் பெண் பார்ப்பது என்பது மிகவும் தொல்லேயான சமாசாரம் தான் ! என்னேக் கேட்டால் பெண் பார்க்கவே போகாதீர்கள் என்று கூறுவேன். பெண்தான் நம்மைப் பார்க்க வரட்டுமே !

---

24 பாஸ் பண்ணு : pass (an examination). Note this way of adopting an English verb into Tamil.

25 எழுதும் : write. This is the imperative form used when the person addressed is referred to as நீர்.

26 போன வருஷம் : last year.

16. விந்தன் : ஒரே உரிமை

விந்தன் (வே. கோவிந்தன் : *b.* 1916) is a journalist and a distinguished writer of novels and short stories. The one reproduced here is the title story of the book containing it.*

ஒரே உரிமை

எங்கள் கிராமத்தில் எனக்குக் கொஞ்சம் நிலம் இருக்கிறது. சென்ற தை மாத அறுவடையின் போது நான் அங்கே போயிருந்தேன். வயலில் மும்முரமாக வேலை நடந்து கொண்டிருந்தது. களத்து மேட்டில் நின்றபடி[1] நான் வேலையாட்களைக் கவனித்துக் கொண்டிருந் தேன். அவர்களில் ஒருவன் என் கவனத்தைக் கவர்ந்தான். அதற்கு முன்னால் அவனை எங்கேயோ பார்த்த மாதிரி யிருந்தது-எங்கே பார்த்திருப்போம்?

ஆம், அந்தச் சம்பவம் என் நினைவுக்கு வந்து விட்டது.[2] அவன் பெயர் சோலையப்பன். சென்ற வருடம் சித்திரை மாதம் நான் கிராமத்துக்கு வந்திருந்தபோது, என் நண்பர் ஒருவரின் வீட்டில் தங்கியிருந்தேன். அவருடைய மனைவியாருக்கு முன்யோசனையுடன் காரியம் செய்வதில் அலாதி ஆவல். புது இடம் என்பதற்காக நான் எங்கே கூச்சப்பட்டுக் கொண்டு கொஞ்சமாகச் சாப்பிட்டுவிடப் போகிறேனோ என்று அந்த அம்மையார் எனக்கு முன் கூட்டியே இரண்டு வேளைக்கு ஆகக் கூடிய சாதத்தை ஒரே வேளையில் படைத்து விட்டார். நானும் என்னால் ஆனவரை 'ஒரு கை' பார்த்தேன்; என்ன பார்த்தும் என்னால் எல்லாவற்றையும் சாப்பிட்டுவிட முடியவில்லை. பாதிச் சாதம் அப்படியே மிஞ்சிப் போய் விட்டது. சொந்த வீடா யிருந்தால் கணவன் என்னதான் தீராத நோய்க்கு ஆளாகியிருந்தாலும் அவனுடைய எச்சில் சாதத்தைச் சாப்பிடுவது 'பதிவிரதா தர்ம'ங்களில் ஒன்று என்று நினைக்கும் அப்பாவி மனைவி ஒருத்தி இருப்பாள். விருந்துக்கு வந்த வீட்டில் அம்மாதிரி யார் இருக்கிறார்கள்? ஆகவே நான் அந்த

---

* 2nd edition, Madras, 1952; pp. 9–18.

1 நின்றபடி : in the state of standing.

2 வந்து விட்டது : it did come. As compared with வந்தது this form stresses the certainty of the coming.

இலையைத்[3] தூக்கிக் கொண்டு, நாயைத் தேடிக் கொண்டு தெருவை நோக்கி நடையைக் கட்டினேன்.

எனக்கு எதிரே வந்த நண்பரின் மனைவி, "என்ன காரியம் செய்து விட்டீர்கள்![4] உங்களை யார் இலையை எடுக்கச் சொன்னார்கள்?" என்று பதட்டத்துடன் கேட்டாள்.

அன்னதானம் செய்வதிலுள்ள புண்ணியமனைத்தும் எச்சில் இலையை எடுத்துப் போடுவதில்தான் அடங்கி யிருக்கிறது என்பது அந்த அம்மாளின் நம்பிக்கை. என்னுடைய செய்கையால் அந்த மகத்தான புண்ணியம் தனக்குக் கிடைக்காமல் போய்விட்டதே என்பதில்தான் அந்த அம்மாளுக்கு எவ்வளவு வருத்தம்!

'உண்டுண்டுறங்குவதே யல்லாது வேறொன்றும் கண்டிலாத அடியார்'கள் தங்களுக்கு இயற்கையாயுள்ள சோம்பேறித்தனத்தால் புண்ணியத்தைச் சாக்காக வைத்துக் கொண்டு, எச்சில் இலையை எடுத்துப் போடும் வேலையைக்கூட அன்னதானம் செய்பவர்கள் தலையிலேயே கட்டிவிட்ட தந்திரத்தை[5] அந்த அம்மாள் இந்த 'அனுகுண்டு சகாப்' தத்தில்கூட அறியாமலிருந்தது எனக்கு ஆச்சரியமாய்த் தானிருந்தது.

என்னுடைய வியப்பை வெளியே காட்டி அந்த அம்மாளின் மனதைப் புண்படுத்த விரும்பாத நான், "பரவாயில்லை; இருக்கட்டும் அம்மா!" என்று சொல்லிச் சிரித்துக் கொண்டே தெருவுக்கு வந்தேன். என் கையிலிருந்த இலையைக் கண்டதும் சாலையோரத்தில் நின்று கொண்டிருந்த இரண்டு ஜீவன்கள் என்னை நோக்கி ஓட்டமாய் ஓடி வந்தன. அவற்றில் ஒன்று நாய்; இன்னொன்று பெயருக்கு 'மனித'னாகப் பிறந்திருந்த சோலையப்பன்.

"சாமி, சாமி! அந்த இலையை இப்படிக் கொடுங்க, சாமி! கீழே போட்டுடாதீங்க,[6] சாமி!" என்று கெஞ்சினான் அவன்.

---

3 இலை : leaf. Here a leaf on which food was eaten.

4 என்ன காரியம் செய்துவிட்டீர்கள் : what a thing you have done. விட்டீர்கள் lays emphasis on the fact that the act was already done. See note 2.

5 எச்சில் . . . தந்திரத்தை : the trick of leaving to [lit. putting on the heads of] those who make the gift of food the task of clearing away the used leaves. The clearing away by the housewife of leaves on which guests and others have eaten is said to earn 'merit' (புண்ணியம்) for her. The author's claim in this paragraph is that, when *sannyasis* leave this task to her, it is not with the intention that she shall thus be enabled to earn புண்ணியம், but simply out of idleness.

6 போட்டுடாதீங்க (=போட்டுவிடாதீர்கள்) : don't throw.

அவனுக்குப் பக்கத்திலே நாய் வாயைப் பிளந்து கொண்டு, நாக்கை நீட்டிக் கொண்டு, வாலை ஆட்டிக் கொண்டு, என்னை நன்றி யுடன் பார்த்துக் கொண்டு நின்றது.

அந்த நாயைப்போலவே அவனும் என்னை நன்றியுடன் பார்த் தான்; வாயைத் திறந்தான்; நாக்கை நீட்டினான். ஆனால் ஒரே ஒரு வித்தியாசம்: நாய் வாலை ஆட்டிற்று; அவன் ஆட்டவில்லை!–அதுகூட அவன் குற்றமில்லை; பகவானின் குற்றம். ஏனெனில் அவனுக்கு வால் வைக்காமற் போன 'கருணை' அந்தக் 'கருணைக் கட'லைச் சேர்ந்தது தானே?

மனிதர்களுக்கு ஒரு விசித்திரமான மனோபாவம். என்னைப் போன்ற–அதாவது பணத்தைக் கொண்டு எந்த விதத்திலும் சாப் பாட்டுக்கு வசதி செய்து கொள்ளக் கூடியவர்களைக் கண்டால் அவர்கள் வருந்தி வருந்தி விருந்துக்கு அழைக்கிறார்கள்;[7] மறுத்தால் அவர் களுக்குக் கோபம் கூட வந்து விடுகிறது. ஆனால் இந்தச் 'சோலையப் பன்கள்'[8]–அதாவது, பணத்தைக் கொண்டு எந்த விதத்திலும் சாப் பாட்டுக்கு வசதி செய்து கொள்ள முடியாதவர்கள்–வலுவில்[9] வாச லுக்கு வந்து ஒரு கை சோறு கேட்டால் கூட எரிந்து விழுகிறார்கள்!– ஏன் இப்படி?

அவனைக் கண்ட மாத்திரத்தில் இப்படியெல்லாம் அலை மோதிய என் உள்ளத்தை ஒருவாறு அடக்கிக்கொண்டு, "மனிதனாகப் பிறந்த உனக்குக் கேவலம் இந்த எச்சில் இலைக்காக நாயுடன் போட்டியிடு வதற்கு வெட்கமா யில்லையா?" என்று கேட்டேன்.

இந்தக் கேள்விக்கு நியாயமாகப் பதில் சொல்லியிருக்க வேண்டு மானால், "எனக்கு என்ன சாமி வெட்கம்? இதுக்காக வெட்கப்பட வேண்டியவங்க,[10] ராசாங்கத்தாருதானே?" என்று அவன் சொல்லி யிருக்க வேண்டும். ஆனால் அவன் அவ்வாறு சொல்லவில்லை; "வெட் கப்பட்டா முடியுமா, சாமி! வயிறுன்னு ஒண்ணு இருக்குதே!" என்றான்.

---

7 வருந்தி . . . அழைக்கிறார்கள் : with repeated requests they call [someone] to be their guest for a meal.

வருந்து : beg earnestly.

8 சோலையப்பன்கள். Note the plural suffix –கள் used after a proper noun. Here the proper noun has been used to indicate collectively people like சோலையப்பன் (= the poor). Such a usage is quite new.

9 வலுவில். Lit. 'in force', this has the implication here of their coming of their own accord, without being invited.

10 வேண்டியவங்க = வேண்டியவர்கள்.

"அதற்கு எங்கேயாவது போய் ஏதாவது வேலே செய்வது . . .!"

"கெடைச்சாத்தானே ?"[11]

"ஏன் கிடைக்காது ?"

"அறுவடை காலமா யிருந்தா எங்கேயாச்சும் வேலே கிடைக்கும்,[12] சாமி! இப்பத்தான்[13] வெய்யில் பட்டையை உரிக்குதுங்களே !"[14]

"உனக்காக வருஷம் முந்நூற்று அறுபது நாளும் அறுவடை காலமா யிருக்குமா, என்ன? அறுவடை வேலே கிடைக்கும்போது அறுவடை வேலே செய்யவேண்டும்; மற்ற சமயங்களில் கூலி வேலே, கீலி வேலே . . ."[15]

"கூலி வேலே தினம் தினமா கெடைக்குதுங்க ?[16] எப்பவோ ஒரு சமயம்[17] கெடைக்கும். அப்போ செய்யறதுதானுங்க! எந்த வேலேயும் கெடைக்காத போதுதான் இப்படி நாய்க்குப் போட்டியா வந்து நிக்கிறது!" என்ருன் அவன்.

அத்துடன்[18] என் வாய் அன்று அடைத்துப் போயிற்று. பேசாமல் அவன் ஏந்திய கையில் எட்டணுவை எடுத்துப் போட்டு ஏதாவது வாங் கித்தின்று பசியாறும்படி சொன்னேன். அதைப் பெற்றுக் கொண்டு அவன் போய்விட்டான். நான் கையிலிருந்த இலேயை அந்த நாயின் முன்ஞல் எறிந்து விட்டு உள்ளே வந்தேன்.

* * *

இந்தச் சம்பவம் நினேவுக்கு வந்ததும், நான் சோலேயப்பனின் பிற்கால வாழ்க்கையைப் பற்றிச் சிந்திக்கலானேன்.

---

11 கெடைச்சாத்தானே = கிடைத்தால்தானே.
Note –ஏ functioning as a sort of interrogative suffix.

12 அறுவடை . . . கிடைக்கும் = அறுவடை காலமாக இருந்தால் எங் கேயாவது வேலே கிடைக்கும்.
எங்கேயாச்சும் : somewhere or other.

13 இப்பத்தான் (= இப்பொழுதுதான்) : right now; these days.

14 வெய்யில் பட்டையை உரிக்குது (= உரிக்கிறது) : the sunshine is peeling the bark, i.e. the sun is very hot. Note at the end of this and other sentences the use of the particle –ங்க or –ங்களே. This is used in the colloquial language when one is speaking to a person who is of superior status or to whom one wishes to show respect. Note that in the written style there is no equivalent form.

15 கூலி வேலே, கீலி வேலே : some type of job. On such echo forms, see 11, note 5.

16 கெடைக்குதுங்க = கிடைக்கிறது. On –ங்க, see note 14.

17 எப்பவோ ஒரு சமயம் : occasionally; once in a way. எப்பவோ = எப்போதோ.

18 அத்துடன் (= அதோடு) : with that.

''இந்த அறுவடை வேலை முடிந்ததும் அவன் வழக்கம்போல் எச்சில் இலைக்கு நாயுடன் போட்டி போட வேண்டியதுதானா?'' என்ற கேள்வி என் உள்ளத்தில் எழுந்தது.

''ஏன் இல்லை? அப்படிச் செய்தால் என்ன?'' என்று மறு கணம் என் வாய் முணுமுணுத்தது.

உடனே சோலையப்பனைக் கைதட்டிக் கூப்பிட்டு, ''உனக்கு என்னைத் தெரிகிறதா?'' என்று கேட்டேன்.

அவன் ஒரு முறை என்னை உற்றுப் பார்த்து விட்டு, ''தெரிகிற துங்க!'' என்றான்.

''சாயந்திரம் வேலை முடிந்ததும் என்னை வந்து பார்க்கிறாயா?''

''பார்க்கிறேனுங்க!''

''சரி, போ!'' என்று சொல்லிவிட்டு நான் என்னுடைய நண்பரின் வீட்டுக்குத் திரும்பினேன்.

அன்று மாலை அவன் வந்தான்.

''என்ன, சோலையப்பா![19] உனக்குப் படிக்கத் தெரியுமா?'' என்று கேட்டேன்.

''ஏதோ கொஞ்சந் தெரியுங்க; மதுரை வீரன் கதை, தேசிங்கு ராசன் கதை–இதெல்லாம் படிப்பேனுங்க!''

''தேவலையே,[20] அவ்வளவுதூரம் நீ படித்திருக்கிறாயா?''

''எல்லாம் அந்தக் காந்தி வாத்தியாரு புண்ணியமுங்க!''

''அது யார், காந்தி வாத்தியார்?''

''அவர் இப்போ செத்துப் பூட்டாரு![21] நல்லவரு, பாவம்! அவரு, காந்தி எங்க எனத்தவரை[22] யெல்லாம் முன்னுக்குக் கொண்டாரச் சொல்றாருன்னு சேரிக்கு[23] வந்து, எங்களுக்கெல்லாம் படிப்புச் சொல் லிக் கொடுப்பாருங்க! நாங்க அவரை 'காந்தி வாத்தியாரு, காந்தி வாத்தியாரு'ன்னுதான் கூப்பிடுவோமுங்க!''

''ஓஹோ!– சரி, நான் ஒன்று சொல்கிறேன், கேட்கிறாயா?''

''கேட்காம என்னங்க?''[24]

---

19 சோலையப்பா. Vocative form. See 4, note 34.
20 தேவலையே : it's not bad. A dialectal form.
21 செத்துப் பூட்டாரு (= செத்து விட்டார்) : he is dead.
22 எங்க எனத்தவர் : people of our group.
23 சேரி : any place where people live together, but now specialized to mean where Harijans live.
24 என்னங்க. See note 14.

"இந்த அறுவடை வேலே முடிந்ததும் நீ வேலே வெட்டி[25] கிடைக்கவில்லேயே என்று பழையபடி எச்சில் இலேக்கு நாயுடன் வந்து நிற்காதே! நான் உனக்கு ஒரு கடை வைத்துத் தருகிறேன்."

"என்ன கடைங்க?"

"ரொட்டி, மிட்டாய் எல்லாம் லாபத்துக்கு வாங்கி விற்கிறது . . ."

"ஐயய்யோ! இதென்ன கூத்துங்க! எங்கேயாச்சும்[26] பறப் பயல் . . ."[27]

"என்னடா, அப்படிச் சொல்கிருயே! அதெல்லாம் அந்தக் காலம். இப்போது பார்த்தாயா, உங்களுக்குக் கோயிலேத் திறந்துவிடுகிருர்கள்!"

"ஆமாம், ஆமாம். அன்னிக்குக்கூட அங்கே எங்கேயோ கோயிலேத் திறந்து விடருங்கன்னு 'தர்மகர்த்தா ஐயா' வந்து என்னேக் கூப்பிட்டாரு. எப்பவோ ஒரு நாளேக்கு அபூர்வமாக் கெடச்ச[28] வேலேயை விட்டுட்டு நான் எங்கே கோயிலுக்குப் போறது, சாமி? அந்த வேலேயே எனக்கு அப்போ 'சாமி' மாதிரி இருந்தது; தினந்தினம் அதன் 'தரிசனம்'[29] கெடைச்சாத்தானே எங்க வயிற்றுக்குக் கஞ்சி? அதாலே இன்னெரு நாளேக்குக் கோயிலேப் பார்த்துக்கலாம்னு நான் போகலே!– அது சரி, சாமி! அதுக்குத்தான் காந்தி என்னமோ சொன்ஞரமே . . .?"

"என்ன சொன்ஞராம்?"

"ஹரிஜனங்களுக்குக் கோயிலேத் திறந்து விட்டா மட்டும் போதாது; இத்தனே நாளா அவங்களே ஒதுக்கி வச்ச ஒசந்த சாதியாரு இன்னும் அவங்களுக்கு எவ்வளவோ[30] செய்யணும்னு!"[31]

"அதற்காகத்தான் நான் உனக்கு இந்த உபகாரம் செய்கிறேன் என்கிறேன் . . ."

"என்னமோ செய்யுங்க, சாமி!"

---

25 வேலே வெட்டி : job.
26 எங்கேயாச்சும். See note 12.
27 பறப் பயல் : the Harijan fellow.
பயல் : fellow. Often used with contempt, but not always.
28 கெடச்ச = கிடைத்த.
29 தரிசனம் : God's audience (grace).
30 எவ்வளவோ : so much.
31 செய்யணும்னு = செய்ய வேண்டும் என்று.

"சரி, நான் பட்டணத்துக்குப் போகுமுன் உனக்கு அந்தக் கடையை வைத்துக் கொடுத்து விட்டுப் போகிறேன், போ!" என்றேன்.

அவன் போய்விட்டான்.

* * *

சோலையப்பனுக்கு நான் அளித்த வாக்குறுதியை[32] மறக்கவில்லை. எங்கள் கிராமத்துக்கு அடுத்தாற்போலிருந்த[33] ஒரு சிற்றூர்க் கடை வீதியிலே ஒரு நல்ல இடத்தைத் தேடிப் பிடித்தேன். கண்ணாடி பீரோக்கள், குப்பிகள்[34] முதலியவற்றை வாங்கிக் கடையை அழகாக அலங்கரித்தேன். ஒரு நூறு ரூபாய்க்குப் பட்டணத்திலிருந்து ரொட்டிகள், மிட்டாய்கள் எல்லாம் வாங்கி அவற்றில் அடுக்கினேன். 'சோலையப்பன் ரொட்டிக் கடை' என்று ஒரு பலகையில் எழுதி, கடையின் வாசலில் தொங்க விட்டேன். பிறந்ததிலிருந்து சட்டையையே காணாத சோலையப்பனின் உடம்பையும் சட்டை தைத்துப் போட்டு மூடினேன். 'நாம் வாங்கிய சரக்குகளின் விலை இவ்வளவு, விற்கவேண்டிய விலை இவ்வளவு' என்று சொல்லிக் கொடுத்தேன். 'அப்பாடா! எப்படியோ அவன் விதியை மாற்றி யமைத்துவிட்டோம்' என்ற திருப்தியுடன் சென்னைக்குத் திரும்பினேன்.

என்னுடைய திருப்தி நெடுநாள் நீடித்திருக்கவில்லை.[35] நான் ஊருக்குத் திரும்பிய இரண்டு வாரங்களுக்கெல்லாம்[36] சோலையப்பனிடமிருந்து எனக்கு ஒரு கடிதம் வந்தது. அந்தக் கடிதத்தில், அவன் என்னை உடனே புறப்பட்டு வரும்படி[37] எழுதி யிருந்தான். அவனுடைய அவசர அழைப்பை ஏற்றுக்கொண்டு,[38] நானும் அவசர அவசரமாகக் கிராமத்துக்குப் போய்ச் சேர்ந்தேன்.

முதலில் சோலையப்பனின் ரொட்டிக் கடைக்குத்தான் சென்றேன் என்று சொல்லவேண்டியதில்லை. அந்தக் கடையைப் பார்த்ததும் எனக்குத் தூக்கிவாரிப் போட்டது. நான் வாங்கி வைத்துவிட்டுச்[39] சென்ற ரொட்டிகள், மிட்டாய்கள் எல்லாம் அப்படி அப்படியே[40] இருந்தன.

---

32 வாக்குறுதி : word of honour; promise.
33 அடுத்தாற்போல் : next, near.
34 குப்பி : (here) jar.
35 நீடித்திரு : last long; endure.
36 இரண்டு வாரங்களுக்கெல்லாம் : in two weeks' time (immediately two weeks were over).
37 வரும்படி : (here) requesting . . . to come.
38 ஏற்றுக்கொள் : accept.
39 வாங்கி வை : buy and keep.
40 அப்படி அப்படியே : in the same way without any change.

"என்ன, இத்தனை நாளாக ஒன்றுமே விற்கவில்லையா?"[41] என்று கேட்டேன்.

"அது எப்படிங்க விற்கும்?"

"ஏன், இந்தக் கிராமத்தில் ரொட்டி, மிட்டாய் தின்பவர்கள் யாருமே இல்லையா?"[42]

"இல்லாம[43] என்னங்க? அதோ, அந்த முதலியாரு[44] ரொட்டிக் கடை இருக்குதுங்களே, அதிலே தினம் தினம்[45] எம்மா[46] வியாபாரம் ஆவது!"

"பின்னே என்ன?[47] உன்னுடைய கடையிலே மட்டும் ஏன் வியாபாரம் ஆகவில்லே?"

"என்ன இருந்தாலும்[48] நான் பறையன் பறையன்தானுங்களே? என் கடையிலே யாராச்சும்[49] ரொட்டி, வாங்கணும்ணு[50] அவங்களும் பறையர்களாத்தானே இருக்கணும்?[51] அவங்களுக்குத்தான் கூழுக்கே பஞ்சமாச்சுதுங்களே,[52] அவங்க எங்கே ரொட்டி கிட்டி[53] வாங்கப் போறுங்க? வந்தா ஒசந்த சாதிக்காரருதான் வரணும்.[54] அவங்க எங்கிட்ட எங்கேயாச்சும்[55] வருவாங்களா?– ஆனு, ஒண்ணு மட்டும் சொல்லணுங்க; அந்த மட்டும்[56] அவங்க என் கடைக்கு வராம[57]

---

41 ஒன்றுமே விற்கவில்லையா : did [you] not sell even one?

42 யாருமே இல்லே : no one at all. Cf. ஒன்றுமே, note 41.

43 இல்லாம (=இல்லாமல்). Note this word starting the sentence. It takes up from the previous sentence. இல்லாம implies மிட்டாய் தின்பவர்கள் (இல்லாம).

44 முதலியாரு. Note the final –உ of the colloquial.

45 தினம் தினம் : daily.

46 எம்மா (= எம்மாத்திரம், எவ்வளவு) : how much. Here 'a lot of'.

47 பின்னே என்ன : then what?

48 என்ன இருந்தாலும் : whatever it may be.

49 யாராச்சும் (= யாராகிலும்) : anyone.

50 வாங்கணும்ணு (= வாங்க வேண்டும் என்றால்) : if [one] wants to buy.

51 அவங்களும் பறையர்களாத்தானே இருக்கணும் (= அவர்களும் பறையர்களாகத்தானே இருக்க வேண்டும் : they should also be pariahs themselves.

52 ஆச்சுது (= ஆயிற்று) : it has become so, it is so.

53 ரொட்டி கிட்டி : bread or something. See note 15 above.

54 வந்தா ... வரணும் = வந்தால் உயர்ந்த சாதிக்காரர்தான் வர வேண்டும்.

55 எங்கேயாச்சும் : (here) how possibly. See note 12.

56 அந்த மட்டும் (= அந்த மட்டிலும்) : to that extent, at least.

57 வராம = வராமல்.

இருந்ததோடு நின்னுங்களே![58] 'பறப் பயலுக்கு இங்கே என்னடா ரொட்டிக் கடை?' ன்னு[59] என்னையும் அடியா அடிச்சுப் போட்டு,[60] இந்தக் கடையும் காலி பண்ணுமெ இருந்தாங்களே, அதைச் சொல்லுங்க!''

''என்னடா, திருப்பித் திருப்பிப்[61] பறையன், பறையன் என்கிறுயே?'' என்று நான் அலுத்துக் கொண்டேன்.

''நானுங்க சொல்றேன்? ஊர் சொல்லுது, உலகம் சொல்லுதுங்க! இந்தப் பதினஞ்சு நாளா என் கடையை யாரும் எட்டிப் பார்க்காமலிருப்பதிலிருந்தே[62] இது தெரியலேங்களா?''

''சரி, அப்படி யென்றால் நீ இப்பொழுது என்னதான் சொல்கிறுய்?''

''இது உங்க கடை; இதிலே போட்டிருக்கிற பணம் உங்க பணம். நீங்களே இந்தக் கடையை எடுத்துக்குங்கோன்னு சொல்றேன்!''

''இதென்னடா வேடிக்கையா யிருக்கிறதே! உனக்குத் தினசரி வேலே கிடைப்பதற்குத்தான் வழியில்லே; யாருடைய உதவியையாவது கொண்டு சொற்ப முதலில் ஒரு ரொட்டிக் கடை, மிட்டாய்க் கடை இப்படி ஏதாவது ஒன்றை வைத்துப் பிழைத்துக் கொள்வதற்குக் கூடவா உனக்கு உரிமை இல்லே?''

''ஏதுங்க, யோசித்துப் பார்க்கப்போனு எனக்கு இருப்பது ஒரே உரிமை தானுங்களே?''

''அது என்னடா, ஒரே உரிமை?''

''வேறே என்னங்க, தற்கொலே செய்துகொள்ளும் உரிமை தானுங்க அது!'' என்றுன் அவன்.

அவன் கண்களில் நீர் சுரந்தது.

பாவம், அதற்குக்கூட உரிமை இல்லே என்னும் விஷயம் அவனேப் போன்ற அப்பாவிகளுக்கு எப்படித் தெரியும்?

---

58 நின்னுங்களே = நின்றுர்களே.
59 ன்னு = என்று.
60 அடியா அடிச்சுப் போடு : **beat severely. A very colloquial expression.**
61 திருப்பித் திருப்பி : **again and again.**
62 எட்டிப் பார்க்காமல் : **without caring.**
எட்டிப் பார் : 'peep out', here means 'care'.

17. சோம. லெ. இலக்குமணச் செட்டியார் : பஸ் போக்குவரவு

சோம. லெ. இலக்குமணச் செட்டியார் (*b.* 1921) has written on political and economic questions in both Tamil and English. His Tamil writings also include works on Tamil language and literary history and a number of books describing his travels to various parts of the world. His impressions of the United States of America, of which this is one, are contained in அமெரிக்காவைப் பார்.*

பஸ் போக்குவரவு

நியூயார்க் நகர பஸ் போக்குவரவைப் பற்றியும் இங்கே சிறிது கூறலாம். நியூயார்க் நகர பஸ்களில் கண்டக்டர்கள் இல்லை ; டிக்கட்டுகள் கொடுக்கும் வழக்கமும் இல்லை. ஆகையால், டிக்கட்டுகள் கொடுக்கும்போது கண்டக்டர் நாக்கை விரலால் தொட்டு ஈரம் செய்துகொண்டு பிறகு அந்த எச்சில்[1] விரலால் டிக்கட்டைக் கிழித்துக் கொடுக்கும் காட்சியையும் அங்கே காண வியலாது! பஸ் ஓட்டுபவருக்கு அருகில், எடையைக் காட்டும் இயந்திரம் போன்ற ஒரு கருவி உண்டு. இக்கருவியில் கட்டணத்தை, உரிய சில்லறை நாணயமாகப் போட்டாலன்றி[2] இது வழி விடாது. பஸ் கதவுகள் பஸ் இயக்கும் இயந்திரங்களுடன் மின்சார அமைப்பால் இணைக்கப்பட்டுள்ளன. ஓட்டுபவர் பஸ்ஸை நிறுத்தினால் இக் கதவுகள் திறந்து கொள்ளும் ;[3] அவர் பஸ்ஸை ஓட்டத் தொடங்கியவுடன் கதவுகள் தாமே மூடிக்கொள்ளும்.[4]

---

* 5th edition, revised and enlarged, Madras, 1963; pp. 6-7.

1 எச்சில் : saliva contamination. The author is making a mild complaint against the Madras conductor's habit of licking his finger in order to be more easily able to detach a single ticket.

2 போட்டாலன்றி : if [one] does not put.

3 கதவுகள் திறந்துகொள்ளும் : the doors will open on their own. Note this use of கொள்.

4 மூடிக்கொள்ளும். See note 3.

18. சோம. லெ. இலக்குமணச் செட்டியார் : இறைச்சி உண்ணுதவர்கள்

Another brief description of life in America by the author of passage 17.*

இறைச்சி உண்ணுதவர்கள்

இறைச்சி உண்ணுதவர்கள் ஒரு சிலர் அமெரிக்கரிலும் உளர்;[1] இறைச்சி உண்பவருள்ளும் பலர், குறிப்பாக யூதர், பன்றிக்கறியை உட்கொள்வதில்லே. ஆனுல் அமெரிக்காவில் சைவர்கள்[2] எனக் கருதுபவர்கள் எல்லோருமே முட்டையும், ஒரு சிலர் மீனும் உட்கொள்ளுகின்றனர். பழங்களும், ரொட்டியும், பாலும், தயிரும் விதவிதமான[3] ஊறுகாய்களும் அங்கே தங்குதடையின்றிக் கிடைப்பதால் சைவர்கள் துன்பமின்றி வாழ இயலும்.

அமெரிக்காவில் சைவர்கள் முட்டையை உட்கொள்ளுவது, அது உடல் நலந்தருவதாக இருப்பதாலேயே ஆகும்.[4] முட்டையானது[5] வளர்ச்சியடையாத கோழி; அதனுல் உடல் வளர்ச்சிக்கு வேண்டிய குணங்கள் முட்டையில் இருக்கின்றன. இரும்புபோன்ற தாதுப் பொருள்கள்[6] அதில் உண்டு. முட்டையைப் பச்சையாகவும், வேகவைத்தும், பலவிதமாகச் சமைத்தும் சாப்பிடலாம். மனிதனுக்கு நாள்தோறும் அவசியமாயுள்ள 2600 காலரிகளில் ஒரு முட்டையிலிருந்து மட்டும் 98 காலரிகள் பெறலாம். ஒரு முட்டையில் ஒரு நாளேக்கு[7] ஒருவருக்கு

---

* *ibid.*, p. 183.

1 உளர் : there are. Used only with reference to people. Cf. உண்டு used with reference to things.

2 சைவர்கள் : vegetarians. Note this specialized meaning of the word for 'devotees of Śiva'.

3 விதவிதமான : of various kinds.

4 உடல் . . . ஆகும் : it is because it is good for the constitution. நலந்தரு = நலம் + தரு.

5 முட்டையானது. The addition of ஆனது to a noun gives it emphasis.

6 தாதுப் பொருள் : basic element.

7 ஒரு நாளேக்கு : for one day.

வேண்டிய தசைப் பொருளில்[8] 9 சத விகிதம்[9] கிடைக்கிறது. உயிர்ச் சத்து[10] 1241 மூல அளவுகள்[11] ஒவ்வொரு முட்டையிலும் இருப்பதாகவும் சத்துணவு ஆராய்ச்சியாளர்[12] கூறுகின்றனர்.[13]

---

8 *தசைப் பொருள்* : protein.

9 9 *சத விகிதம்* : 9 per cent.

10 *உயிர்ச்சத்து* : vitamin A.

11 *மூல அளவுகள்* : international units.

12 *சத்துணவு ஆராய்ச்சியாளர்* : dieticians.

13 *ஒரு . . . கூறுகின்றனர்.* In the original text this sentence is printed as follows : *ஒரு முட்டையில் ஒரு நாளைக்கு ஒருவருக்கு வேண்டிய தசைப் பொருளில்* (Proteins) 9 *சத விகிதம் கிடைக்கிறது. உயிர்ச்சத்து* (Vitamin A) 1241 *மூல அளவுகள்* I.U. (International units) *ஒவ்வொரு முட்டையிலும் இருப்பதாகவும் சத்துணவு ஆராய்ச்சியாளர் கூறுகின்றனர்.*

19. ரா. பி. சேதுப்பிள்ளை : பொங்கலோ பொங்கல்

ரா. பி. சேதுப்பிள்ளை (1896–1961) was a distinguished and highly esteemed holder of the Chair of Tamil in the University of Madras, from which post he had retired only shortly before his death. He was a profound scholar who also succeeded in communicating his love of.Tamil poetry to millions of his countrymen who did not have the advantage of his great learning. As an orator and as a critic he had few equals. Some of his speeches and his occasional writings, including the present extract from தமிழின்பம்,* he put together and reproduced in book form.

பொங்கலோ பொங்கல்[1]

தமிழ் நாட்டிலே பல சாதிகள் உண்டு; பல சமயங்கள் உண்டு. ஆயினும்[2] தமிழர் அனைவருக்கும் பொங்கல் நாள் ஒரு புனித நாள். அந்த நாளில், வீடுதோறும் சுதையின் விளக்கம்; வீதிதோறும் மங்கல முழக்கம்; 'பொங்கல் பொங்கல்' என்பதே எங்கும் பேச்சு.

பொங்கல் விழா நடைபெறும் காலமும் இனிய காலம்; கார் உலாவும் வானமும், நீர் உலாவும் ஏரியும் கருணை காட்டும் காலம்; இயற்கை அன்னை பசுமையான புடைவை உடுத்து, பன்னிறப் பூக்களைச் சூடி, இனிய காயும் கனியும் கரும்பும் அணிந்து இன்பக் காட்சி தருங் காலம்.

பொங்கலுக்குத் தலைநாள் போகி[3] பண்டிகை. அதைக் கொண்டாடும்[4] கருத்தென்ன? போகி என்பவன் இந்திரன். அவன் மேகங்களை இயக்கும் இறைவன். தமிழ் நாட்டார் பழங்காலத்தில் இந்திரனை

* 8th edition, Madras, 1959; pp. 57–9.

1 பொங்கல். An important festival celebrated in the Tamil month of தை. It is mainly a harvest festival. The name is derived from பொங்கு, 'overflow when boiled'. During this festival newly harvested rice is cooked in milk. பொங்கல் is also the name given to the food thus cooked. As the rice comes to the boil on the special day set apart for this, those present will say பொங்கலோ பொங்கல்.

2 ஆயினும் : nevertheless.

3 போகி : one who enjoys; (here) Indra.

4 கொண்டாடு : celebrate.

விளைநிலங்களின்[5] இறைவனாக வைத்து வணங்கினார்கள். சோழ வள நாட்டில் இந்திர விழா இருபத்தெட்டு நாள் கோலாகலமாக நடை பெற்றது.

"பசியும் பிணியும் பகையும் நீங்கி
வசியும் வளனும் சுரக்க"[6]

வேண்டும் என்று அவ் வானவனைத் தமிழ்நாட்டார் வழிபட்டார்கள். பண்டைத் தமிழரசர் காலத்தில் சிறப்பாக நடந்த அத் திருநாள், இப் பொழுது குன்றிக் குறுகி ஒரு நாளில் பண்டிகையாக நடைபெறு கின்றது.

போகி பண்டிகையை அடுத்து[7] வருவது பொங்கற் புதுநாள்; அந் நாளில் 'பழையன கழிதலும் புதியன புகுதலும்'[8] நிகழும்; வீட்டி லுள்ள பழம்பானைகள் விடைபெறும்;[9] புதுப்பானைகளில் பொங்கல் நடைபெறும். பால் பொங்கும் பொழுது, "பொங்கலோ பொங்கல்" என்னும் மங்கல ஒலி எங்கும் கிளம்பும். அப்போது, பெண்கள் குரவையாடுவர்; பின்பு "பூவும் புகையும் பொங்கலும்"[10] கொண்டு இல்லுறை தெய்வத்தை[11] வணங்குவர். அனைவரும் வயிறார உண்டு மகிழ்வர்.

பொங்கலுக்கு அடுத்த நாள் நிகழ்வது மாட்டுப் பொங்கல். நாட்டுப் புறங்களில் அது மிக்க ஊக்கமாக நடக்கும். முற்காலத்தில் மாடே செல்வமாக மதிக்கப் பட்டது. மாடு என்ற சொல்லுக்கே செல்வம் என்னும் பொருள் உண்டு. மண்பதைக்காக உழைக்கும் வாயில்லா உயிர்களில்,[12] மாட்டுக்கு ஒப்பாகச் சொல்லத் தக்கது மற்றொன்று இல்லை. விளை நிலத்தில் ஏர் இழுப்பது மாடு; பரம்பு அடிப்பது மாடு;[13]

---

5 விளை நிலங்கள் : agricultural fields.

6 A quotation from மணிமேகலை, I, 70-1.

7 அடுத்து : following; next.

8 பழையன கழிதலும் புதியன புகுதலும் : the discarding of old things and the entering of new ones.

9 விடைபெறும் : will take leave. Cp. நடைபெறும், 'will take place', in the next sentence.

10 பூவும் புகையும் பொங்கலும் : flowers and steaming *pongal*. Note that according to this interpretation புகை is a verb, not a noun. One might alternatively take புகை to mean 'incense' (சாம்பிராணி).

11 இல்லுறை தெய்வம் : family god; a god who acts as the 'guardian of a house' (இல்).

12 வாயில்லா உயிர்கள் : beings which cannot speak.

13 பரம்பு அடிப்பது மாடு : it is the ox which levels the land.
பரம்பு : roller; harrow.
பரம்பு அடி : level ploughed land with a roller.

அறுவடைக் காலத்தில் சூடடிப்பது[14] மாடு; களத்து நெல்லைக் களஞ்சியத்தில் சேர்ப்பது மாடு. ஆகவே, மாடு இல்லையென்றால் பண்ணையும் இல்லை; பயிர்த் தொழிலும் இல்லை.

இன்னும் பாலும் நெய்யும் தந்து மாந்தர் உடலைப் பாதுகாப்பதும் மாடல்லவா? பாலில் உயர்ந்தது பசுவின் பால். அமைதியும், அன்பும், பொறுமையும் உடையது பசு. தன் கன்றுக்கு உரிய பாலைக் கவர்ந்துகொள்ளும் கல்நெஞ்சருக்கும் கரவாது பால் கொடுக்கும் கருணை வாய்ந்தது பசு. ''அறந்தரு நெஞ்சோடு அருள் சுரந்து ஊட்டும்''[15] பசுக்களை ஆதரித்தல் வேண்டும் என்பது தமிழர் கொள்கை. கழனியிற் பணி செய்யும் காளை மாடுகளும், காலையும் மாலையும் இனிய பாலளிக்கும் கறவை மாடுகளும் நோயின்றிச் செழித்து வளர்வதற்காக நிகழ்வது மாட்டுப் பொங்கல்.

அந்த நாளில் கன்று காலிகளுக்குக் கொண்டாட்டம்.[16] அவற்றை ஆற்றிலும் குளத்திலும் நீராட்டுவர்; கொம்பிலே பூவும் தழையும் சூட்டுவர்; மணிகளைக் கழுத்திலே மாட்டுவர்; நல்ல தீனியை ஊட்டுவர்; பொங்கல் முடிந்தவுடன் அந்தி மாலையில் வீதியிலே விரட்டுவர். அவை குதித்துப் பாய்ந்து கும்மாளம் போடுவது கண்ணுக்கு இனிய காட்சியாகும்.

---

14 சூடடி : thrash sheaves (of paddy).

15 From மணிமேகலை, XIII, 54.

அறந்தரு நெஞ்சு = அறத்தைத் தரும் நெஞ்சு : the heart that yields virtue; the virtuous heart.

16 அந்த நாளில் கன்று காலிகளுக்குக் கொண்டாட்டம் : on that day it is a gay time for the cattle.

கன்று காலி : cattle young and old.

20. கி. வா. ஜகந்நாதன் : நகாசு வேலை

கி. வா. ஜகந்நாதன் (*b.* 1906) is the editor of கலைமகள், a Tamil literary monthly. He has published approximately seventy books—short stories, verse, literary studies. This brief extract from one of his stories, அறுந்த தந்தி (from a book of the same name*), is a representative example of his narrative style.

நகாசு வேலை

தைமாதம் பிறக்கப் போகிறது. அந்த மாதம் முதல் ராமபத்திர சர்மா வுக்கு இடைவிடாத[1] சங்கீதக் கச்சேரிகள் கிடைக்கும் காலம். மார்கழி யில்தான் சிறிது ஓய்வு. ஆகையால் இந்த மாதம் ஒரு பெரிய கீர்த் தனத்தை இயற்றி ஒரு வகையாகத் தம்முடைய குருநாதருடைய விருப் பத்தையும் நிறைவேற்றலாமென்று சர்மா நினைத்தார். கீர்த்தனத் தைப் பூர்த்தி செய்து தைமாதப் பிறப்பன்று[2] அவரைத் தம் வீட்டுக்கே வருவித்து[3] அரங்கேற்றவேண்டும் என்று சங்கற்பம் செய்துகொண்டார். தம்முடைய முத்திரையை இன்னபடி வைப்பது என்ற விஷயத்திலும் அவர் ஒரு தீர்மானத்திற்கு வந்தார்.[4] வெளியுலகத்திலே அவர் நல்ல வாய்ப்பாட்டு வித்துவானுலும்,[5] தம்முடைய சொந்த இன்ப அநுப வத்திற்கு அவர் வீணையைத் துணைக்கருவியாகக் கொண்டிருந்தார்.[6] ஓய்ந்த பொழுதில், அதுவும்[7] முக்கியமாக ஏதாவது புதிய கீர்த்தனத் தைச் செய்து முடித்த சமயத்தில், வீணையை வைத்துக்கொண்டு உட்

---

* 3rd edition, Madras, 1957; pp. 8-9.

1 இடைவிடாத : uninterrupted.

2 தைமாதப் பிறப்பன்று : that day which is the birth of the month of Tai. The first day of Tai.

3 வருவி : get [someone] to come. Note causative -வி.

4 தம்முடைய . . . வந்தார் : he has come to a decision in what way he wants to make his mark. This sentence reads somewhat like a translation from English.

இன்னபடி : in a particular way. Cf. இப்படி, அப்படி, எப்படி.

5 வாய்ப்பாட்டு வித்துவான் : vocal musician.

வித்துவான் : scholar.

6 கொண்டிரு : have; possess.

கொண்டிருந்தார் : he had.

7 அதுவும் : in particular.

கார்ந்துவிடுவார்.[8] பாட்டு வீணையை நடத்தும்; வீணை பாட்டை நடத்தும்.[9] சில சமயங்களில் வீணையைக் கொண்டு பாட்டைத் திருத்திக் கொள்வார்; கமகம்[10] வரவேண்டிய இடங்களில் வல்லின ஓசை வந்தால் எடுத்துவிட்டு மெல்லோசையைப் போடுவார். ஒரு பெரிய விஞ்ஞான சாஸ்திரி, தன் சோதனைக் கூடத்தில்[11] சோதனை போட்டுப் புதிய புதிய உண்மைகளை வெளியிடுகிறானே, அப்படித்தான் இருக்கும் சர்மாவின் சங்கீத சோதனை. அப்படியென்றால், இலக்கணம் படித்துப் பாட்டுப் பாடுகிறவனுடைய கவிமாதிரி முடைந்த கீற்றுகவல்லவா[12] கீர்த்தனம் இருக்கும் என்று நினைக்கக் கூடாது. அந்தச் சோதனையினால் மூல உருவம் மாறாது. நகாசு வேலை அது; அதிலே இழைத்து, மெருகிட்டு, வெளியிட்டால் ஜம்மென்று இருக்கும்[13] பாட்டு.

---

8 வீணையை . . . உட்கார்ந்துவிடுவார் : he will (habitually) sit down with the veena. விடு represents here a sort of compulsion (he cannot help himself).

9 பாட்டு . . . நடத்தும் : the song conducts the veena; the veena conducts song. (The song makes the veena do what it does. The veena determines what can go into the song.)

10 கமகம். Graces of melody—often achieved by pulling the string at a particular note and so causing slight variations of pitch.

11 சோதனைக் கூடம் : place of research, i.e. laboratory.

12 முடைந்த கீற்று : woven mat of coconut palm leaf. Here the reference is to the brittle and stiff nature of the dried mat.

13 ஜம்மென்று இரு : be wonderful and very satisfying.

21. கி. வா. ஜகந்நாதன் : இலக்கியக் கட்டுரை

An extract from ஒரு சாண் வயிறு, a collection of essays on a wide variety of subjects, most of them first published in one or another periodical.*

இலக்கியக் கட்டுரை

ஒரு விஷயம் : இலக்கியக் கட்டுரைகளை எழுதுகிறேமென்று எண்ணிக் கொண்டிருக்கும் இரண்டு வகையினர் இப்பொழுது இந்நாட்டில் இருக் கிறார்கள். ஒரு வகையார் பரம வைதிக கோஷ்டி.[1] அவர்களுக்கு நிகழ் காலமென்றும் எதிர்காலமென்றும் இரண்டு இல்லை. எல்லாம் பழைய காலத்துச் சமாசாரந்தான். பொறுமை, பொருமை, கற்பு, அஹிம்ஸை முதலிய விஷயங்களைப்பற்றி ஆயிரம் பாட்டுக்களை மேற்கோள் காட்டி எழுதிக் குவித்து விடுவார்கள். உலகம் சிருஷ்டியான காலந்தொடங்கி இன்றளவும் திருப்பித் திருப்பி அந்த விஷயங்களைப்பற்றியே எழுதிக் கொண்டிருக்கும் அந்த 'அப்பாவி'களுக்கு இலக்கியக் கட்டுரை இன் னது[2] என்று படும்படி விளக்கிச்சொல்ல யாராலும் முடியாது.

மற்றொரு வகையார் அதிவிருஷ்டி வகையினர்.[3] தங்கள் கருத்து எதுவோ அது தான் சிறந்ததென்று பிடிவாதத்தோடு எழுதுகிறார்கள் காரணங் காட்டிப் படிப்பவருடைய மனசைக் கவ்வும்படி எழுதத் தெரிந்தாலும், கோணல் வழியிலே போகிறார்கள். கருத்துக்குச் சிறப்பே யொழியப் பாஷைக்குச் சிறப்பில்லையென்று சீர்திருத்தவாதம் செய்கிறார்கள். தங்கள் எழுத்திலேதான் 'ஜீவ சக்தி' ததும்புவதாகப்

---

* 2nd edition, Madras, 1947; pp. 71–3.

1 ஒரு வகையார் . . . கோஷ்டி : people of one type are extremely conservative.

2 இலக்கியக் கட்டுரை இன்னது : what is [the nature of] a literary essay.

3 அதிவிருஷ்டி வகையினர் : the sort who exaggerate; the sort who say too much about things. The idea behind the expression is presumably that 'excessive rain' (அதிவிருஷ்டி) is too much of a good thing. There also seems to be a tendency to use this term in the sense of 'ultramodern', in opposition to 'orthodox'.

பறையடித்துக் கொள்கிறார்கள்.[4] ஆனால் பாவம்! அவர்கள் செய்யும் குற்றம் அவர்களுக்கே தெரிவதில்லை.

மேல் நாட்டு ஆசிரியர்களுக்கும் நம் நாட்டு எழுத்தாளர்களுக்கும் அடிப்படையான வித்தியாசம் ஒன்று உண்டு. அவர்கள் தங்கள் மொழியிலுள்ள இலக்கிய நூல்களைக் கரை கண்டவர்கள்;[5] மரபு வழுவாமல் எழுதத் தெரிந்தவர்கள். நம் நாட்டிலோ எழுத்தாளர்களுக்குத் தமிழ் இலக்கியத்தின் ஒரு மூலைகூடச் சரிவரத் தெரியாது. அங்ஙனம் தெரியாததைப் பெருமையாகக் கூடப் பேசிக் கொள்ளுகிறார்கள். "என்னுடைய குழந்தை நாலெட்டுக்கூட[6] நடக்கமாட்டான்; ரிக்ஷாவிலே தான் போவான்!" என்று பெருமை பேசிக்கொள்ளும் தாய்மாரும், "வீசம்படி அரிசிக்குமேல் நமக்குச் செல்வதில்லை"[7] என்று பீற்றிக் கொள்ளும் கனவான்களும் இருக்கின்ற இந்த நாட்டிலே பலஹீனங்களையெல்லாம் பெருமைப்படுவதற்கு உரியவையாகச் சொல்லும் மனப்பான்மை இருப்பது ஆச்சரியம் அல்ல.

ஒருவர் சொல்லுகிறார்: "என்ன ஐயா! உங்கள் பழைய தமிழ்ப் புஸ்தகத்தில் வீட்டைச் சந்திர மண்டிலத்தில் முட்டவிட்டிருக்கிறார்கள்.[8] சோலையை ஆகாய கங்கையில் மிதக்க விடுகிறார்கள், எங்கே பார்த்தாலும் பெண்கள் வருணனை! இந்த உபயோகமற்ற புத்தகங்களை மனுஷன் எப்படிப் படிப்பான்?" என்று அவர் குறை கூறும்பொழுது, "ஐயோ! இலக்கியங்களை இவர் காமாலைக் கண்ணோடல்லவா பார்த்திருக்கிறார்!" என்று இரங்கத்தான் வேண்டியிருக்கிறது. "நீங்களே இலக்கிய சிருஷ்டி செய்யத் தொடங்குங்களேன்" என்று சொல்லி விட்டாலோ,[9] "ஆமாம்" என்று சப்பு கொட்டுகிறார். தமிழைத் துருப் பிடித்த பாஷையாக, தமிழ் இலக்கியத்தை மக்கிப்போன பண்டமாக

---

4 தங்கள் . . . கொள்கிறார்கள் : they blow their own trumpets (literally, 'beat a drum') [saying] that only in their writings does the 'force of life' overflow.

5 கரை கண்டவர்கள் : experts; those who have seen the boundaries [of knowledge].

6 நாலெட்டுக்கூட : even four steps.

7 வீசம்படி . . . செல்வதில்லை : our [daily] expenditure [on food] does not go beyond a one-sixteenth measure of rice. Since this would be an entirely inadequate amount for a working man, this is said with the implication that the speaker does not have to work for a living.

8 வீட்டை . . . முட்டவிட்டிருக்கிறார்கள் : they have let their house hit against the moon (i.e. in a description of houses). The implication is that they have made meaningless comparisons.

9 சொல்லிவிட்டாலோ : if [you] happen to say. –ஓ refers here to the undesirability and unlikelihood of it being said.

எண்ணுகின்ற பெரியவர்களால் இனி நமக்கு விடிமோட்சம்[10] வரப்போவதில்லை. தேசபக்தி யென்றும் பாஷாபிமானமென்றும்[11] ஜபித்துக் கொண்டிருக்கும் சில அறிவாளிகள் கொஞ்சம் பழைய் தமிழ்ப் புத்தகங்களைக் கசப்பிருந்தாலும் புரட்டிப் பார்க்கட்டுமே. அவை என்ன நம்மைக் கடித்துவிடுமா?[12] தமிழிலுள்ள இலக்கியங்களின் பெயர் கூடத் தெரியாத எழுத்தாளர்கள் எத்தனை பேர் இந்தத் தமிழ் நாட்டில் 'ஆசிரியர்'களாக இருக்கிறார்கள்? அவர்கள் இலக்கியங்களிற் புகுந்து பார்க்கட்டும். தமிழ் மரபை உணர்ந்து புதுத் தமிழர்களுக்குத் தெரிவிக்கட்டும்![13] தமிழ் மரபு பிழையாமல்[14] புத்தம் புதிய[15] முறையில் எழுத முன்வரட்டும். அப்போது எத்தனை இலக்கியக் கட்டுரைகள் வெளிவரும்! எந்தக் கட்டுரை எழுதினாலும் இப்பொழுது ஆங்கிலத்தின் மணம் வீசும் அவர்களுடைய கட்டுரைகளில், அப்போது தமிழ் மணம் வீசுமென்பதில் தடையென்ன?

---

10 விடிமோட்சம் : salvation.

11 பாஷாபிமானம் (பாஷை + அபிமானம்) : high regard for one's own language.

12 அவை . . . கடித்துவிடுமா? : what! will they bite us? Note this use of என்ன.

13 தெரிவிக்கட்டும் : let them make known. Note the use of the causative suffix –வி. See 10, note 7.

14 தமிழ் மரபு பிழையாமல் : without going against the nature of Tamil.

15 புத்தம் புதிய : very new. Note the reduplication.

22. ஜெகசிற்பியன் : மனப்பால்

ஜெகசிற்பியன் (*b.* 1925) wrote his first story in 1939 and has since then published several novels, including some with a historical setting, and volumes of short stories. மனப்பால் is one of those in அக்கினி வீணை.*

மனப்பால்[1]

விண்ணுக்கும் மண்ணுக்குமாய் விரிந்திருந்தது கரிய இருள் திரை.[2] அந்த மாயத் திரையில் மின்மினிப் பூச்சிகள் ஒளிக் கோலமிட்டு[3] அழித்துக்கொண்டிருந்தன. வான்மடியில் சிதறிக் கிடந்த நட்சத்திரங்கள், பூதத்தைப்[4] பார்த்துப் பயப்படும் குழந்தைகளைப்போல், பூமியில் கப்பியிருந்த இருளை எட்டி எட்டிப் பார்த்து நடுங்கிக் கொண்டிருந்தன. இரவின் நடுச் சாமம். எங்கும் ஸ்மஸான அமைதி.

அமைதியின் அமைதி வடிவாய் விசாலித்துக் கிடந்தது அந்த மொட்டை மாடி.[5] எழிலுடன் எழும்பி நின்ற பெரிய பங்களாவின் மூன்றாவது தளம் அது. அந்தத் தளத்தின் ஒரு மூலையில் இடுப்பளவு உயரமுள்ள கட்டைச் சுவரில் சாய்ந்த வண்ணம் இருளோடு இருளாக நின்றுகொண்டிருந்தான் வஸந்தன்.

காணும் புலனை உயிராகக் கொண்டு, காணப்படும் பொருள்களி லெல்லாம் அழகைத் தேடி, அந்த அழகையே உணவாக உண்டு ஜீவித்

---

* Madras, 1958; pp. 74–85.

1 மனப்பால் : vain expectations; wishful thinking.

2 விண்ணுக்கும் . . . திரை : the black night was spread like a curtain between heaven and earth.

3 கோலம். Lines or figures drawn on the floor in the form of an ornamental design. This is often done (as here) with a powder. The powder may be of white clay or sometimes even of rice.

ஒளிக் கோலம் : designs made with light.

கோலமிடு : make a கோலம்.

4 பூதம் : (here) ghostly figure. Often pronounced būdam. Can mean a demon of huge size which serves men when they possess power over it, but which otherwise will devour them. There are many in children's stories.

5 அமைதியின் . . . மாடி : the terrace spread out broad and wide like the clear picture of peace.

விசாலி : be spread out. This verb form is not often used.

மொட்டை மாடி : terrace; flat roof on a house.

துவரும் ஓர் ஓவியக் கலைஞன் அவன். ஒளியில்லா நேரமெல்லாம் அவன் உயிர் வாழாத நேரம். ஒளி புகா இடமெல்லாம்[6] அவன் ஜீவனை வதைக்கும் சிறைக்கூடம். ஆயிரம் கண்கள் கொண்டு பகலை அநுபவிக்கும் அவன், இரவு வந்ததும் குருடனாகி விடுவான்! இறகு பிய்ந்த புறுவைப்போல எங்காவது[7] ஒரு மூலையில் அடங்கி ஒடுங்கி விடுவான். அழகற்ற உலகமும், அதைத் தோற்றுவிக்கும் இரவு நேரமும் அவனுக்குச் சொந்தமற்றவை.[8]

ஆனால் இன்று ?–

அழகின் உயிர் மெலிந்து அலசப்படும் பரிதாபக் காட்சியைப் பார்த்துக்கொண்டிருக்கிறான். அதன் மௌன ஓலத்தை ரஸித்துக் கொண்டிருக்கிறான். அவன் வாழ்நாளில்[9] இது புதிய ரஸனை! புதிய உணர்ச்சி! புதிய முயற்சியுங்கூட!...[10] ஒரு வேளை,[11] இருளில் அழகைத் தேடுகிறானோ? அல்லது அந்த இருளின் அழகை அநுபவிக்கிறானோ?... இருளில் அழகா? இருள் அழகா?... அவன் மனம் இருண்டு கிடந்தது. அவன் உடல் இருளில் ஐக்யமாகியிருந்தது.

''வஸந்தன்!''

திடுக்கிட்டுத் திரும்பினான் வஸந்தன். குரல் வந்த திக்கை நோக்கினான். எங்கும் இருள் வியாபித்திருந்தது. ஏதொன்றும் தெரியவில்லை.[12] யார் அவனை அழைத்தது? யாருடைய குரல் அது?... இரண்டாவது மாடியறையில் படுத்துத் தூங்கிக்கொண்டிருந்த அவன் நண்பன் வாசுதேவன் அங்கு வந்து அழைத்தானோ?... இல்லை. அது ஆண் குரல் அல்ல; பெண் குரல்! இளம் பெண்ணொருத்தியின் இனிய குரல்.

மரத்துப் போயிருந்த[13] வஸந்தனின் உடலில் பரபரப்பு ஏறியது. மாடிப் படியை நோக்கி விரைந்து வந்தான். அந்த இடமும் அவ்வீடும் அவனுக்குப் புதிது. அங்கு வந்து இரண்டு நாள்தான் ஆகிறது.[14] எனவே, அவன் நடையில் தெளிவு இல்லை: தடுமாறினான்.

---

6 ஒளி புகா இடம் : a place where light could not enter. In this grammatical context one would perhaps expect புகாத rather than புகா.

7 எங்காவது (எங்கேயாவது alternative form) : somewhere.

8 அவனுக்குச் சொந்தமற்றவை : things which do not belong to him.

9 வாழ்நாள் : living days, i.e. lifetime.

10 புதிய முயற்சியுங்கூட : a new effort also.

11 ஒரு வேளை : perhaps. See ஒருகால், 28, note 17.

12 ஏதொன்றும் தெரியவில்லை : not a single thing could be seen.

13 மரத்துப் போ : become numb. From மரம் 'tree, wood' and hence 'of the nature of wood'.

14 அங்கு ... ஆகிறது : only two days have passed since he came there.

யார் அவனை அழைத்தது? மாடிப் படிகளில் யாரோ இறங்கிப் போகும் மெல்லோசை கேட்டது. ஆனால் அது யாரென்று தெரிய வில்லை. ஒருவேளை மனப் பிரமையாக இருக்குமோ? அப்படியும் இருக்கலாம்.

பங்களாவின் அடித்தள அறையொன்றின் ஜன்னல் வழியேயி ருந்து[15] பளிச்சென வெளிச்சம் பாய்ந்து தோட்டத்துப் பூஞ்செடிகளைத் துலக்கியது.[16] அதைத் தொடர்ந்து யாரோ ஒரு கிழவர் இருமும் சப்தம் கேட்டது. திருமூர்த்தியும் பூமாவும் இன்னும் தூங்கவில்லையா?

தோட்டத்தில் படிந்த விளக்கு வெளிச்சத்தால் வஸந்தனின் கண்கள் நிதானம் பெற்றன. படிகளில் சரசரவென இறங்கி இரண்டா வது மாடியறையில் நுழைந்தான். வெளியுலகம்போல அந்த அறையும் இருண்டு கிடந்தது. விளக்கு ஸ்விட்சைத் தட்டிவிட்டான்.[17] அறையெங்கும்[18] நீல ஒளி கவிந்தது.

அறையின் இடப்புறம் ஒரு கட்டிலும், வலப்புறம் ஒரு கட்டிலும் இருந்தன. இடப்புறமிருந்த கட்டிலில், வஸந்தனின் நண்பன் வாசு தேவன் படுத்து மெய்ம்மறந்த உறக்கத்திலிருந்தான்.[19] வலப்புற மிருந்த கட்டில், விரித்த கம்பளத்தோடு வெறிச்சென்றிருந்தது. அதனருகே இரண்டொரு பிரம்பு நாற்காலிகளும் ஒரு சிறிய மேஜையும் கிடந்தன. மேஜையின்மீது பல வர்ணக் குழம்புகள் நிறைந்த சில பீங்கான் கிண்ணங்கள் இருந்தன. அவற்றில் வர்ணத் துருவேறிய[20] பல ரக பிரஷ்கள் தாறுமாறாக வைக்கப்பட்டிருந்தன. கட்டிலுக்குச் சற்று அப்பால், பெரிய ஜன்னல் ஒன்றின் அருகே, ஒரு முக்காலி சட்டம்[21] நிறுத்தி வைக்கப்பட்டிருந்தது. அதன் தடுப்பு ஆணிகளை[22] ஆதாரமாகக்கொண்டு, நூல் செறிந்த பெரிய வெள்ளை அட்டை ஒன்று சாய்ந்திருந்தது. அந்த அட்டை மெல்லிய சல்லாத் துணியால் மூடப் பட்டிருந்தது.

---

15 ஜன்னல் வழியேயிருந்து : through a window.

16 துலக்கியது : it illuminated.

17 விளக்கு ஸ்விட்சைத் தட்டிவிட்டான் : he put on the light switch. Note this use of தட்டு.

18 அறையெங்கும் : everywhere in the room.

19 மெய்ம்மறந்த உறக்கத்திலிருந்தான் : he was in a deep sleep.

20 வர்ணத் துருவேறிய : marked with paint. துரு strictly speaking is 'rust', but the meaning here is that the paints have so penetrated the bristles that they carry its colour permanently.

21 முக்காலி சட்டம் : three-legged stand, i.e. easel.

22 தடுப்பு ஆணிகள் : supporting pegs.

வஸந்தன் அவ்வறையைச் சுற்றி வளைத்துப் பார்த்தான்.[23] எந்தப் பொருளிலும் அவன் கண்கள் நிலையாகப் பதிய மறுத்தன. மொட்டை மாடியில் அவனை அழைத்த அந்தக் குரலின் ஆராய்ச்சியிலேயே அமிழ்ந்தியிருப்பதாகத் தோன்றியது. பிரமை பிடித்தவன்போல் பேசாமல் நின்றிருந்த வஸந்தன், அறையின் ஒரு மூலையில் மணல் குவியலுக்கு மேலே வைக்கப்பட்டிருந்த மண் கூஜாவை நோக்கி நடந்தான். திரும்பி வரும்போது அவன் தொண்டையின் உள்ளும் புறமும் நனைந்திருந்தன. சோர்ந்திருந்த அவன் முகம் களை பெற்றது.

முக்காலி சட்டத்தில் சாய்ந்திருந்த அட்டையை மூடிக்கொண்டிருந்த சல்லாத்துணியை மெல்ல தூக்கி விலக்கிவிட்டு, அதன் எதிரே கிடந்த ஒரு பிரம்பு நாற்காலியில் போய் நிதானமாக அமர்ந்தான் வஸந்தன். அவன் கண்கள் அந்த அட்டையையே வெறித்துப் பார்த்தன.

அதில்—

கொள்ளை எழில் கொப்புளிக்கும்[24] இளம் பெண்ணொருத்தியின் உரு அற்புதமாக வரையப்பட்டிருந்தது. விசாலமான கற்பனைக்கு உள்ளாகாமல், வரையறுக்கப்பட்ட யதார்த்த பாவத்துடன்[25] அமைந்திருந்தது அந்தச் சித்திரம். வர்ணப் பூச்சும் உருவ அமைப்பும் இயற்கையை அணுவளவும் மீறாமல் சுபாவ சுத்தியோடு பதிக்கப்பட்டிருந்தன. சுருக்கமாக[26] சொல்லவேண்டுமென்றால், யார் வயிற்றிலோ பிறந்து, எப்படியோ வளர்ந்து, எங்கேயோ வாழும் ஒரு நிஜப் பெண்ணின் நிஜ உரு அங்கே பிரதிமையாகியிருந்தது! அந்தப் பெண் உருவின் பக்கத்தில் மற்றோர் உருவம் வரையத்தக்க இடம்[27] அவ்வட்டையில் இருந்தது. ஆனால், அங்கு எந்த உருவமும் வரையப்படாமல்[28] வெறுமே விடப்பட்டிருந்தது. இன்றோ நாளையோ அல்லது இன்னும் சில தினங்களிலோ அங்கு ஒரு நபரின் உருவம் சிருஷ்டியாகித்தான் தீரவேண்டுமென்ற[29] நிச்சய நினைவை அந்தக் காலி இடம் நினைப்பூட்டிக்கொண்டிருந்தது! . . .[30]

தன்னை மறந்த நிலையில் அந்தச் சித்திரத்தையே பார்த்துக்கொண்டிருந்த வஸந்தன், நெஞ்சுக் கூடு உயர பெருமூச்சு விட்டபடி[31] நாற்

---

23 சுற்றி வளைத்துப் பார்த்தான் : looked all around.

24 கொள்ளை எழில் கொப்புளிக்கும் : excessively beautiful.

25 யதார்த்த பாவம் : true nature. Note that this word பாவம் is pronounced with initial voicing, as contrasted with பாவம் 'sin'.

26 சுருக்கமாக : concisely.

27 மற்றோர் . . . இடம் : a place suitable for drawing another figure.

28 எந்த உருவமும் வரையப்படாமல் : without any figure being drawn.

29 சிருஷ்டியாகித்தான் தீரவேண்டும் : a person's figure has *got* to be drawn. See 25, note 9.

30 நினைப்பூட்டு : remind.

31 பெருமூச்சு விட்டபடி : sighing deeply. See 16, note 1,

காலியில் நெடுகச் சாய்ந்து கண்களை மூடிக்கொண்டான். ஈரப் பசையற்றிருந்த[32] அவன் உதடுகள் "பூமா!... பூமா!..." என மெல்ல முனகி ஓய்ந்தன.

"நான் சொல்வதைக் கேள் வஸந்தன்! இதில் யோசனை செய்வதற்கு ஒன்றுமே இல்லை. இன்று புறப்பட்டு வருவதாகத் தந்தி கொடுத்து விடு!"[33] என்று வற்புறுத்தும் குரலில் சொன்னான் வாசுதேவன்.

"எனக்கென்னமோ இந்த மாதிரி வேலையெல்லாம் செய்யப் பிடிக்கவில்லை. என்னைப்பற்றித்தான் உனக்குத் தெரியுமே?"[34] என்று சிரித்தான் வஸந்தன்.

"உன்னைப்பற்றி நன்றாகத் தெரிந்திருப்பதால்தான் இத்தனை தூரம் வற்புறுத்திச் சொல்கிறேன்.[35] அதிகம் போனால்,[36] ஒரு வார வேலை; சுளையாக[37] ஆயிரம் ரூபாய் உன் ஜேபியில் அடைக்கலமாகும்.[38] ஏழு ஜன்மங்கள் எடுத்து எழுபதாயிரம் படங்கள் எழுதினாலும் இந்தத் தொகையை உன்னால் காணமுடியாது!"

வஸந்தன் அலட்சியமாகச் சிரித்தான். வாசு பேச்சைத் தொடர்ந்தான்:

"அட்வான்சாக ஐந்நூறு ரூபாய் அனுப்பிவிட்டார். முதல் வகுப்பு ரயில் பிரயாணத்திற்கெனத்[39] தனியாக[40] நூறு ரூபாய் சேர்த்தனுப்பியிருக்கிறார். அங்கு போய் தங்கியிருக்கும் நாட்களில் ஆகும் செலவு எல்லாம் அவருடையது. அவருடைய பெரிய பங்களாவிலேயே சகல

32 ஈரப் பசையற்றிருந்த : with dry and lifeless lips.
ஈரப் பசை : moisture. Here 'saliva'.

33 இன்று ... கொடுத்துவிடு : be sure to send off a telegram [saying] 'setting off today'.
விடு reinforces கொடு–'*be sure to* give'.

34 என்னைப்பற்றித்தான் உனக்குத் தெரியுமே : you know quite well about me. Note the emphatic force of தான்.

35 உன்னைப்பற்றி ... சொல்கிறேன் : just because I know you so well, I am speaking with this much emphasis.
இத்தனை தூரம் : to this extent.

36 அதிகம் போனால் : at the most.

37 சுளையாக : (here) in a piece; neatly. There is the implication that the money would be easily earned, just as a segment (சுளை) of a jack-fruit is easily detached from the adjoining ones.

38 அடைக்கலமாகு : take refuge.

39 பிரயாணத்திற்கென (பிரயாணத்திற்காக alternative form) : for the purpose of a journey.

40 தனியாக : separately.

வசதிகளும் செய்து தருவதாக வாக்களித்திருக்கிறார். இவற்றைவிட இன்னும் என்ன வேண்டும் ?''

வாசுவின் ஆத்திரத்தை வஸந்தனால் புரிந்துகொள்ள முடிந்தது.[41] ஆனால் அவன் வழக்கம்போல் சிரித்துக்கொண்டு சொன்னான் : ''வாசு! இவ்வளவு காலம் என்னுடன் நீ பழகியும் இன்னும் என்னைச் சரியாகப் புரிந்து கொள்ளவில்லையென்றே கருதுகிறேன். பணம் காசு சம்பாதிக்கவா நான் ஓவியக் கலை பயின்றேன் ? அதற்கு எத்தனையோ தொழில்கள், வழி வகைகள் இருக்கின்றனவே ! எனக்கு வேண்டியது பணம் அல்ல ; அழகு ! இந்த அழகிய உலகின் அழகையெல்லாம் சுவீகரித்துக் கொள்ளவே நான் பிறந்திருக்கிறேன். அவற்றைப் பார்த்துப் பார்த்து எழுதி எழுதி[42] ஆனந்தப்படுவதுதான் என் தொழில் ; என் லட்சியம் ; என் . . .''

''டேய், டேய் ![43] நிறுத்துடா உன் பிரசங்கத்தை. என்னால் இவ்வளவு பெரிய விஷயங்களைப் புரிந்துகொள்ளவே முடியாதுடா !''[44] என்று சிரித்தான் வாசு. பிறகு அவனே பெச்சைத் தொடர்ந்தான் : ''வஸந்தன் ! நீ சொல்வதெல்லாம் உண்மையாக இருக்கலாம். ஆனால், உன்னுடன் பல காலமாக[45] ஒன்றிப் பழகும் நண்பனின்[46] ஆத்ம திருப்திக்காகவேனும் அந்த வேலையைச் செய்து தர ஒப்புக் கொள்ளக் கூடாதா ?[47] நான் அந்தப் பெரிய மனிதரிடம் நம்பிக்கைப் பட வாக்களித்துவிட்டேன். அது சிறு பிள்ளைப் பேச்சாக ஆகிவிடக் கூடாதல்லவா ?''[48]

நீண்ட நேரம் மௌனம் சாதித்துவிட்டு நிமிர்ந்தான் வஸந்தன். ''வாசு ! எனக்கொரு யோசனை தோன்றுகிறது. அதன்படி[49] அந்தப் பெரியவரை செய்துவிடச் சொல்லேன் ?''[50] என்றான்.

''என்ன யோசனை ?'' என்று ஆவலுடன் கேட்டான் வாசுதேவன்.

---

41 வஸந்தனால் . . . முடிந்தது : Vasantan could understand.

42 பார்த்து . . . எழுதி : after looking at and drawing time after time. The repetition of the verb forms implies the repeated nature of the action.

43 டேய், டேய் : hey there. Used affectionately or rudely. Pronounced with initial voicing.

44 முடியாதுடா. On –டா see 3, note 39 and compare the exclamation டேய் (note 42 above), also used only to inferiors or younger people.

45 பல காலமாக : for a long time.

46 ஒன்றிப் பழகும் நண்பன் : a very close friend.

47 ஒப்புக்கொள்ளக் கூடாதா ? Should one not agree ?

48 அது . . . கூடாதல்லவா ? : it should not become childish talk, should it ?

அல்லவா : is it not ?

49 அதன்படி : accordingly; in that manner.

50 சொல்லேன் : why should you not say ? A dialect form.

"ஒரு நல்ல போட்டோ ஸ்டூடியோவுக்குப் போய், அல்லது ஒரு கைதேர்ந்த போட்டோகிராபரை அழைத்து வந்து, அழகிய கோணத்தில் அந்தத் தம்பதியைப் படம் பிடித்துக்கொள்ளச் சொல். அதை எவ்வளவு பெரிதாகவேனும்[51] 'என்லார்ஜ்' செய்து மாட்டிக்கொள்ளலாம்!"

இதைக் கேட்டதும் வாசுவுக்குக் கோபம் குமுறிவிட்டது. "போடா முட்டாள்! இந்த யோசனை அவருக்கோ எனக்கோ தெரியாதென்று நினைத்துக்கொண்டாய்? இது தெரியாமலா உன்னிடம் வந்து இப்படிக் கெஞ்சுகிறேன்? முடிவாகக் கேட்கிறேன்: அந்தப் பணக்கார[52] தம்பதியின் 'போர்ட்ரெயிட்'டை வரைந்து கொடுப்பாயா, மாட்டாயா?"[53] என்று கேட்டான் கண்டிப்பான குரலில்.

"உன் விருப்பம் நிறைவேறாதென்றே[54] நினைக்கிறேன்!" என்று எங்கோ பார்த்தவாறு[55] உள்ளடங்கிய குரலில் சொன்னான் வஸந்தன்.

"சரி; இன்று முதல்[56] என்னை மறந்துவிடு!" என்று கூறிக்கொண்டே விருட்டென எழுந்து வெளியே போகப் புறப்பட்டான் வாசு.

இந்த விஷயத்துக்காக அவன் இவ்வளவு பெரிய வெடி குண்டைத் தூக்கிப் போடுவான்[57] என்று வஸந்தன் எதிர்பார்க்கவில்லை. சிறு வயது முதல் உடன்பிறந்த சகோதரர்போல் ஒன்றிப் பழகிய பாசம் அவன் உள்ளத்தில் விஸ்வரூபம் எடுத்தது.[58] "கோபித்துக் கொள்ளாதே வாசு! உன் விருப்பப்படி[59] அந்தப் படத்தை வரைந்து தருகிறேன்!" என்றான். அவன் குரலில் தவிர்க்க முடியாத கவலையும் அதிருப்தியும் கலவையிட்டன.[60]

---

51 அதை எவ்வளவு பெரிதாகவேனும்: however big [you] want it. –ஏனும் as a suffix commonly means 'at least'. (–ஆவது alternative form.)

52 பணக்கார: moneyed.

53 கொடுப்பாயா, மாட்டாயா: will you give or not?

54 நிறைவேறாது: it will not be fulfilled; it will not come true.

55 எங்கோ பார்த்தவாறு (பார்த்தபடி alternative form): looking somewhere.

56 இன்று முதல்: from today on.

57 வெடி குண்டைத் தூக்கிப் போடுவான்: he will (lift and) throw a bomb. Cf. the figurative use of 'bomb-shell' in English.

58 விஸ்வரூபம் எடு: take a huge form; loom large. விஸ்வரூபம் is applied to one of Viṣṇu's avataras in which he took such a huge form that he occupied the whole universe.

59 உன் விருப்பப்படி: as you wish.

60 கவலையும் அதிருப்தியும் கலவையிட்டன (கலந்தன alternative form): anxiety and dissatisfaction were mingled. Note the Sanskritic negative prefix in அதிருப்தி. திருப்தி means 'satisfaction'.

"இதை முதலிலேயே சொல்லியிருக்கப் படாதா?"[61] என்று சிரித்துக் கூறிக்கொண்டே திரும்பி வந்து பழையபடி[62] அமர்ந்தான் வாசு.

சற்று நேரம் அவர்களிடையே மௌனம் நிலவியது.

"வாசு! அந்தத் தம்பதி சேர்ந்து எடுத்துக்கொண்ட போட்டோ ஏதேனும் உன்னிடம் இருக்கிறதா?"[63] என்று கேட்டான் வஸந்தன்.

"ஏன்?"

"நாம் அவர்கள் வீட்டில் போய் இருந்துகொண்டு எழுதுவதை விட,[64] அவர்களது போட்டோ இருந்தால் இங்கிருந்தே எழுதி அனுப்பி விடலாம் என்றுதான் கேட்கிறேன். இதனால் இருசாராரும் எடுத்துக் கொள்ள வேண்டிய அநாவசிய சிரமம் குறையும்!"

"வாஸ்தவம்தான். ஆனால் அப்படிச் செய்வதற்கில்லை. வெள்ளிக்கடை திருமூர்த்தி, திருச்சியில் பெரிய பணக்காரர். ஸ்தாவர ஜங்கம சொத்துக்களுக்குக் கணக்கு வழக்கே இல்லை.[65] ஆனால் கடவுள் அவருக்கு வேறு வகையில் குறை வைத்து விட்டார். முப்பது வயதில் கல்யாணம் செய்துகொண்ட அவர், பதினைந்து வருஷ குடும்ப வாழ்க்கைக்குப் பின் தாரத்தை இழந்துவிட்டார். முதல் தாரத்துக்குப் பிள்ளையில்லாததால் இரண்டாம் தாரமாக ஒரு பெண்ணை மணந்தார். அவளும் பத்து வருஷம் மலட்டு வாழ்க்கை வாழ்ந்துவிட்டு பூவும் மஞ்சளுமாக மறைந்து[66] விட்டாள். திருமூர்த்திக்கு எல்லையற்ற கவலையாகிவிட்டது. இரண்டு மனைவிகள் செத்துப் போனதுகூட அவருக்கு அவ்வளவு கவலையளிக்கவில்லை. தனக்குப் பின் தனது திரண்ட ஆஸ்தியை அனுபவிக்க ஒரு வாரிசு இல்லையே என்ற கவலைதான் அவர் நெஞ்சைப் புழுவாக அரித்தது.[67] ஊர் உலகத்தை சட்டை செய்

---

61 சொல்லியிருக்கப் படாதா (கூடாதா alternative form): should [you] not have said; why didn't you tell me? On படாது see 2, note 16.

62 பழையபடி : as of old; as before.

63 போட்டோ ஏதேனும் உன்னிடம் இருக்கிறதா : do you have any photo? In this context ஏதேனும் could be replaced by ஏதாவது or எதாவது.

64 எழுதுவதைவிட : rather than draw.

65 கணக்கு வழக்கே இல்லை : there are no accounts for. I.e. there is a vast number of them.

66 பூவும் மஞ்சளுமாக மறை : (of a woman) die whilst the husband is still alive. As a married woman she should still have been wearing flowers (பூ) and turmeric (மஞ்சள், which is smeared on the face). A widow would wear neither.

67 அவர் . . . அரித்தது : ate at his heart like a worm.

யாமல்,[68] துணிந்து மூன்ருந்தாரமாக ஒரு பெண்ணை மணந்துகொண்டார்!''

''இவளுக்காவது பிள்ளை பிறந்ததா?''

''இதுவரை இல்லை; இனிமேல் பிறக்கலாம்!'' என்று சிரித்தான் வாசு.

''அப்புறம்?'' என்று அசுவாரஸ்யமாகக் கேட்டான் வஸந்தன்.

''அவரைப் போன வாரம் இங்கு சந்தித்தேன்: அப்போதுதான் இந்த விஷயத்தைப்பற்றி என்னிடம் பிரஸ்தாபித்தார். அவரும் அவருடைய மூன்ரும் மனைவியும் சேர்ந்து நிற்பதைப் போன்ற ஒரு படம் எழுதி அதை அவர் வீட்டில் அழகாக மாட்டி வைக்க வேண்டுமாம். 'போட்டோ எடுத்துக்கொள்ளலாமே' என்றேன். 'மூன்ரும் மனிதனொருவனின் எதிரில் தம்பதி சமேதராய் நிற்க வெட்கமாயிருக்கிறது' என்று கூறி நகைத்தார்.''

''அப்படியானுல் நான் மூன்ரும் ஆள் இல்லையா?''

'''போட்டோ கலைஞனுக்கும், ஓவியக் கலைஞனுக்கும் வித்தியாசம் இருக்கிறது' என்று அவரே பதில் சொல்லிவிட்டார்! அதனுல்தான் உனக்கு ஆயிரம் ரூபாய் கொடுக்கச் சம்மதித்திருக்கிருர்.''

''அப்படியா?'' என்று சொல்லிக்கொண்டே கலகலவெனச் சிரித்தான் வஸந்தன்.

''சரி; இனி பேச்சுக்கு நேரமில்லை. புறப்படவேண்டியதுதான். நானும் உன்னுடன் பிரயாணமாக ஆயத்தமாகிறேன்''[69] என்று சொல்லி எழுந்தான் வாசு.

மறுநாள் வஸந்தனும் வாசுவும் திருச்சி போய்ச்சேர்ந்தனர். திருமூர்த்தி இவர்களை மிக உற்சாகமாக வரவேற்று உபசரித்தார்.[70] வஸந்தனின் ஓவியத் திறமையைப்பற்றி அவர் ஏற்கனவே கேள்விப்பட்டிருந்ததால் மிகுந்த பவ்யமாகவும் அன்பாகவும் நடந்துகொண்டார்.

வஸந்தனும் வாசுதேவனும் தங்கியிருக்க பங்களாவின் இரண்டாவது மாடியறை ஒழித்துத் தரப்பட்டது.[71] வஸந்தன் தன் வேலைக்கான[72] சகல சாமான்களையும் தயார் படுத்தி வைத்துக்கொண்டான்.

---

68 ஊர் உலகத்தை சட்டை செய்யாமல் : not caring for society (either the people in his town or in the world).

69 நானும் . . . ஆயத்தமாகிறேன் : I too am getting ready to travel with you.

70 இவர்களை . . . உபசரித்தார் : he gave them a very cheerful welcome.

71 இரண்டாவது . . . தரப்பட்டது : the second-floor room was vacated and given.

72 தன் வேலைக்கான : [required] for his work.

அன்று மத்தியான உணவுக்குப்பின் திருமூர்த்தியும் வஸந்தனும் வாசுவும் விசாலமான அழகிய கூடத்து அறையில் அமர்ந்து பேசிக் கொண்டிருந்தனர். வஸந்தனின் வாய் பேசிக்கொண்டிருந்ததே தவிர, அவனுடைய 'காமிரா கண்கள்' திருமூர்த்தியின் அங்க அவய வங்களையும் முகச் சாயலையும் அப்படியப்படியே படம் பிடித்து மனத்தில் பதிய வைத்துக்கொண்டிருந்தன. அவரைப் படமாக வரைவதில் அவனுக்கு எதும் சிரமம் இருப்பதாகத் தோன்றவில்லை.[73] நரை திரைக் கிழங்களை[74] வரைவது ஓவியர்களுக்கு மிகவும் எளிதாயிற்றே!

திருமூர்த்தி எதோ நினைத்துக்கொண்டவராய் பேசுவதை நிறுத்தி விட்டு பக்கத்து அறையை நோக்கி "பூமா!... பூமா!... வெற்றிலைத் தட்டைக்[75] கொண்டு வா!" என்றார் அன்பு வழியும் குரலில். இதில் எதோ முன்னேற்பாடு இருந்ததுபோல் தோன்றியது.

வஸந்தன் நிமிர்ந்து உட்கார்ந்துகொண்டான். அவன் கண்களில் தீட்சண்ய ஒளி எறியது.

பூமா, வெற்றிலைத் தட்டை எந்தியபடி[76] கூடத்து அறையை நோக்கி மெள்ள நடந்து வந்தாள்.

வஸந்தனின் ஒளி வீசும் கண்கள் அகல விரிந்தன. அவன் அவளையே வைத்த விழி வாங்காமல்[77] விரைக்கப் பார்த்தான். இவ் விருவரையும் மாறி மாறிப் பார்த்துப் புன்னகைத்தார்[78] திருமூர்த்தி. இதொன்றையுமே கவனியாதவன்போல் எங்கோ பார்த்துக்கொண்டி ருந்தான் வாசுதேவன்!

"மிஸ்டர் வஸந்தன்! இவள்தான் என் மனைவி. பெயர் பூமா" என்று அறிமுகப் படுத்தினார் திருமூர்த்தி.

வஸந்தனுக்குப் பதிலாக வாசு "ஓகோ!" என்று பெரிய மனுஷத் தோரணையில் சொல்லிக்கொண்டான்.

வஸந்தன் சட்டெனத் திரும்பி திருமூர்த்தியை உற்றுப் பார்த் தான். எற இறங்கச் சுற்றி வளைத்துப் பார்த்தான். அவன் கண்கள் சுருங்கின. நெற்றி சுருங்கியது. உதடுகள் துடித்தன. முகம் கறுத் தது.

---

73 அவனுக்கு ... தோன்றவில்லை : **it did not appear that it cost him any effort.**

74 நரை திரை கிழங்கள் : **grey and wrinkled old people.** கிழம் **('old age') used in this way has a hint of contempt.**

75 வெற்றிலைத் தட்டு : **betel-leaf tray. Betel-leaf is offered on a tray to a visitor as a sign of welcome and courtesy.**

76 எந்தியபடி : **carrying.**

77 வைத்த விழி வாங்காமல் : **without lifting his gaze.**

78 புன்னகை : **smile. See** நகை **'laugh'.**

மீண்டும் பூமாவைப் பார்க்க நிமிர்ந்தான். மின்னல் மறைந்தது.[79] பூமா போய்விட்டிருந்தாள்!

அடுத்த நாள் பொழுது புலரும்போது, விலையுயர்ந்த வெள்ளை அட்டை ஒன்றில் உயிரெழில் ஓவியமாய் பதிந்திருந்தாள் பூமா! அந்தப் படத்தின் எதிரே,[80] சோர்ந்து தலை குப்புறப் படுத்திருந்தான் வஸந்தன். கடவுளின் சந்நிதானத்தில் ஓர் உண்மையான பக்தன் சாஷ்டாங்கமாக விழுந்து[81] கிடப்பதைப்போல் அந்தக் காட்சி தோற்றமளித்தது.

வாசுதேவன் தன் நண்பனின் கைத்திறனைக் கண்டு பூரித்துப் போனான். திருமூர்த்தியும் வந்து பார்த்தார். அவருக்கு மகிழ்ச்சி எல்லை கடந்துவிட்டது. ஆனால் ஒரு சிறு குறை. தன்னை முதலில் வரைந்துவிட்டு, பிறகு தன் மனைவியை வரைந்திருக்கலாமே என்று எண்ணினார். வயதில் மூத்தவரல்லவா? எப்போது தன் உருவை தனது மனைவியின் அருகில் காணப்போகிறேமோ என்ற ஏக்கம் அவர் முகத்தில் பிரதிபலித்தது.

வஸந்தன் அன்று முழுதும் நோயாளிபோல் படுக்கையில் கிடந்தான். யாருடனும் எதுவும் பேசவில்லை. சித்திரத்தைத் தொடர்ந்து எழுதி முடிக்கவும் முயலவில்லை. திருமூர்த்தியின் உருவுக்குப் பென்ஸில் கோடுகள்கூட அவன் போடவில்லை.

வாசுவுக்கு வஸந்தனின் இந்தப் போக்கு வியப்பை அளித்தது. 'இதெல்லாம் ஒரு தினுசான மேதா பைத்தியம்'[82] என்று அவன் பேசாமலிருந்துவிட்டான்.

மாலை வந்தது. இரவும் ஆனது. வஸந்தன் மீண்டும் பிரஷை கையால் தொடவே இல்லை! . . .

"வஸந்தன்! இன்னுமா[83] நீ தூங்கவில்லை?" என்று கேட்டுக் கொண்டே எழுந்தான் வாசுதேவன்.

---

79 மின்னல் மறைந்தது : the lightning disappeared. In Tamil literature a beautiful girl is often compared to lightning.

80 எதிரே. Note that there is no emphatic sense attached to -ஏ here.

81 சாஷ்டாங்கமாக விழு : fall prostrate in deep reverence; (literally) fall so that the 8 limbs touch the ground. The 8 limbs are the 2 hands, 2 knees, 2 shoulders, chest and forehead.

82 ஒரு தினுசான மேதா பைத்தியம் : a sort of enlightened madness; a sort of eccentric behaviour due to high knowledge.

மேதை : knowledge.

83 இன்னுமா : even now. Note that this placing of the interrogative particle -ஆ other than at the end of the sentence throws into prominence

திடுக்கிட்டுக் கண்விழித்த வஸந்தன், "இனிமேல் தூங்க வேண்டியதுதான்!" என்று கூறிக்கொண்டே[84] எழுந்துபோய் படுத்தான். அவன் முகத்திலும் குரலிலும் நிம்மதியும் தெளிவும் இருந்தன.

பொழுது புலர்ந்தது.

வாசுதேவன் படுக்கையை விட்டு எழுந்தான். பக்கத்துக் கட்டிலைப் பார்த்தான். அது வெறிச்சென்று கிடந்தது. அதே சமயம் திருமூர்த்தியும் பூமாவும் அங்கு வந்தார்கள்.

"படம் வரைந்து முடிந்துவிட்டதா?" என்று கேட்டார் திருமூர்த்தி.

"வஸந்தனைப் பார்த்தீர்களா?" என்று குழறினான் வாசு.

"நான் அவரைப் பார்க்கவில்லையே!" என்று சொல்லிக்கொண்டே போய், ஓவிய அட்டையை மூடியிருந்த சல்லாத் துணியை விலக்கினார்.

அங்கே, பூமாவின் உயிரோவியத்திற்குப்[85] பக்கத்தில், கறுப்பு வர்ணத்தால் ஒரு பெரிய கேள்விக்குறி போடப்பட்டிருந்தது!

---

the word to which it is attached. The effect is similar to that obtained in English by emphatic word-stress.

84 கூறிக்கொண்டே : *while* saying.

85 உயிரோவியம் : life-like picture.

23. மு. வரதராசன் : [ஓவியரின் கைகள்]

From கரித்துண்டு, a novel.*

ஓவியரின் கைகள்

பார்த்த ஓவியங்களைக் கீழே வைக்க மனம் இல்லாமல், ஓவியர் அவற்றைத் துடைமேல் மெல்ல வைத்து, மற்றவற்றை அவற்றின்மேல் வைத்து, இருகையாலும்[1] அருமையாகப் போற்றி எடுத்ததைக் கண்டேன். சிறிதும் நலுங்காமல் மடியாமல் கிழியாமல் காப்பதில் இவ்வளவு கண்ணும் கருத்துமாக இருக்கிற அவருடைய கை, கரித்துண்டை ஏந்திக் கரடுமுரடான[2] தரையில் படம் எழுதவும் துணிந்ததே என்பதை எண்ணிப் பார்த்தேன். கலையின் அருமை தெரிந்த உள்ளம் ஆகையால், அவருடைய விரல்கள் இப்படி நோகாமல் எடுத்துப் பார்த்தன. ஒவ்வொரு படத்தையும் விடாமல் உற்று உற்றுப் பார்த்துவந்தார்.[3] புதுக்கட்டிடத்தை நான் பார்ப்பதானால்[4] ஒரு சுற்றுச் சுற்றிவிட்டுச் சிறிதுதொலைவில் நின்று வெளித்தோற்றத்தைப் பார்த்துவிட்டு, நன்றாக இருப்பதாகச் சொல்லிவிடுவேன். ஆனால் கட்டத் தெரிந்தவர் பார்ப்பதானால், மூலை முடுக்கெல்லாம்[5] பார்த்து, சன்னல் சட்டங்கள் கம்பிகள் கதவுகள் மேல்கழிகள் கலந்த கலவை பூசிய பூச்சு முதல் எல்லாவற்றையும்[6] ஒவ்வொன்றாக[7] உற்றுப் பார்த்து நெடுநேரம் எண்ணிக்கொண்டிருப்பார் அல்லவா? அதுபோல் இருந்தது அவர் அந்த ஓவியங்களைப் பார்த்த அனுபவம்.

---

* 3rd edition, Madras, 1958; p. 170.

1 இருகையாலும் : with both hands. A sign of respect and appreciation.

2 கரடுமுரடான : uneven, rough.

3 ஒவ்வொரு . . . பார்த்துவந்தார் : not leaving a single picture, he kept observing very keenly.

4 பார்ப்பதானால் : if [I] see. Note this use of ஆனால் suffixed to the future verbal noun.

5 மூலை முடுக்கெல்லாம் : every nook and cranny.

6 முதல் எல்லாவற்றையும் : and all such things. Note that முதல் refers to the item preceding it.

7 ஒவ்வொன்றாக : one by one.

24. தெ. பொ. மீனாட்சிசுந்தரனார் : பழங்கதை

தெ. பொ. மீனாட்சிசுந்தரனார் (*b.* 1901), a Tamil scholar of great distinction, is Vice-Chancellor of the recently established University of Madurai. For some years before this he was Director of the Centre of Advanced Study in Linguistics at the Annamalai University. During the spring quarter of 1962 he was visiting Professor of Tamil at the University of Chicago. A man of many parts, he has to his credit scholarly publications in Tamil and English, volumes of essays, stories and literary, historical and biographical studies. The extracts used for this reader are all taken from a collection of broadcasts, essays and talks on Tamil life, literature, religion, history, politics–*தமிழா, நினைத்துப்பார் !**

பழங்கதை

தமிழர்கள் தங்கள் வரலாற்றைக் கலை வரலாறாகவே பல நூற்றாண்டுகளாகக் கருதி வந்துள்ளார்கள் ;[1] தங்கள் வரலாற்றினைத் தமிழை வளர்த்த தமிழ்ச் சங்கங்களின்[2] வரலாறாகக் கதை எழுதிவைத்துள்ளனர்.[3] இறையனார் அகப்பொருள்[4] உரை நூல் ஒன்று, நக்கீரர் எழுதியதாக வழங்குகிறது. அதிலே இந்தக் கதையைக் காண்கிறோம். சிலப்பதிகாரத்திற்கு உரை எழுதிய அடியார்க்கு நல்லாரும்[5] இந்தக் கதையைக் கூறுகின்றார் ; மூன்று சங்கங்கள் இருந்தனவாம். முதற் சங்கம்,

---

* 3rd edition, Madras, 1963; pp. 16-17.

1 *தமிழர்கள் . . . வந்துள்ளார்கள்* : Tamilians have for centuries been viewing their history as a cultural history. The term *கலை* includes all the arts, though in this chapter the discussion centres on literature.

2 *தமிழ்ச் சங்கங்கள்.* According to tradition there were in the pre-Christian era three successive Tamil Academies (*சங்கம்*) lasting for a total of almost 10,000 years. The earliest extant poetry in Tamil is said to belong to the period of the third of these (covering approximately the last two millenia B.C.). See also 25, notes 1 and 2.

3 *எழுதிவைத்துள்ளனர்* : they have preserved in writing.

4 *இறையனார் அகப்பொருள்.* A work on poetics, dealing in particular with the *அகம்* theme of poetry. It has been dated as early as the fourth century and as late as the thirteenth. In it is contained the earliest extant record of the tradition mentioned in note 2.

5 *அடியார்க்கு நல்லார்.* A celebrated medieval commentator on the ancient Tamil texts.

இடைச்சங்கம், கடைச்சங்கம் என்பன அவற்றுக்குப் பெயர். முதற் சங்கத்தினை நிலை நிறுத்தினவன்[6] காய்சின வழுதி[7] என்ற பாண்டியன். இந்தச் சங்கம் தென்கடலில் இருந்த தென்மதுரையில் கூடியது; 4400 ஆண்டுகள் நடந்தது. 89 பாண்டியர் ஒருவர் பின் ஒருவராய் இதனை ஆதரித்து வந்தனர். அவர்களுள், எழு பாண்டியர்கள், புலவர்களாய் விளங்கினார்கள். 4449 புலவர் கவியரங்கேறினர். முத்தமிழ்[8] நூல்கள் தோன்றின. ஆனால், கடுங்கோன் என்ற பாண்டியன் காலத்தில், தென்மதுரையும் இந்த நூல்களும் கடலில் மூழ்கின. இதற்குப் பின்னர், வெண்டேர்ச்செழியன், கபாடபுரத்தினைத் தலை நகரமாகக்கொண்டு,[9] இடைச்சங்கத்தினை[10] நிலை நாட்டினான்.[11] இது 3700 ஆண்டுகள் வரை, 59 பாண்டிய அரசர் தலைமுறையின் ஆதரவில் நடந்தது. இதில் 449 புலவர் பாடினர். தொல்காப்பியம் இந்த இடைச்சங்கத்து நூல். பின், கபாடபுரமும் கடல் கொண்டு[12] அழிந்த பிறகு, மூன்றும் சங்கத்தை முடத்திருமாறன் என்ற பாண்டியன் மதுரையில் நிலை நாட்டினான். 1800 ஆண்டு நிலைத்திருந்தது இந்தச் சங்கம். 49 புலவர் பாடினர். இவர்கள் பெயர்களைத் திருவள்ளுவ மாலையில் காணலாம். ஈதே[13] இந்தக் கதை.

---

6 நிலை நிறுத்தினவன் : one who has established.

7 காய்சின வழுதி. A Pandya king. வழுதி is a title of the Pandya kings.

8 முத்தமிழ். The three different aspects of Tamil recognized in classical times : இயல் (literature), இசை (music), and நாடகம் (dance drama).

9 தலை நகரமாகக்கொண்டு : taking as capital city.

10 இடைச்சங்கம் : the middle Sangam, the second Sangam.

11 நிலை நாட்டு : establish. See note 6.

12 கடல் கொண்டு (கடலால் alternative form) : by the sea.

13 ஈதே (இஃதே, இதே alternative forms) : it is this.

25. மு. வரதராசன் : [இலக்கியத் தொகுதிகள்]

This is part of an essay called ஒன்றுபட்டால் உண்டு வாழ்வு in a collection dealing with various literary topics published under the title இலக்கிய ஆராய்ச்சி.*

இலக்கியத் தொகுதிகள்

இன்று புறநானூற்றிலோ[1] அகநானூற்றிலோ[2] உள்ள எல்லாச் செய்யுட்களையும் படிக்கின்ற எல்லோரும் விரும்புவதாகச் சொல்ல முடியாது. சில பாடல்களைச் சிலர் விரும்பலாம்; அவற்றையே வேறு சிலர் விரும்பாதிருக்கலாம். பத்தொன்பதாம் நூற்றாண்டில் பலராலும் விரும்பப் பெற்ற சில செய்யுட்களை இந்த நூற்றாண்டினர்[3] விரும்பாமலிருக்கலாம்; அடுத்த நூற்றாண்டின் மக்கள் அவற்றை வெறுக்கும் நிலையும் நேரலாம். ஆனால், அந்தச் செய்யுட்களில் சிலவற்றையேனும் சிலரேனும் நாடுகின்ற வரையில், முழு நூல்களாக அவற்றில் உள்ள எல்லாப் பாடல்களும் வாழப்போவது உறுதி.[4] தனிப் பாடல்களாக இருக்காமல் தொகைகளாக அவை அமைந்திருப்பதே இந்த நல்வாழ்விற்குக் காரணமாகும். விளையாட்டுப் பொருள்கள் தொகுதியாக இருப்பதால், விரும்பாத பொம்மைகளையும் குழந்தை அந்தப் பெட்டியில் வைத்துக் காப்பாற்ற வில்லையா? அது போன்றதே இந்த இலக்கியத் தொகுதிகளின் வாழ்வுமாகும். தொகுதியாக இருந்தும், ஒன்று அல்லது இரண்டு பொம்மைகளைக் குழந்தை எப்படியோ உடைத்து விடுவதும் இழந்து விடுவதும் உண்டு.[5] அவ்வாறே, புறநானூறு முதலான

---

* 3rd edition, Madras, 1958; pp. 83-4.

1 புறநானூறு. One of the *Eight Anthologies* of Sangam verses, this collection, as its title makes clear, consists of four hundred poems on புறம் themes. புறம் is the 'outer' aspect of life and these poems are concerned with such topics as heroism in battle, eulogies of gods and of men, and advice to kings.

2 அகநானூறு. Another of the Sangam anthologies, this is made up of four hundred poems on அகம், the basic 'inner' principle of love.

3 இந்த நூற்றாண்டினர் : people of this century. Cf. அடுத்த நூற்றாண்டின் மக்கள், 'people of the next century', in the following sentence.

4 வாழப்போவது உறுதி : it is certain that [they] are going to live.

5 உண்டு : [here] it happens.

தொகைநூல்களிலும் ஒரு சில பாடல்கள் எப்படியோ சிதைந்தும் அழிந்தும் காணப்படுகின்றன. செல்லோ பிறவோ காரணமாக இருந்திருக்கலாம்.[6] அச்சுப் பொறியின் உதவியால் ஆயிரக் கணக்கான[7] நூல்களை அச்சடித்துப் பரப்பும் வாய்ப்புக் கிடைத்துள்ள காரணத்தால் இனி அத்தகைய அழிவுக்கும் சிதைவுக்கும் இடமே இல்லை. இனி ஒரு பகுதி மட்டும் வேண்டுமானாலும்[8] தொகை நூல்களில் உள்ள எல்லாச் செய்யுட்களையும் வைத்துக் காத்தே தீரவேண்டும்.[9] ஒரு செய்யுளும் வேண்டியதில்லை என்று அடியோடு வெறுக்கும் நிலை நேர்ந்தாலன்றி[10] எவ்வகை அழிவும் இத்தகைய இலக்கியங்களை அணுக முடியாது. குழந்தையின் பொம்மைகளைப் போன்ற இவற்றை இன்று தொகுத்து வைத்துக் காக்கும் பெட்டி செல்லரிக்க முடியாத இரும்புப் பெட்டியாகும். தொகுப்பித்தோரும் தொகுத்தோருமாகிய முன்னோர்கள் தேடிக்கொடுத்த பெட்டி ஓலைப் பெட்டி. இன்று அச்சுப்பொறி தேடிக் கொடுத்தது உரமான இரும்புப் பெட்டி யாகும்.

---

6 இருந்திருக்கலாம் : it might have been.

7 ஆயிரக் கணக்கான : thousands of.

8 ஒரு . . . வேண்டுமானாலும் : even if only a part is needed.

9 எல்லா . . . தீரவேண்டும் : [one] has got to preserve and protect all the verses. *தீர* emphasizes the necessity of doing this.

10 நிலை நேர்ந்தாலன்றி : unless the stage is reached.

26. மு. வரதராசன் : தரம் காணல்

One of Dr Varadarajan's aims in some of his writings has been to introduce Tamil readers to certain Western notions relating to a discussion of language or literature. This was one feature of a series of lectures delivered at the University of Madras in 1945 and later published as *இலக்கியத் திறன்*. The short passage given here* is accompanied by a quotation from C. T. Winchester's *Some Principles of Literary Criticism*: 'The effort to grade authors in ascending scale of merit, or to apply any comparative standard of excellence, is never very successful and never very wise . . . There is not enough fundamental similarity in their work to afford proper basis of comparison.'

தரம் காணல்[1]

இலக்கிய ஆசிரியர்களில் இன்னார் இன்னாரை விட உயர்ந்தவர்,[2] இன்னார் இன்னாரை விடத் தாழ்ந்தவர் என்று அவர்களின் தரத்தை நிறுவுவதே இலக்கிய ஆராய்ச்சி என்று சிலர் தவறாகக் கருதுகின்றனர்.[3] அவ்வாறு ஒப்பிட்டு உயர்வுதாழ்வு காண்பதற்குத் தக்க கருவிகள் இல்லை. ஒருவர் காவியம் இயற்றியிருக்கலாம், இன்னொருவர் நாடகம் இயற்றியிருக்கலாம். அந்தக் காவியத்தையும் இந்த நாடகத்தையும் ஒப்பிட்டு அது கொண்டு ஆசிரியர்களின் தரத்தைக் காண்பது[4] எவ்வாறு? இருவரும் காவியமே இயற்றினார் எனினும், அந்தக் காவியத்திற்குப் பொருளான வாழ்க்கை வேறாக இருக்கலாம்; இந்தக் காவியத்திற்குப் பொருளான வாழ்க்கை வேறாக இருக்கலாம். ஒன்று போராட்டம் பெருகிச் சுவை மிகுந்த வாழ்க்கையாகவும் மற்றொன்று அமைதியானதாய்ச் சுவை குறைந்த வாழ்க்கையாகவும் இருக்கலாம். அவ்வாறு வேறுபட்ட[5] கதைப்போக்கு உடைய காவியங்களைக் கொண்டு ஆசிரியர்களின் தரத்தை ஆய்வது தவறு அன்றோ? ஆகவே,[6] இம்முயற்சி வெற்றி தருவதும் அன்று; விரும்பத் தக்கதும் அன்று.

---

* Madras, 1959; pp. 324-5.

1 தரம் காணல் : evaluation.
தரம் : quality.

2 இன்னார் . . . உயர்ந்தவர் : this person is superior to that person.
இன்னார் : such and such a person. See 8, note 1.

3 தவறாக கருதுகின்றனர் (கருதுகின்றார்கள், alternative form) : they wrongly believe.

4 தரத்தைக் காண்பது : evaluating; assessing merit.

5 வேறுபட்ட : of a different sort. See 3, note 15.

6 ஆகவே : therefore.

27. அ. சிதம்பரநாதன் : [உவமை]

அ. சிதம்பரநாதன் (1907–1967), for some years Professor of Tamil at the Annamalai University, was Chief Editor of the Madras University *English-Tamil Dictionary* (3 vols., 1963–65). His interest in the development of the art of the short story in Tamil led him to edit an anthology for the Sahitya Akademi. He published a study of Tamil prosody in English and a number of volumes of essays in Tamil. This short specimen of the latter is from முன்பனிக் காலம் முதலிய இலக்கியக் கட்டுரைகள்.*

உவமை

மேகம் போன்றது கூந்தல், கூந்தல் போன்றது மேகம் என்ற மரபுகள் சலித்துப் போகிற வேளையில், தோன்றினார் மகாவித்துவான்[1] மீனாட்சிசுந்தரம்பிள்ளை. எல்லாப் பருவத்து நங்கையருடைய கூந்தலுக்கும் மேகம் உவமை சொல்லத் தக்கதா எனச் சிந்தித்தார். பதினைந்து வயதுச் சிறுமி[2] ஒருத்தியின் கூந்தலும், நாற்பது வயதுடைய பெண் ஒருத்தியின் கூந்தலும் மேகத்தையே ஒத்தன[3] என்று சொல்லுவதிலே[4] ஓர் இடர்ப்பாடுண்டு[5] என்பதைக் கண்டார். அதனால் பதினைந்து வயது அரிவையின்[6] கூந்தல் 'இளையான் குடிமாற நாயனார்[7] நள்ளிரவில் நெல்முளை வாரிய போதிருந்த மேகத்தை ஒத்ததாக இருந்தது'

---

* 5th edition, Madras, 1960; pp. 84-5.

1 மகாவித்துவான். A title given to a 'great scholar'.

2 பதினைந்து வயதுச் சிறுமி : a girl of 15. Cf. the slightly different construction in the next line in நாற்பது வயதுடைய பெண், 'a forty-year-old woman'. –உடைய 'possessing'.

3 மேகத்தையே ஒத்தன : they are like the very cloud itself. Here –ஏ is emphatic. See note 4.

4 சொல்லுவதிலே : in saying. Here –ஏ is more a stylistic form than an emphatic suffix.

5 இடர்ப்பாடு : trouble; inconsistency.

6 அரிவை : girl, woman. This is sometimes used to refer specifically to a woman between the ages of 20 and 25. The other divisions of womankind are பேதை (5-7), பெதும்பை (8–11), மங்கை (12–13), மடந்தை (14–19), தெரிவை (26–31) and பேரிளம்பெண் (32–40). See note 10.

7 இளையான் குடிமாற நாயனார். The name of a Śaivite devotional poet, one of the sixty-three Śaivite saints mentioned in the பெரிய புராணம், a Tamil epic of the twelfth century.

என்றார். மழைக்கால்[8] இருள் சூழ்ந்த மேகம் மிக்க கருமை வாய்ந்த தன்றோ? அத் துணைக்[9] கரு நிறம் இவளது கூந்தல் என்றபடி. நாற்பது வயதுடைய பேரிளம் பெண்ணின்[10] கூந்தலைப் பற்றிக் கூறும் போது, 'சூரியன் தோன்றுதற்கு இரண்டு நாழிகை நேரத்திற்கு முன்னால் கூடுகின்ற இருட்டைப் போன்ற கூந்தல்' என்றார். இதனால், இவள் தலையிற் சிறிதளவு வெளுப்பும் உண்டெனே அறிய வைத்தார்.[11]

இவ்வாறு கவிஞர்கள் காலத்துக்குக் காலம் உவமைகளைப் பொருள் ஒத்த வேறு சொற்களினாலும், அடை கொடுத்தாளும் வகையினாலும், மாற்றி மாற்றி உயிரோடு உலாவ வைத்திருக்கின்றனர் என்பது அறியப்படும்.

இக் காரணத்தால்தான், சொல்லும் பொருளும்போல, பருந்தும் நிழலும்போல, மலரும் மணமும்போல, நகமும் சதையும்போல என்ற உவமைகள் ஒரே பொருளனவாய்[12] எழுந்தன. 'மலரும் மணமும்போல' என்பதற்கு அடைகொடுத்து, 'வண்ணப்பூவும் மணமும் போல' எனக் கவிஞர் பாரதிதாசன்[13] பாடினார். காமனும் (அவன் தம்பி) சாமனும் போல, மாமனும் மருமகனும் போல எனத் திருத்தக்க தேவர்[14] சிந்தாமணியில் கூறினார். இம் மரபுகளைக் கடந்து இக் காலத்திற் கவி இயற்றுகின்ற சிலர், "கோழியடி நானுனக்கு, குஞ்சியடி நீ யெனக்கு"[15] என்றும், "கோழியடி நானுனக்கு கொல்லைப் புனம்[16] நீ யெனக்கு" என்றும், பாடுவதன் அடிப்படை "மலரும் மணமும் போல" என்பதாகும்.

---

8 *மழைக்கால்* : if there should be rain. Note *–கால்*. This grammatical particle occurs very rarely in modern Tamil.

9 *அத் துணை* (*அத்தனை* alternative form) : that much.

10 *பேரிளம் பெண்* : a woman between the ages of 32 and 40.

11 *அறிய வை* : inform, make known.

12 *ஒரே பொருளனவாய்* : having the very same meaning.

13 *பாரதிதாசன்*. The pen-name of a popular modern Tamil poet, *கனக சுப்புரத்தினம்* (1891–1966).

14 *திருத்தக்க தேவர்*. The author of *சிந்தாமணி*, a Tamil epic of the tenth century, telling the story of one of the Jain Emperors, Cīvakan.

15 *கோழியடி ... நீ யெனக்கு* : I am your mother hen, you are my chick. *குஞ்சி* (*குஞ்சு* alternative form) : the young of birds, small animals or fish.

–அடி is here a suffix showing affection. See 3, note 39.

16 *கொல்லைப் புனம்* : back-yard (where the hens are always fed).

28. ரா. பி. சேதுப்பிள்ளை : பேர் தெரியாப் பெருவீரர்

From *தமிழர் வீரம்*,* a commentary on certain recurrent themes in Tamil poetry.

பேர் தெரியாப் பெருவீரர்[1]

தமிழ்நாட்டில் நிகழ்ந்த போர்களில் வீரம் விளைத்தவர் எண்ணிறந் தவர். அன்னார் பீடும் பெயரும் முறையாக எழுதப்படவில்லை. ஆயினும், அவர் ஆண்மைக்குச் சில ஊர்களே சான்றாக நிற்கின்றன.

பாலாற்று வென்றான்[2]

பாலாற்றங் கரையில் நிகழ்ந்த போர்கள் பலவாகும்.[3] அப் போர்க் களங்களில் பெருகிய செந்நீர்[4] பாலாற்றில் சுரந்த தண்ணீரோடு கலந்து ஓடிற்று. அவ்வாற்றங்கரையில் வெம்போர் புரிந்து வெற்றி பெற்றான் ஒரு வீரன். அவனைப் "பாலாற்று வென்றான்" என்று தமிழ் நாட்டார் பாராட்டினர். அப்படிப்பட்டப் பெயர் கொண்ட பல ஊர்கள் இன்றும் ஆர்க்காட்டு வட்டத்தில் உண்டு.[5]

செய்யாற்று வென்றான்[6]

அவ்வாறே செய்யாற்றங்கரையில் நடந்த போரில் மாற்றாரை வென்று மேம்பட்டான் ஒரு தலைவன். அவனைச் "செய்யாற்று வென்றான்" என்று சீராட்டினர் தமிழ் மக்கள். அவ் விருதுப் பெயரும் ஊர்ப்

---

* 6th edition, Madras, 1959; pp. 113–15.

1 பேர் தெரியாப் பெருவீரர் : the unknown heroes.

2 பாலாற்று வென்றான் : the conqueror of பாலாறு; the man who won the battle at பாலாறு.

பாலாறு is a river to the south of Madras.

3 பலவாகும் : there are many.

4 செந்நீர் : red water (i.e. with blood).

5 வட ஆர்க்காட்டு ஆரணி வட்டத்தில் பாலாற்று வென்றான் என்ற ஊர் உள்ளது; வேலூர் வட்டத்தில் அப்பெயருடைய மற்றோர் ஊர் உள்ளது. [Author's note.]

6 செய்யாற்று வென்றான் : the conqueror of செய்யாறு. See note 2.

பெயராயிற்று.[7] தமிழ் நாட்டார் சீர்குலைந்து சிறுமையுற்றமையால்[8] அவ்வூர்ப் பெயர்களும் சிதைவுற்றன.[9] பாலாற்று வென்ருன், செய் யாற்று வென்ருன் என்ற பெயர்கள் முறையே பாலாத்து வண்ணுன் எனவும், செய்யாத்து வண்ணுன் எனவும் இப்பொழுது மருவி வழங்கு கின்றன. மாறுபட்ட[10] பகைவரை முடுக்கியடித்த[11] வீரத்தலைவரை, ஆற்றங்கரையில் ஆடையை மடித்துத் துவைக்கும் வண்ணுராகக் காண் கின்றது இக்காலத் தமிழகம்!

சரந்தாங்கி

இன்னும் சரமாரி பொழியும் போர்க்களத்தில் சஞ்சலமின்றி நின்று போர்புரிந்தனர் தமிழ்நாட்டு மெய் வீரர். மாற்ருர் வில்லினின்று[12] எழுந்து வந்த அம்புகளை மலைபோன்ற தன் மார்பிலே தாங்கி நிலை குலையாமல் நின்ருன் ஒரு வீரன். அவ் வீரத்தைக் கண்டு வியந்தனர் இரு திறத்தாரும்;[13] 'சரந்தாங்கி' என்னும் சிறப்புப் பெயர் அளித்துச் சீராட்டினர். அறந்தாங்கிய சீலன் பெயர் தஞ்சை நாட்டிலே ஓர் ஊருக்கு அமைந்தாற்போன்று சரந்தாங்கிய வீரன் பெயர், பாண்டி நாட்டு நிலக்கோட்டை வட்டத்தில் ஓர் ஊரின் பெயராக நின்று நிலவுகின்றது.

கணை முறித்தான்

வில்லாண்மையுடைய மற்ருெரு வீரன் மாற்ருர் விடுத்த கொடுங்கணை களைத் தன் நெடுங் கரத்தாற் பற்றினன்; முறித்தெறிந்தான்; அவ் வருஞ்செயலைக்[14] கண்டு வியந்தது வீரர் உலகம். 'கணை முறித்தான்' என்பது அவனுக்குரிய சிறப்புப் பெயராயிற்று.[15] அப் பெயர் பெற்ற ஊர் தென்னுட்டு அறுப்புக்கோட்டை வட்டத்தில் உள்ளது.

பயமறியான்

"அச்சமில்லை, அச்சமில்லை, அச்சமென்பதில்லையே" என்று பாடினுர் பாரதியார். அதற்கு எடுத்துக் காட்டாக முன்னுளில் விளங்கினுன் ஒரு

---

7 வட ஆர்க்காட்டுச் செய்யாறு வட்டத்தில் செய்யாற்று வென்ருன் என்னும் ஊர் உண்டு; தென் ஆர்க்காட்டு விழுப்புர வட்டத்தில் செய் யாற்று வென்ருன் என்ற மற்ருேர் ஊர் உள்ளது. [Author's note.]

8 சிறுமையுற்றமையால் : through [their] declining.

9 சிதைவுறு : be destroyed.

10 மாறுபடு : be opposed.

11 முடுக்கியடி : overwhelm.

12 வில்லினின்று (வில்லிலிருந்து alternative form) : from the bow.

13 இரு திறத்தாரும் : people belonging to both sides.

14 அருஞ்செயல் : rare deed; great deed.

15 சிறப்புப் பெயர் : special name; title.

வீரன். அவனைப் 'பயமறியான்' என்று தமிழகம் பாராட்டியது. தஞ்சை நாட்டிலே அறந்தாங்கி வட்டத்தில் உள்ள 'பயமறியான்' என்ற ஊர் அவன் பெயர் தாங்கி நிற்கின்றது.

அழியாத நினைவுச் சின்னம்

இன்னும் மறம் அடக்கி, அமர் அடக்கி, எப்போதும் வென்றான்[16] முதலிய பட்டப் பெயர்கள் இப்போதும் ஊர்ப் பெயர்களாக வழங்குகின்றன. இத்தகைய வீரம் விளைத்தவர் இன்னார் என்பது விளங்கவில்லை; அவர் ஊரும் பேரும் தெரியவில்லை; குலமும் குடியும் துலங்கவில்லை. ஆயினும், அவர் காட்டிய வீரம் நம் நாட்டு ஊர்ப் பெயர்களில் நின்று ஒளிர்கின்றது. வீரற்கு நாட்டும் நடுகல் ஒருகால் அழியலாம்;[17] உருவச் சிலை ஒடிந்து விழலாம்; ஆனால், ஊர்ப் பெயர்களில் வாழும் இவ் வீரர் புகழுக்கு எந்நாளும் இறுதியில்லை.

---

16 எப்போதும் வென்றான் : he who always conquered. See notes 2 and 6.

17 வீரற்கு . . . அழியலாம் : a monument erected for a hero may perhaps be damaged.

ஒருகால் : once; perhaps.

29. கா. அப்பாத்துரை : தஞ்சை அரச மரபுகள்

கா. அப்பாத்துரை (*b.* 1907) is one of the most prolific of contemporary Tamil writers, both as an original writer and as a translator. He worked with Dr A. Chidambaranatha Chettiar (see above, p. 119) as Assistant Editor of the University of Madras *English-Tamil Dictionary*. Mr Appadurai is represented here by a passage from a sketch of the history of South India, தென்னாடு.*

தஞ்சை அரச மரபுகள்[1]

மதுரை நாயக்க[2] மரபைப்போலவே தஞ்சையரசர் மரபும்[3] விசயநகரப் பேரரசின்[4] ஒரு கிளையாகத் தொடங்கிற்று. இதன் முதல்வன்[5] செவ்வப்ப நாயக்கன், அச்சுத ராயரின் மைத்துனன் அச்சுத ராயராலேயே தஞ்சையின் ஆட்சியாளனாக[6] அமர்த்தப்பட்டான். ஆனால் 1565–ஆம் ஆண்டில் பேரரசு தலைக்கோட்டைப் போரில் தோல்வியுற்றுத் தளர்ச்சியடைந்தபின், அவனும் மதுரை நாயக்கரைப் போலத் தன்னாட்சி[7] நிறுவினான், அவனுக்குப்பின் அச்சுதப்ப நாயக்கனும் (1572–1614) இரகுநாத நாயக்கனும் (1640–1674) ஆண்டனர். இரகுநாத நாயக்கனும் பாண்டிய இளவரசியை[8] ம்ணந்துகொண்டான். விசயராகவ நாயக்கன் காலத்தில் (1640–1674) தஞ்சை அரசு மிகத் தழைத்து இருந்தது. அரசன் நல்லாட்சித்திறனும்[9] வீரமும் உடையவனாயிருந்தான். ஆனால் மதுரை நாயக்கன் சொக்கநாதன் தஞ்சையைத் தாக்கி முற்றுகையிட்டு வென்றான். அரண்மனைக்குள்ளிருந்து வெளிவந்து வீரமாகப் போரிட்டு விசயராகவனும் அவன் பிள்ளைகளும் மாண்டனர்.

---

* 3rd edition, Madras, 1957; pp. 132-3.

1 அரச மரபு : dynasty.
2 மதுரை நாயக்கர் : the Nayaks of Madurai.
3 தஞ்சையரசர் மரபு : dynasty of the Tanjore kings.
4 விசயநகரப் பேரரசு : Vijayanagar Empire.
5 முதல்வன் : (here) founder [of the dynasty].
6 ஆட்சியாளன் : ruler.
7 தன்னாட்சி : self-rule. I.e. his own personal rule, as opposed to being under another king.
8 பாண்டிய இளவரசி : Pāndyan princess.
9 நல்லாட்சித்திறன் : competence in good ruling.

சின்னஞ்சிறு[10] கையேந்தலான[11] செங்கமல தாஸுடன் அமைச்சன் வெங்கண்ணு தப்பிச் சென்ருன்.

சொக்கநாதன் தன் தம்பி முத்து அளகிரியைத் தஞ்சையில் விட்டுச் சென்ருன். முத்து அளகிரி தமயனுக்கு எதிராகத்[12] தஞ்சையைத் தானே கைக்கொள்ள[13] முனைந்தான். ஆனால் வெங்கண்ணுவின் முயற்சியால் செங்கமலதாஸின் சார்பில்[14] பீஜப்பூர் அரசன்[15] உதவி கோரப்பட்டது. பீஜப்பூர் படைத்தலைவனுக இருந்த சிவாஜியின் உடன் பிறந்தான் எக்கோஜி என்ற வெங்காஜி தஞ்சைக்கு வந்து அதைக் கைக்கொண்டான். செங்கமலதாஸுக்கு அவன் நாட்டைத் தர மறுத்துத் தஞ்சையில் மகாராஷ்டிர மரபை நாட்டினுன்.

சிவாஜி எக்கோஜியிடம் தமிழக அரசில் பங்குகோரி வந்து அவனைத் தோற்கடித்தான். ஆயினும் வேலூரில் தங்கி முடிசூட்டிக்கொண்டு[16] அவன் திரும்பிச் சென்ருன்.

1674 முதல் 18–ஆம் நூற்ருண்டின் இறுதிவரை மகாராஷ்டிர மரபு தஞ்சையை ஆண்டுவந்தது. பாஞ்சாலங்குறிச்சிப் போரின் பின் அரசுரிமையிழந்து இறையூதியம்[17] பெற்று 1855–வரை நீடித்தது. அவ்வாண்டுடன் அது தொடர்பற்று முடிந்தது. தத்தெடுக்க[18] முடியாமல் ஆங்கில ஆட்சி முதல்வர் டெல்ஹவுஸிப் பெருமகனுர்[19] தடை செய்தார்.

---

10 சின்னஞ்சிறு : very young.
11 கையேந்தல் : one to be held in the hands, i.e. a young baby.
12 எதிராக : against, in opposition to.
13 கைக்கொள் : take over.
14 சார்பில் : for, on behalf of.
15 பீஜப்பூர் அரசன் : King of Bijapur.
16 முடிசூட்டு : crown. Here முடிசூட்டிக் கொண்டு means 'crowning himself'.
17 இறையூதியம் : royal pension.
18 தத்தெடு : adopt (a child).
தத்து : adopted child *or* person.
19 டெல்ஹவுஸிப் பெருமகனுர் : Lord Dalhousie.

30. தெ. பொ. மீனாட்சிசுந்தரனார் : சுங்குவார் குடும்பம்

Part of a broadcast on All India Radio, Madras, this is from the same volume as number 19.*

சுங்குவார் குடும்பம்

"முப்பதாண்டு வாழ்ந்தவரும் இல்லை ; முப்பது ஆண்டு தாழ்ந்தவரும் இல்லை," என்பது பழமொழி. 5 புதிய ஊர்களைப்பற்றிய போராட்டத்தினைக் குறித்தோம் அல்லவா ? மஹாதேவர் என்பவர்,[1] இந்த ஊர்களின் குத்தகையைப்பற்றிக் கோளாறு ஏற்பட்டபோது சுங்குராம செட்டியார் தம்மிடம் முன்னரே கைப்பணம்[2] வாங்கியதாக அறமன்றத்தில் பழி தூற்றினார்.[3] சத்தியம் செய்யச் செட்டியார் மறுத்தார். இவர்மேல் இருந்த நம்பிக்கை[4] எல்லாம் பழங்கனவாய் ஒழிந்தன. கும்பினியாருக்கு உழைத்தது போலக் குடிகளுக்கோ கடவுளுக்கோ உழைத்திருந்தால்,[5] இந்த நிலை வந்திருக்குமா ? இவர் கும்பினி வாணிகர் வேலையிலிருந்து 1731ல் தள்ளப்பெற்றார்.[6] தம்பு செட்டியார் மட்டுமே பழைய புகழுடன் வாழ்ந்தார். கும்பினியார் நம் செட்டியார்மேல் வழக்குத் தொடர்ந்தனர். மேல் கோர்ட்டில் இவருக்கு மாறாக[7] வழக்கு முடிந்தது. இவர்மேல் நடவடிக்கை எடுப்பதற்காக ஆணை பிறந்தது. இன்று நகராண்மைக் கழகம் இருப்பது போல அன்றும் இருந்தது. 'மேயர்' என்ற அதன் தலைவரும் 'ஆல்டர்மென்' என்ற சிறப்புறுப்பினரும் அறமன்றமாய் விளங்கினர். இவர்களே இந்த ஆணையை நிறைவேற்றவேண்டும். சுங்குராம செட்டியாரி

---

* pp. 122-3.

1 மஹாதேவர் என்பவர் : a person called Mahādēvar.

2 கைப்பணம் : bribe.

3 பழி தூற்று : abuse; find fault.

4 இவர்மேல் இருந்த நம்பிக்கை : confidence in him. Note the use of மேல் here where English has 'in'.

5 உழைத்திருந்தால் : if [one] had served.

6 தள்ளப்பெற்றார் : he was pushed out; i.e. he was dismissed.

7 மாறாக : against. The whole sentence means, 'In the higher court the case concluded against him'.

டம் வைத்த பெருமதிப்புக் காரணமாக அந்த மேலிடத்தார்[8] ஆணையை நிறைவேற்றுது, மேயர் காலம் தாழ்த்தினர். வெள்ளையர்களும் இவ் வாறு அவரிடம் நன்மதிப்புக் காட்டியது அவரது பெருமையையே விளக்குகின்றது. அந்தக் காலத்தில் மேயர் முதலியோரிடம்[9] நண் போடு இவர் பேசி வருவது கும்பினித்துரைத்தனத்தார் கண்ணைக் குத்தியது.[10] இவர், வெள்ளை நகர்க்குள்[11] வரலாகாது[12] என்று அவர் கள் தடுத்தனர். வெள்ளை நகரில் செட்டியார் வீடு வாங்கத் தந்த உரிமை எல்லாம் பறிபோயிற்று. 1744ல் "கறுப்பர்கள் வெள்ளை நகரில் வீடு வாங்கலாகாது,"[13] என்ற விதியும் வந்தது.

---

8 மேலிடத்தார் : higher authorities.

9 மேயர் முதலியோரிடம் : from people like the mayor onwards; from such people as the mayor.

10 கண்ணைக் குத்தியது : it irritated [their] eyes; infuriated them.

11 வெள்ளை நகர் : white town, i.e. the part of the town where white people live.

12 வரலாகாது (வரல் + ஆகாது) : should not come. –ஆகாது negates what precedes in a condemning or authoritative tone.

13 வாங்கலாகாது : should not buy. See note 12.

31. தெ. பொ. மீனாட்சிசுந்தரனார் : ஆலயங்களில் தமிழ்

Also from தமிழா, நினைத்துப்பார் !*

ஆலயங்களில் தமிழ்

தமிழ் நாடு பரந்த உள்ளம் படைத்த பழம்பெரு நாடு; வந்தவரை எல்லாம் விருந்தினராக வரவேற்றுத் தன்னையே மறக்கும் பண்பாடு பழுத்த நாடு; தமிழிசையையும் மறந்து இது தெலுங்கில் பாடும்; ஆங்கிலத்தில் பேசும்; வடமொழியில் வழிபடும்; இந்தியில் ஜிலேபியும், கன்னடத்தில் உப்பட்டும், மலையாளத்தில் அவியலும் உண்டு களிக்கும். இந்த நிலையில் தமிழ் நாட்டில் தமிழில் பாட வேண்டும், பேச வேண்டும், வழிபட வேண்டும் என்று இயக்கங்கள் தோன்றக் காண்கிறோம். உலகில் வேறு எங்கும் காணாத காட்சி இஃது. இதனினும் வியப்பு, இந்த இயக்கங்களுக்கும் எதிர்ப்பு இருப்பதே ஆம். இதனினும் பெரு வியப்பு, தமிழ் நாட்டுப் பெருமக்களில் சிலர் இந்த எதிர்ப்புக்குத் தலைமை பூணுவதே ஆம்.[1]

தமிழரில் சிலர் தம் உயிர்க்கிழத்தியாம்[2] மனைவியோடு அன்பால் ஒன்றுகலந்து[3] பேசுவதே ஆங்கிலமானால், உயிருக்கு உயிரான கடவுளோடு வேறு மொழியில் பேசுவதனைக் கேட்க வேண்டுமா ? எல்லா மொழியையும் அறிந்தவர் அன்றோ ஆண்டவனார் ? அறிந்தவர்தாம். ஆனால், எதிர்ப்பாளர் பேச்சை நம்பினால், அவருக்குத் தமிழ்தான் தெரியாதது போலத் தோன்றுகிறது. இங்கு வருகிற சிக்கல் எல்லாம் மொழிச் சண்டையைக் கிளப்பி விடுவதாலேதான் எனலாம். தமிழிசை,[4]

---

* pp. 108–11.

1 ஆம்=ஆகும்.

2 உயிர்க்கிழத்தியாம் : wife; a female companion who is as dear as life.

3 ஒன்றுகலந்து : having become one.

4 தமிழிசை : Tamil music (specifically the musical compositions in Tamil). At present there are many Telugu and Sanskrit compositions sung in concerts, with approval from many who insist that music has no language boundary. Others say that the common man should understand the songs or the compositions.

தமிழ் வழிபாடு,[5] தமிழரசு[6] என்றவுடன்[7] பிற மொழிமேல் வெறுப்பு என வெடிப்புடன்[8] பலர் பேசுகின்றனர். தமிழ்க் குழவி தாய் மடியில் தமிழ் பேசுவது பிற மொழிமேல் உள்ள வெறுப்பாலா? சூழ்நிலையின் சூழ்ச்சி அது. தாய் மொழியன்றி வேற்று மொழி[9] பேசினுல் அன்றோ திடுக்கிடுவோம்? "ஆராரோ ஆராரிரோ"[10] என்று தமிழிசை பாடுவதா பகைமை பாராட்டுவது! "ஆண்டவனே! அட கடவுளே!"[11] என நம்மையும் அறியாமல்[12] நம் மனம் கதறுவது வடமொழிமேல் உள்ள வெறுப்பாலா?

"காதலாகிக் கசிந்து கண்ணீர் மல்கி"[13] ஆண்டவனிடம் முறையிட வேண்டும். இயல்பாக ஒருவன் இவ்வாறு எந்த மொழியில் முறையிடுவான்?[14] தாய் மொழியில்தானே! நம்மையும் அறியாது நம் உள்ளத்தின் உள்ளிருந்து வெளி வருவது தாய்மொழி. உள்ளத்தின் உண்மைக் குரலையே ஆண்டவன் விரும்புகிருன். நாமும் அதனைத் தானே கேட்க விரும்புகிறோம்? அதனை ஆண்டவனிடத்திலுமா மறைக்கவேண்டும்? வெளிப்பகட்டும் வெற்றாரவாரமும் கடவுளையுமா ஏமாற்ற வேண்டும்?

"மந்திரங்கள் வடமொழியில் மட்டுமே உள்ளன. அவற்றைத் தமிழில் எவ்வாறு கூற முடியும்?" என்று பலர் கேட்கின்றனர். இங்கு ஒன்று எடுத்துக்காட்ட வேண்டும். மந்திரங்களைத் தவறின்றி ஒலிக்க வேண்டும். இல்லையாஞல்,[15] பெருந்தீங்கு நேரிடும் என்பர்.[16] "இந்திரன் சத்ரு கெடுக,"[17] என்ற மந்திரம் பாடிஞன் விருத்திராசு

5 தமிழ் வழிபாடு : worship in Tamil. In most of the Tamil temples mantras are said in Sanskrit.

6 தமிழரசு : rule through the medium of Tamil. This is not to be confused with the movement for a separate and independent Tamil state.

7 என்றவுடன் : as soon as said.

8 வெடிப்புடன் : with anger; abruptly with signs of anger and disagreement. Cf. the meaning of -உடன் earlier in the sentence (note 7).

9 வேற்று மொழி : foreign language.

10 ஆராரோ ஆராரிரோ. The starting sounds of a lullaby melody.

11 அட கடவுளே : oh God!

12 நம்மையும் அறியாமல் : even without our knowing; unconsciously. See 2, note 9.

13 காதலாகி கசிந்து கண்ணீர் மல்கி : in love (i.e. love for God) having (heart) melted and having shed tears profusely. This is frequently quoted by speakers of Tamil. It is the first line of a poem by திருஞான சம்பந்தர்.

14 முறையிடு : plead; say one's griefs and needs.

15 இல்லையாஞல் : otherwise.

16 என்பர் (என்று சொல்வர் alternative form) : they will say.

17 இந்திரன் சத்ரு கெடுக : may Indra's enemy perish. But compare the other possible interpretation of this phrase given in the text.

ரன்.[18] இந்திரன் சத்துரு என்பதனை ஒரு வகையாக ஒலித்தால் 'இந்திரனுடைய சத்துரு' என்றும், வேறு வகையாக ஒலித்தால் 'இந்திரனாகிய சத்துரு' என்றும் பொருள்படும். இரண்டாம் பொருளைத்தான் விருத்திராசுரன் விரும்பினான்; ஆனால், அறியாமையால் முதலாம் பொருள்படும்படி ஒலித்தான். என்ன நேர்ந்ததாம்? இந்திரனுடைய சத்துருவாகிய தானே கெடுக என்று மந்திரம் பாடித் தானே அழிந்தானாம். மந்திரங்களில் நம்பிக்கையுள்ளவர்கள் பதஞ்சலியார்[19] காலத்திலிருந்து கூறிவரும் கதை[20] இது. "நம்முடைய நாட்டில் உள்ள கோவில்களில் வழிபாடு இயற்றுவார் யார்? வடமொழியில் பயின்றவர்களா? தந்தையின் மகனா?" என்பதுதான் கேள்வி. வடமொழிப் பயிற்சி உண்டா என்று கேட்கலாமா? இன்றுள்ள சட்டப்படியோ வழக்கப்படியோ வடமொழிப் பயிற்சி இல்லாதவருக்குக் கோயில்களில் வழிபாடு இயற்றுவிக்க உரிமை இல்லை என்று சொல்ல முடியுமா? முடியாதானால், வழிபாடு இயற்றச் சொல்வதன் நிலை விருத்திராசுரன் நிலையினும் கொடியது அன்றோ? தன்னை நம்பிக் கெடுவதினும் பிறரை நம்பிக் கெடுவது பெருங்கொடுமை! பெருங்கொடுமை! கோயில் திருநீர்–[21] தீர்த்தம்–[22] தருகிறார் ஒருவர். "ஆண்டவன் திருவடி நீர்[23] மறங்களை அழித்தலைச் செய்வது" என்ற பொருளில் மந்திரம் ஓதுகிறார்; "பாபக்ஷயகரம்"[24] என வரும் சொற்றொடரை மிக வற்புறுத்தி அழுத்தம் திருத்தமாக ஒலிக்கின்றார். கரம் என்பதில் உள்ள ககரம் Kh என்ற ஒலி பெறுகின்றது. "செய்வது" என்ற பொருள் போய்க் கழுதை என்ற பொருளே அங்குத் தோன்றும். திருநீரைக் கழுதை என்று புகழ்கின்றதாக வழிபாடு முடிகின்றது. 'பாபக்ஷயஹரம்' என்று மற்றொருவர் ஓதுகிறார். "பாவத்தினை அழிப்பதனை அழிப்பது" அதாவது,[25] "பாவத்தினை அழியாது நிறுத்துவது"

---

18 விருத்திராசுரன். The name of an *asura*. An enemy of Indra and the *devas*.

19 பதஞ்சலியார். Note the honorific ending –ஆர் added to a proper name.

20 கூறிவரும் கதை : the story which is being told.

21 திருநீர் : holy water.

22 தீர்த்தம் : holy water.

23 திருவடி நீர் : holy water poured on the holy feet of God.

24 பாபக்ஷயகரம். The discussion here turns on the existence of two Sanskrit forms, differing only at one point and yet having approximately opposite meanings: *pāpakṣayakaram* ('that which brings about the destruction of sin') and *pāpakṣayaharam* ('that which destroys the destruction of sin'). A tendency for a Tamil speaker would be to pronounce the single intervocalic -k- of the first as a fricative. This would result in its being confused with the second.

25 அதாவது : that is to say.

என்று பொருளாம். இவை எல்லாம் விருத்திராசுரன் வரலாற்று வழியேயல்லவா ?[26] நூற்றெட்டுத் திருப்பெயர், ஆயிரம் திருப்பெயர் என்று கூறப்பெறுவனவற்றில் நிகழும் இத்தகைய[27] மொழிக் கொலைத் திருவிளையாடல்களுக்கு[28] அளவே இல்லை. சொல்வார்க்கும் கேட்பார்க்கும் தெரிந்த மொழியில் இருந்தால் இந்தக் கேடு நேரிடாதே ![29] இத்தகைய கேடுகள் எல்லாம் தீர்ந்து ஆண்டவன் ஒளி விளங்கப் பன்னிரண்டாண்டுக்கு ஒரு முறையேனும்[30] குடமுழுக்குத் திருவிழா (கும்பாபிஷேகம்)[31] செய்ய வேண்டும் என்பர். அந்தத் திருவிழாவில் மட்டும் மந்திரம் அறிந்த பெரியாரைக்கொண்டு வழி பாடியற்றி மற்றைய நாட்களில் தமிழிலேயே ஓதி வரலாம் அன்றோ ?

---

26 *இவை . . . வழியேயல்லவா* : all these things are along the lines of the story of Vṛtrāsura, are they not ?

27 *இத்தகைய* : similar to this.

28 *திருவிளையாடல்கள்* : *līlās*; actions of the deity. Here the usage is derisive, criticizing the 'murdering of the language'.

29 *நேரிடாதே* : it won't happen, will it ?

30 *ஒரு முறையேனும்* (*முறையாகிலும்* alternative form) : at least once.

31 *குடமுழுக்குத்திருவிழா* (*கும்பாபிஷேகம்*) : the ceremony of consecrating the pinnacle of a temple.

32. ரா. பி. சேதுப்பிள்ளை : கால்டுவெல் ஐயர்

From கடற்கரையிலே, a collection of essays on great figures in Tamil literature and history and including this one on a European to whom Tamil studies owe much.*

கால்டுவெல்[1] ஐயர்

தென்பாண்டி நாட்டிலே ஐம்பதாண்டு வாழ்ந்து தமிழ் மொழிக்கு அரும்பெருந் தொண்டு[2] புரிந்தவர் கால்டுவெல் ஐயர். தென்னிந்தியாவில் வழங்கும் மொழிகளின் தன்மையை உள்ளவாறு[3] உணர்ந்து, அவற்றின் பெருமையை மேலைநாட்டார்க்குக் காட்டிய மேதை அவரே; நெல்லை நாட்டின் வரலாற்றை நல்ல முறையில் முதன் முதல்[4] எழுதித் தந்தவர் அவரே. பாண்டி நாட்டுக் கடற்கரையிலே தூர்ந்து கிடந்த துறைமுகங்களின் பழம் பெருமையை வெளியிட்டவர் அவரே. இத்தகைய கால்டுவெல், பாண்டி நாட்டு மூதூராகிய கொற்கைக்கு மூன்று மைல் தூரத்தில் விலகி நிற்கும் கருங்கடலை[5] நோக்கிப் பேசலுற்றார்[6]:–

"கொற்கைக் கருங்கடலே! ஐயாயிரம் மைலுக்கு அப்பாலுள்ள அயர்லாந்து தேசத்தில் பிறந்தவன் நான்; ஆங்கில நாட்டு நாகரிகத்திலே தோய்ந்து வளர்ந்தவன்; கிருஸ்து மத சேவை செய்ய ஆசையுற்று இளமையிலே தமிழகம் போந்தேன்;[7] தென் தமிழ்நாடு என்னும் நெல்லை நாட்டையே என் தாயகமாகக் கொண்டேன்; வடமொழியும் தென்மொழியும் வல்லார்வாய்க் கேட்டுணர்ந்தேன்.[8] தென்மொழி

---

* 7th edition, Madras, 1958; pp. 78–82.

1 கால்டுவெல். Bishop Robert Caldwell was one of the first scholars to recognize unhesitatingly the existence of a separate family of languages, the Dravidian, in South India. His pioneer work, *A comparative grammar of the Dravidian or South-Indian family of languages*, was first published in 1856.

2 அரும்பெருந் தொண்டு : rare and great service.

3 உள்ளவாறு : as it [really] is.

4 முதன் முதல் : for the first time.

5 கருங்கடல் : black sea. Not the Black Sea.

6 பேசலுற்றார் (பேசல் + past tense of உறு) : he spoke. Alternative form பேசலானார்.

7 போந்தேன் : I went. This past tense form of போ is not widely used. Another theory is that போ here is a variant for புகு.

8 வடமொழியும் . . . கேட்டுணர்ந்தேன் : I learnt and got a feel for Sanskrit and Tamil through people well versed [in them].

யின் திறம் என் கருத்தைக் கவர்ந்தது. அம்மொழியின் நீர்மை என் உள்ளத்தை அள்ளுவதாயிற்று.[9] ஆதலால், தமிழ்ப்பணியே தலைப் பணியாகக் கொண்டேன். இந் நெல்லை நாட்டிலே பல்லாண்டுகளாக வாழ்ந்து, ஒல்லும் வகையால் தமிழ்த்தொண்டு செய்து வருகின்றேன். பாண்டி நாட்டுப் பெரும் பட்டினமாய்ப் பழங்காலத்தில் விளங்கிய கொற்கையம்பதியைக் காணும் ஆசையால் இங்குற்றேன்.

"நற்றமிழ்[10] நாட்டுக் கொற்கைக் கடலே! நான்மாடக்கூடல்[11] என்னும் மதுரை மாநகரம் தோன்றுவதற்கு முன்னே, இக் கொற்கையம்பதியே பாண்டியர் வாழ்ந்த தலைநகரமாய் விளங்கிற்று. இதனாலன்றோ[12] கொற்கை வேந்தன் என்றும், கொற்கைக் கோமான் என்றும், கொற்கையாளி என்றும் பாண்டியன் பெயர் பெற்றான்? கொற்கைத் துறையின் பெருமையால், நீயும் கொற்கைக் கடல் என்று அழைக்கப் பெற்றாய்.[13]

"தூர்ந்தழிந்த துறைமுகமே! ஈராயிரம் ஆண்டுக்கு முன்னே பாரறிந்த[14] பாண்டித்துறைமுகம் நீயே! அந்நாளில் காயல் துறையைக் கண்டவர் யார்? தூத்துக்குடியைத் தெரிந்தவர் யார்? இக் கொற்கைத் துறையிற் குளித்த முத்து, மேலை நாட்டுக் கொற்றவர் முடிமீது விளங்கிற்று. கொற்கைத் துறைவனாகிய பாண்டியனை மேலை நாட்டுப் பெருமன்னர் பலர் அறிந்திருந்தனர். யவனநாட்டு[15] அஃகஸ்தஸ் என்னும் பேரரசனிடம் தூதனுப்பி உறவாடிய பாரத மன்னன் பாண்டியனே என்பது என் கொள்கை. இத்தகைய பெருமையெல்லாம் முத்து விளைத்த கொற்கைத் துறையால் வந்ததன்றோ? இப்போது அத் துறை எங்கே? மரக்கலங்கள் எங்கே? ஆணிமுத்து விலைப்படும் அங்காடி எங்கே? மன்னர் வாழ்ந்த மாளிகை எங்கே? எல்லாம் கனவிற் கண்ட காட்சிபோற் கழிந்தனவே? அன்று முத்தம் அளித்த நீயும் மூன்று மைல் விலகி நிற்கின்றாயே! அந்தோ! கொற்கைமா நகரே! பாண்டிய நாட்டு மக்களே நின்[16] பழமையை அறியாமல் வாழ்கின்றார்களே! தாலமி என்ற யவன அறிஞன் எழுதி

---

9 என் உள்ளத்தை அள்ளுவதாயிற்று : captivated my heart; swept me away.

10 நற்றமிழ் (நல்+தமிழ்) : pure Tamil. Lit. 'good Tamil'.

11 நான்மாடக்கூடல். An older name for the city of Madurai ('four-sided place of meeting'. It has been argued that a more literal interpretation of this compound would be 'meeting place that has four storeys', or '...four-storied buildings').

12 இதனாலன்றோ : was it not because of this?

13 அழைக்கப் பெற்றாய் : you were called.

14 பாரறிந்த : famous.

15 யவனநாடு : Greece. This is the most usual meaning, though other peoples from western parts are thought to have been occasionally referred to as 'Yavanas'.

16 நின் (உன் alternative form) : your. The use of this stem form for the oblique cases of the pronoun நீ is rare in modern prose.

வைத்த குறிப்பன்றோ இன்று நின் பழம் பெருமையை விளக்கு கின்றது ?

" துறையைத் தூர்த்த திருநதியே! தமிழ் மணக்கும் பொதிய மலை யினின்று[17] நீ புறப்பட்டு வருகின்றாய். எழுபது மைல் நடந்து நெல்லை நாட்டுக்குச் செழுமை தருகின்றாய்; உன்னாலேயே தென்பாண்டி நாடு பயிர் முகங் காட்டும் பழனத் திரு நாடாயிற்று. நெல்லை நாட்டை வாழ்விக்கும் நீ, 'நல்லை,[18] நல்லை' என்று உன்னை நாவார வாழ்த்து கின்றேன்; மனமாரப் போற்றுகின்றேன்.[19] ஆயினும், உன் கொடு மையை என்னால் மறக்க முடியவில்லையே! உன்னாலேயே உலகம் புகழ்ந்த கொற்கைத் துறைக்கு இன்னல் விளைந்தது. உன் தண்ணீரிற் கலந்து வந்த மண்ணும் மணலும் கொற்கைத் துறைமுகத்தைத் தூர்த்து விட்டன. நெல்லை நாட்டை நீ ஊட்டி வளர்த்தாய்; அதன் நல்ல துறைமுகத்திற்குக் கேட்டை விளைத்தாயே! நிலத்துக்கு நீர் அளித்தாய்! கடலுக்கு மண்ணடித்து விட்டாயே![20]

"பாண்டிப் பழம் பதியே! 'கெட்டார்க்கு இவ்வுலகில் நட்டார் இல்லை'[21] என்னும் பழமொழிக்கு நீயும் ஓர் எடுத்துக் காட்டாயினாய்![22] கருங்கடல் உன்னைக் கைவிட்டு அகன்றபோது, வறும்பூத் துறக்கும் வண்டுபோல,[23] வணிகரும் செல்வரும் உன்னை விட்டுப் பெயர்ந்தார்கள்; கடலருகே யமைந்த காயல் என்னும் இடத்தைத் துறைமுகமாகத் திருத்தி அங்கே குடியேறினார்கள். கடல் வாணிகத்தால் தழைத் தோங்கித்[24] தலையெடுத்தது காயல் மாநகரம். அதன் சிறப்பை எழுதிப் போந்தார்[25] மார்க்கப் போலர். ஆயினும் காயலின் வாழ்வும் நெடுங்

17 பொதிய மலை. This mountain, situated near Cape Comorin, is said to have been the abode of the sage Agastya, traditionally supposed to have composed the first grammar of Tamil many centuries before the beginning of the Christian era.

18 நல்லை (நல்+ஐ) : precious you. –ஐ here is an old form of the second person singular verbal ending.

19 நாவார (நா+ஆர) வாழ்த்துகின்றேன்; மனமாரப் (மனம்+ஆர) போற்றுகின்றேன் : I praise you to the full extent of my language; I laud you to the full extent of my heart.

20 கடலுக்கு மண்ணடித்து விட்டாயே : you filled the port with sand. கடல் here refers to that part of the sea which constituted the port at the mouth of the river.

21 கெட்டார்க்கு . . . இல்லை : there are no friends for those who have lost everything.

22 ஓர் எடுத்துக் காட்டு : an example.

23 வறும்பூத் துறக்கும் வண்டுபோல : just as a bee abandons a dry flower (i.e. a flower where there is no more honey).

24 தழைத்தோங்கு : prosper.

25 போந்தார். See note 7 above.

காலம் நிலைக்கவில்லை. உனக்கு நேர்ந்த கேடு காயலையும் தொடர்ந்தது. பொருநையாற்று மண்ணால் காயலும் தூர்ந்து ஒழிந்தது. பொருநையாற்று முகத்தில் துறைமுகம் அமைத்தால் அது நிலைக்காது என்பதை அறிந்த நெல்லை நாட்டார் தூத்துக்குடியைத் துறைமுக நகரமாக்கினார்கள். சரித்திர முறையில்[26] பாண்டிநாட்டின் ஆதித் துறைமுகம் நீயே; இடைக்காலத் துறைமுகம் காயல்; தற்காலத் துறைமுகம் தூத்துக்குடி. இவற்றை யெல்லாம் ஆராய்ந்தறிவதற்குள் நான் பட்ட பாடு கொஞ்ச நஞ்சமன்று.[27]

''குறுகி நிற்கும் கொற்கைப் பதியே! சென்ற ஆண்டில்[28] ஒரு நாள், சில வேலையாட்களோடு இங்கு வந்து சேர்ந்தேன். அங்குமிங்கும் சில இடங்களை அகழ்ந்து பார்க்க வேண்டுமென்பது என் ஆசை. அப்போது இவ்வூர் வாசிகள் கூடித் திரண்டார்கள்; என்னை நோக்கி என்னென்னவோ மறைவாகப் பேசினார்கள். 'இந்தப் பாதிரியார்[29] புதையல் எடுக்கப் புறப்பட்டு வந்திருக்கிறார்' என்றான் ஒருவன். 'புதையலை எடுத்தால் பூதம்[30] விடுமா?' என்று மாற்றம் உரைத்தான் மற்றொருவன். அன்னார் கருத்தை அறிந்து கொண்டேன். உடனே முதியோர் சிலரை என்னருகே அழைத்தேன். 'பூதங்காக்கும் புதையலிடம் நான் போவதில்லை' என்று வாக்களித்தேன். அதை ஏற்றுக் கொண்டு இவ்வூரார் என்னை வேலை செய்ய விட்டார்கள்.

''பாண்டிப் பெருங் கடலே! 'பாண்டி நாடே பழம்பதி' என்பது தமிழகத்தார் கொள்கை. அதன் உண்மையை ஆராய்ந்து அறிய வேண்டாமா? பழங்கதைகள் சொல்வதில் பயன் உண்டா? பாண்டி நாட்டிலே பாழடைந்து கிடக்கும் பழம்பதிகள் எத்தனை? மதில் இடிந்து கிடக்கும் மாளிகைகள் எத்தனை? தூர்ந்து கிடக்கும் துறைமுகங்கள் எத்தனை? இவற்றை யெல்லாம் துருவிப் பார்க்க வேண்டாமா? புதை பொருள்கள் கதை சொல்லுமே! கற்கருவிகள் காலங் காட்டுமே![31] இந்த வகையில் ஆராய்ந்து கொற்கையின் பெருமையைக் காணும் நாள் எந்நாளோ?'' என்று உருக்கமாகக் கூறிக் கொற்கைக் கடலிடம் விடை பெற்றார் கால்டுவெல் ஐயர்.

---

26 *சரித்திர முறையில்* : historically.

27 *கொஞ்ச நஞ்சம்* : a little. The form *நஞ்சம்* (related to *நச்சு* 'a little') occurs only in this special compound.

28 *சென்ற ஆண்டு* : last year. See 15, note 26.

29 *பாதிரியார்* : a Christian priest.

30 *பூதம்* : demon. It is a common belief that buried treasure will always be guarded by a demon.

31 *கற்கருவிகள் காலங்காட்டுமே* : stone implements will show the period.

Verb classification*

		Imperative	Present	Past	Future
I	(a)	செய்	செய்கிறேன்	செய்தேன்	செய்வேன்
	(b)	ஆள் (ஆளு)	ஆளுகிறேன்	ஆண்டேன்	ஆளுவேன் ஆள்வேன்
	(c)	கொல் (கொல்லு)	கொல்லுகிறேன்	கொன்றேன்	கொல்லுவேன் கொல்வேன்
II		அறி	அறிகிறேன்	அறிந்தேன்	அறிவேன்
III		வாங்கு	வாங்குகிறேன்	வாங்கினேன்	வாங்குவேன்
IV		விடு	விடுகிறேன்	விட்டேன்	விடுவேன்
V	(a)	உண் (உண்ணு)	உண்கிறேன்	உண்டேன்	உண்பேன்
	(b)	என்	என்கிறேன்	என்றேன்	என்பேன்
	(c)	கேள்	கேட்கிறேன்	கேட்டேன்	கேட்பேன்
	(d)	கல்	கற்கிறேன்	கற்றேன்	கற்பேன்
VI		படி	படிக்கிறேன்	படித்தேன்	படிப்பேன்
VII		நட	நடக்கிறேன்	நடந்தேன்	நடப்பேன்

Order of entries

அ	ஆ	இ	ஈ	உ	ஊ	எ	ஏ	ஐ	ஒ	ஓ	ஔ
ஃ	க	ங	ச	ஞ	ட	ண	த	ந	ப	ம	ய
ர	ல	வ	ழ	ள	ற	ன	ஜ	ஸ	ஷ	க்ஷ	ஹ

* A. H. Arden, *A Progressive Grammar of Common Tamil*, 5th edition, Madras, 1942, p. 148.

GLOSSARY

The glossary is complete in the sense that in principle all words that occur in the selected passages are listed, but it does not contain a complete inventory of all morphemes. Such non-free forms as would be found in the simplest elementary grammar of the language have been excluded. Nevertheless, it is hoped that entries will be seen to err on the side of being excessive rather than on that of being insufficient. Some of the variations of junction forms have been shown, but some room has been left for the student to use his knowledge of the problems involved in their occurrence.

Compounds are sometimes set in from the margin, especially when listed immediately under the word forming the first part of the compound. Occasionally this may be seen to result in a slight deviation from strict dictionary order. In the rare case where this could lead to a failure to find a word, a cross reference is given. Other cross references are made to draw attention to related words.

Place names and personal names are marked in one of two ways: (1) by capitalization of the word or words occurring in the gloss or (2) by a symbol in parentheses ((PlN) or (PerN) respectively) where the romanized form could be a simple transliteration of the Tamil.

Tamil makes frequent use of 'sound symbolism' or 'imitative words', often in reduplicated forms. These forms are generally immediately followed by *என்று* or *என*. Such forms have in this glossary been consistently characterized as 'onomatopoetic representations' (onom. repr.), though it is realized that in some cases the overworked word 'onomatopoeia' is not entirely appropriate.

Verbs are entered under singular imperative form (or a hypothetical imperative form in the case of verbs which do not in fact occur as imperatives) and are marked by a roman numeral in parentheses (or by (IrV) in the case of 'irregular verbs'). Verbs marked '(IrV)' are usually too well known for there to be any need to list all tense forms. Past tense forms are, however, shown when there is a difference of vowel in the stem of different tense forms. The marking of the verbs corresponds to the conjugation number of the Graul classification used in Arden's Grammar (5th edition, Madras, 1942) and in the Tranquebar Dictionary (3rd edition, 1933). This classification is given on the next page. Other than verbs no grammatical categories are marked except in cases of possible ambiguity.

அ

அ–	(negative prefix. In Sanskrit loans) not
அ–	(demonstrative prefix) that
அகதி	destitute person, lonely person, one without relations
அகநானூறு	name of a collection of early Tamil poems
அகப்படு	(IV) be caught, be contained
அகம்	house; heart; the inner part
அகப்பொருள்	internal life (especially of love)
அகலம்	breadth
அகல், அகலு	(I) leave, retire from; widen
அகல விரி	(VII) open wide
அகழ்	(II) dig out, excavate
அகஸ்தஸ்	Augustus
அகிம்சை	non-violence
அக்கறை	interest, concern
அக்கினி	fire; Agni
அங்கம்	limb
அங்காடி	bazaar
அங்கு	there
அங்குமிங்கும்	here and there
அங்கிருந்து	from there
அங்கே	there
அங்ஙனம்	so, in that way
அசட்டு	meanness; stupidity
அசல்	original
அசாதாரணம்	anything unusual, surprising
அசாத்தியம்	what is impossible, impracticable
அசுவாரஸ்யமாக	disinterestedly
அசை	cud
அசை போடு	(IV) chew the cud
அசை	(II) move, stir
அசை	(VI) move, shake
அச்சம்	fear, concern
அச்சாணி	linch pin

அச்சு — print, type
  அச்சடி — (VI) print
  அச்சுப்பொறி — printing press
அச்சுதம் — what is fixed, imperishable
அச்சுத ராயர் — (PerN)
அஞ்சு — (III) fear, be afraid
அட — (exclamation)
அடக்கு — (III) put down, restrain, subordinate; contain, enclose
  அடக்குமுறை — control, repressive measures
அடங்கு — (III) submit, be subdued, calm down; grow less; be contained in
அடர்த்தி — thickness, denseness
அடா — (a term of address used to males of inferior status only)
அடி — (a term of address used to females of inferior status only)
அடி — bottom; foot; step
  அடித்தளம் — ground floor
  அடிப்படை — foundation, basis
  அடியான் — devotee
  அடியெடுத்து வை — (VI) step out
  அடியோடு — altogether
அடி — blow, stroke
  அடிபடு — (IV) be beaten
அடி — (VI) strike, beat; blow (of wind); happen
  அடித்துக்கொள் — (I) clamour
அடிமை — slavery; slave
  அடிமைப்படுத்து — (III) enslave
அடியார்க்கு நல்லார் — (PerN)
அடு — (VI) be near, adjacent
  அடுத்த — next
  அடுத்தாற்போல் — near
  அடுத்து — following, next
அடுக்கு — (III) arrange, put one on another
அடை — adjective, qualifier
  அடைமொழி — attribute, adjective
அடை — (II) obtain, get; reach
அடை — (VI) enclose, bury, stuff in

அடைக்கலம்	place of refuge; protégé, thing protected
அடையாளம்	mark, sign
அடைவு	manner, form; all
அட்டை	cardboard
அட்வான்ஸு	advance (sum of money)
அணா	anna
அணி	row, file of soldiers, division of an army
அணி	(II) wear, put on (clothes)
அணு	atom, small particle
அணுகுண்டு	atom bomb
அணுகு	(III) approach, come near
அணை	prop, support; dam
அணை	(VI) extinguish, put out (a light)
அண்டு	(III) approach
அண்ணன், அண்ணா	elder brother
அதி–	excessive
அதிவிருஷ்டி	excessive rain
அதிகம்	much, a lot
அதிக	very
அதிகரி	(VI) increase, grow heavier, make heavier
அதிகாரம்	power, authority, command, jurisdiction, sovereignty; chapter, book
அதிகாலை	early morning (cf. அதி–)
அதிசயம்	wonder, admiration
அதிருப்தி	dissatisfaction
அதிர்ஷ்டம்	luck
அதிபதி	sovereign, lord
அது	it, that
அதற்குமேல்	after that
அதற்குமுன்	before that, previously
அதனால், அதனாலே, அதால், அதாலே	therefore
அதன்	its
அதன்படி	accordingly
அதாவது	namely, that is to say
அதே	the same
அதோ	there

அத்தகைய	such
அத்தனை	that many, so much
அத்திம்பேர்	elder sister's husband
அத்து	boundary, limit
அத்துடன்	with that (see அது)
அத்துணை	that much
அநாவசிய	unnecessary
அநுதாபம்	sympathy
அநுபவம்	experience
அநுபவி	(VI) experience, enjoy, suffer
அநுமதி	(VI) consent
அந்த	that, those
அந்தக்காலம்	those days
அந்தந்த	respective, such and such, each
அந்தமட்டும்	that much
அந்தி	evening just before sunset
அந்தோ	(exclamation of distress)
அந்நிய, அன்னிய	foreign
அபஸ்வரம்	false note
அபாரம்	preponderance, immensity; what is special or supreme
அபிப்பிராயம்	intention, opinion
அபிமானம்	love, gratitude
அபிஷேகம்	anointing
அபூர்வம்	rareness
அப்படி	so in that way
அப்படிப்பட்டது	that sort of thing
அப்படிப்பட்டவர்	that sort of person
அப்படியென்றால்	if that is so
அப்பர்	Appar, a medieval Śaivite poet-saint
அப்பன்	father
அப்பா	father; sir !
அப்பால்	away from, beyond
அப்பாவி	simpleton, innocent person
அப்புறம்	that side, beyond; moreover; then, afterwards
அப்பொழுது, அப்போ, அப்போது	then
அமராவதி	(PlN) name of a river; the capital of Indra's heaven
அமர்	war, battle

அமர்	(II) become settled, sit down
அமர்த்து	(III) settle, establish, employ, engage
அமளி	tumult, uproar, bustle
அமிதம்	immensity
அமுது	food, rice
அமெரிக்கன்	American
அமெரிக்கா	America
அமை	(II) become settled; be situated; be appropriate; happen; enter
அமை	(VI) settle, appoint, join, form
அமைச்சன்	minister
அமைதி	peace, tranquillity, calmness
அமைதியான	unperturbed
அமைப்பு	mechanism; construction, structure
அம்	beauty
அம்பதி	beautiful place
அம்பு	arrow
அம்மா	mother; form of address to a woman
அம்மாதிரி	that type; in that way (see மாதிரி)
அம்மாள்	mother; woman (see அம்மா)
அம்மை	woman
அயர்	(II) feel weak; sleep
அயர்லாந்து	Ireland
அயோக்கியன்	scoundrel
அய்யா	sir !
அய்யாப்பிள்ளை	(PerN)
அரங்கம், அரங்கு	academy, assembly, public meeting
அரங்கேற்று	(III) bring a book before an assembly for approval and acceptance
அரங்கேற்றம்	acceptance by a literary academy or group
அரசமரம்	pipal tree, *ficus religiosa*
அரசன்	king
அரச மரபு	dynasty
அரசு	royalty; kingdom; rule, government
அரசாங்கம்	government
அரசியல்	government, politics
அரசுரிமை	royal rights, right to kingship
அரண்மனை	palace
அரவம்	sound, noise

அரி	(VI) gnaw, nibble; rinse; destroy
அரிசி	rice (after removal of husk)
அரிது	what is rare
அரிவை	young woman; woman between 20 and 25 years of age
அருகு	neighbourhood, proximity
அருகே, அருகில்	near
அருகு	(III) diminish, become scarce, become rare
அருமை	care, affection; worth, greatness, importance
அரும்–, அருஞ்–	rare, great
அரும்பு	bud
அருள்	benevolence, grace, kindness
அரை	half
அரைகுறையாக	not completely
அர்த்தம்	meaning
அலங்கரி	(VI) beautify, decorate
அலங்கோலம்	disorder, confusion; deformity
அலசு, அலைசு	(III) wash, rinse; shake
அலசப்படு	(IV) be thoroughly examined
அலட்சியம்	unimportance; indifference
அலட்டு	(III) bother, annoy, worry; tire out
அலறு	(III) roar, scream
அலாதி	special
அலு	(VI) get fed up
அலெக்ஸாண்டர்	Alexander
அலை	wave, billow
அலை	(II) wander; be agitated
அலைமோது	(III) worry too much
அல்–	(negative root)
அல்ல	it is not
அல்லாது, அல்லாமல்	otherwise; without, except
அல்லது	or
அவ–	(Sanskrit prefix) dis–, etc.; bad
அவங்க	they (see அவர்கள்)
அவசரம்	hurry, haste
அவசியம்	necessity, urgency
அவதி	trouble, annoyance, distress
அவநம்பிக்கை	disbelief, distrust (see அவ–)

அவமதிப்பு	disrespect
அவமானம்	humiliation, dishonour, disgrace
அவமானம் படு	(IV) be disgraced
அவயவம்	limb, part of the body
அவர்	he (respect) *or* (rarely in modern prose) they
அவர்கள்	they
அவள்	she
அவற்றில்	among them (see அவை)
அவற்றுக்கு	(see அவை)
அவன்	he
அவியல்	a sort of vegetable curry
அவிழ்	(II) unfold; become loose, untied
அவை	they (things)
அவ்வப்போது	now and then
அவ்வளவு	so much, that much
அவ்வாறு	in that manner
அவ்வாறே	likewise
அழகப்பர்	(PerN)
அழகப்பச் செட்டியார்	(PerN)
அழகு	beauty
அழகிய	beautiful
அழி	(II) perish, decay
அழிவு	ruin, damage
அழி	(VI) destroy
அழு	(I) weep, cry, lament; suffer
அழுகுரல்	sound of weeping
அழுக்கு	dirt
அழுத்தம்	firmness, hardness; stress; obstinacy
அழுந்து	(III) be compressed
அழை	(VI) call, invite
அழைத்து வா	(IrV) invite
அழைப்பு	invitation
அளகிரி, அழகிரி	(PerN)
அளவு	amount, measure, limit
அளவற்ற	limitless
அளவிறந்த	immense, beyond measure
அளி	(VI) give, bestow, provide
அள்ளு	(III) take in heaps, take in handfuls
அறந்தாங்கி	(PlN)

அறம்	*dharma*, righteousness, virtue; justice
அறமன்றம்	court of justice
அறி	(II) know, understand, learn, become aware of
அறிக்கை	notice
அறிஞன், அறிஞர்	scholar, learned person
அறிமுகம்	acquaintance; introduction
அறியாமை	ignorance
அறிவாளி	wise man, scholar
அறிவி	(VI) make known
அறிவு	knowledge
அறிவுறுத்து	(III) inform
அறு	(II) break (as a rope does); be ended
அறு	(IV) cease, end; vanish
அறு	(VI) cut off, cut
அறுநூறு	six hundred
அறுபடு	(IV) come out, get out
அறுபது	sixty
அறுப்புக்கோட்டை	(PlN)
அறுவடை	harvest
அறை	room
அறை	(II) slap, strike with the hand
அற்பம்	smallness; trifle
அற்ப	insignificant
அற்பசொற்பம்	insignificant thing
அற்புதம்	wonder; what is rare, excellent
–அற்ற	without
அனுதாபம்	pity
அனுபவம்	experience
அனுபவி	(VI) experience, enjoy, suffer
அனுப்பு	(III) send
அனுமானி	(VI) guess
அனேகம்	many, much
அனைத்தும்	all, everything
அனைவர், அனைவரும்	all persons, everyone
அன்பு	love, affection; kindness
அன்புள்ள	dear
அன்றி	otherwise (see அல்)
அன்று	that day
அன்று முழுதும்	all that day

அன்றைக்கு	the other day
அன்று	it is not (see அல்)
அன்றோ	is it not so?
அன்னம்	rice, food
அன்னதானம்	food given in charity
அன்னார்	those people
அன்னிக்கு	the other day (see அன்றைக்கு)
அன்னிய	foreign
அன்னை	mother
அஸ்திவாரம்	foundation
அஸ்திவாரக்கல்	foundation-stone
அஹிம்சை	non-violence

ஆ

–ஆ	(interrogative suffix)
ஆகாயம்	sky
ஆகு	(III) be, become, happen
ஆ	(IrV) be, become, happen
–ஆக	for; as; (adverbial suffix)
ஆகக்கூடி	in the end, finally; in a way
ஆகவே	therefore
ஆகிலும்	nevertheless
ஆகையால்	because of; therefore
ஆயிற்று	it is done; it happened
ஆயினும், ஆனாலும்	however, nevertheless
ஆனால்	but
ஆக்கு	(III) make, effect, create; change
ஆக்கவேலை	creative work
ஆங்கிலம்	English (language)
ஆங்கிலேயர்	Englishman
ஆசாமி	person
ஆசிரியர்	author; teacher
ஆசை	desire; ambition; greed
ஆச்சரியம்	surprise, wonder
ஆச்சு	it has become, it has happened (see ஆயிற்று)
ஆடி	the fourth Tamil month (part of July and August)

ஆடு	(III) move; play; dance
ஆடை	dress; garment
ஆட்சி	rule, government; sovereignty
ஆட்சியாளர்	sovereign
ஆட்சேபனை	objection
ஆட்டம்	dancing; play, game; performance
ஆட்டு	(III) shake, agitate
ஆணவம்	pride, arrogance
ஆணி	nail, peg; excellence
ஆணிமுத்து	good, hard pearl
ஆணை	oath; order, prescription
ஆண்	male; manliness
ஆண்டவன்	ruler; God (see ஆள்)
ஆண்டு	year
ஆண்மை	manliness, valour; capacity, mastery over skills
ஆதரவு	support, protection; affection
ஆதரி	(VI) protect, support, take care of
ஆதலால்	therefore
ஆதாரம்	support, basis
ஆதி	beginning, source; ancient
ஆதிக்கம்	power, governing, eminence, dignity of office
ஆத்திரம்	anger, irritation
ஆத்மா	soul, life
ஆத்ம	spiritual
ஆந்திர	Andhra
ஆபீஸ்	office
ஆம், ஆமாம்	yes
–ஆம்	(sentence suffix, expressing possibility or that something is reported)
ஆயத்தம்	preparation, readiness
ஆயிரம்	thousand
ஆயிரக்கணக்கான	in thousands
ஆயினும்	(see ஆகு)
ஆயிற்று, ஆயிற்றே	(see ஆகு)
ஆயுதம்	weapon, arms
ஆய்	(II) do research, estimate
ஆர	fully (see ஆர்)
ஆரம்பம்	beginning

ஆரம்பி	(VI) begin
ஆராரிரோ	(opening sounds of a lullaby)
ஆரவாரம்	clamour, loud cries
ஆராய்	(II) investigate, examine
ஆராய்ச்சி	research, investigation, criticism
ஆராய்ச்சிக்கூடம்	research plant
ஆர்	(II) become full, abound
ஆர்க்காடு	Arcot
ஆர்ட்ஸ்	arts (as in B.A.)
ஆர்வம்	pleasure; love
ஆலயம்	residence; temple
ஆலோசனை	counsel, advice
ஆல்டர்மென்	alderman
–ஆவது	at least
ஆவல்	desire, longing
ஆவி	vapour, steam; spirit, life
ஆவேசம்	frenzy
ஆழம்	depth
ஆழ்	(II) go deep, sink down, be drowned; immerse
ஆளி	governor, ruler
–ஆளி	sufferer, possessor
ஆள்	person; man
ஆள்	(I) rule, reign; use with skill, practice
ஆளாகு	(III) be subjected
ஆறு	six
ஆறு	river; way, road; means, manner
ஆறு	(III) be appeased; become cool; heal; rest, repose
ஆறுதல்	comfort, consolation; rest
ஆறுதல் சொல்	(III) comfort, utter words of comfort
ஆற்று	(III) do, serve
–ஆனதும்	after (cf. ஆகு)
ஆனந்தம்	happiness, joy
ஆனர்ஸ்	honours (as in B.A. Hons.)
ஆனவரை	as far as possible (cf. ஆகு)
ஆனால், ஆனாலும்	(see ஆகு)
ஆஸ்கார்	Oscar
ஆஸ்தி	wealth

இ

இ–	(demonstrative prefix) this
இஃது	(see இது)
இங்கு, இங்கே	here
இசை	music
இசை	(II) agree; consent to
–இடத்து	with
இடம்	place, room
இடங் கொடு	(VI) give room; allow, permit
இடத்தார்	people belonging to a specific place
இடப்பேச்சு	dialect
இடம்	left side
இடது சாரி	left wing
இடது பக்கம், இடப்புறம்	left side
இடர்	obstacle
இடர்ப்பாடு	trouble
இடி	(II) fall to pieces, crumble; be broken
இடு	(IV) put, place, throw; give; make; engage in
இடுப்பு	hip, waist
இடை	middle; interval
இடைக்கட்சி	compromise party, moderate party
இடைக்காலம்	middle ages
இடைக்கால	medieval
இடையே	between
இடைவிடு	(IV) leave space
இடைவிட்டுவிட்டு	not continuously, intermittently
இடைஞ்சல்	adversity; obstacle
இட்டிலி, இட்லி	a steam-cooked rice cake
இணை	union; equal
இணை	(VI) join together
இதயம்	heart
இதழ்	petal; lip; eyelid
இது	it, this
இதற்குள்	meanwhile
இதனால்	because of this, therefore
இதனினும்	even (more) than this
{ இதுவரை, இதுவரைக்கும், இதுவரையிலும்	until now

இதெல்லாம்	all this
இதே	this very
இதோ	look !
இத்தகைய	this sort of
இத்தனை	this much, this many, all these
இந்த	this
இந்தாருங்கள்	here you are !
இந்தியா	India
இந்திய	Indian
இந்திரன்	Indra
இப்பத்தான்	just now (cf. இப்பொழுது)
இப்படி	thus, in this way
இப்படிப்பட்ட	this sort of
இப்படிப்பட்டவன்	a person of this sort
இப்படியெல்லாம்	all like this, all in this manner
இப்பொழுது, இப்போது, இப்போ	now
இப்பொழுதாவது	at least now
இமிடேஷன்	imitation
இமை	eyelid
இயக்கம்	movement (of people)
இயக்கு	move; operate; rule
இயந்திரம்	machine, engine
இயல், இயலு	(I) be possible
இயல்பு	nature, quality, disposition
இயற்கை	nature, disposition; custom
இயற்று	(III) perform, make, do
இரகுநாதநாயக்கன்	(PerN)
இரங்கு	(III) pity, commiserate
இரசவாதி	alchemist
இரசாயனம்	chemistry
இரட்டை	two things naturally joined together; double
இரண்டு	two
இரவு	night
இரு	two
இருசாரார்	both parties, people of both sides
இருநூறு	two hundred
இருபத்தெட்டு	twenty-eight
இருவர்	two persons
இரு	(VII) be; stay

–இராத	which is not
இருக்கட்டும்	let it be
இருந்தாலும்	nevertheless
இருந்தால்	if available, if there is
இருப்பு	state, condition
இருட்டு	darkness
இருதயம்	heart, mind
இருமு	(III) cough
இரும்பு	iron
இருள்	darkness
இருள்	(I) become dark
இரை	(II) howl, shout, scream
இலக்கணம்	grammar
இலக்கியம்	literature
இலங்கை	Ceylon
இலட்சியம்	goal, ideal; esteem
இலாகா	department
இலேசு, லேசு	easiness, smallness, lightness
இலேசான	easy, small
இலை	leaf
இல்	house, home
இல்லறம்	domestic life
இல்லுறை	family god
இல்–	(negative root)
இல்லாமல்	without
இல்லாவிடில்	if not
இல்லை	no, not
இல்லைங்காணும்	no, sir
இல்லையானால்	otherwise
இவர்	he, this person
இவர்கள்	they, these people
இவள்	she
இவன்	he
இவை, இவைகள்	they, these things
இவ்வளவு	this much
இவ்வாறு	thus, in this way
இழ	(VII) lose
இழி	(II) descend
இழிவு	meanness, vulgarity

இழிவான	mean, debased
இழு	(VI) pull, drag; inhale
இழுப்பு	pulling
இழை	(II) associate intimately; agree
இழை	(VI) mix; set (gems on gold)
இளமை, இளைமை	youth, immaturity
இளம்	young, youthful, immature
இளவரசி	princess
இளைமை	(see இளமை)
இளைஞன்	youngster, young person
இளையான்	young person
இற	(VII) die; exceed the limit; excel
இறகு	feather, quill; wing
இறங்கு	(III) get down, descend; enter, participate
இறுதி	end, death
இறை	tribute, tax; king
இறையூதியம்	royal income
இறை	(VI) draw (water); scatter, squander
இறைச்சி	meat
இறையனார்	(PerN)
இறையனார் அகப்பொருள்	name of a book by இறையனார்
இறைவன்	God
இனம்	relationship, class, company
இனத்தவர்	people of a group, people of a class
இனி, இனிமேல்	henceforth, hereafter
இனிமை	sweetness
இனிய	sweet
இன்–	still other
இன்னும்	still, yet; furthermore
இன்னொரு	another, some other
இன்னொன்று	another one
இன்னொருவர்	another person
இன்பம்	happiness, joy, delight, enjoyment
–இன்றி	without (cf. இல்)
இன்று	today
இன்றை, இன்றைக்கு	today
இன்றளவு	until this day
இன்னது	which; such a thing
இன்னபடி	how, which way, in which manner

இன்னார்	a particular person; such and such people
இன்னான்	such and such a person
இன்னல்	evil, misfortune
இஷ்டம்	desire, choice, pleasure

ஈ

ஈ	fly
ஈசுவரன்	Iśvara
ஈடுபடு	(IV) be involved, be engaged in
ஈது	this (cf. இது)
ஈதே	this *is*
ஈரம்	wetness
ஈராயிரம்	two thousand
ஈனம்	deficiency; what is weak, low
ஈனஸ்வரம்	weak voice

உ

உக	(VII) be glad; desire; agree with
உங்கள்	your (see நீங்கள்)
உச்சி	crown of head
உச்சிக்குடுமி	tuft of hair on the crown of the head of males
உடம்பு	body
உடல்	body
உடன், உடனே	at once, immediately
–உடன்	as soon as, at once, after
–உடன்	with
உடன்படு	(IV) agree, consent to
உடன்பிறந்தான்	brother
உடு	(VI) wear, put on
உடை	possession
உடைய	having, belonging to
உடையவன்	one who possesses
உடை	(II) break; become ruined
உடை	(VI) break; ruin

உட்கார், உட்காரு	(II) sit
உட்கார்ந்தபடியே	in a sitting position
உட்குரல்	conscience, inner voice (cf. உள்)
உட்கொள்	(I) take food
உணர், உணரு	(II) feel, realize
உணர்ச்சி	feeling, consciousness
உணர்த்து	(III) reveal, communicate
உண்	(V) eat
உணவு	food
உண்டாகு	(III) be, come into existence (cf. ஆகு)
உண்டு	there is, there are
உண்மை	truth
உதடு	lip
உதயம்	origin, birth; appearance
உதயமாகு	(III) appear (cf. ஆகு)
உதவி	help, assistance
உதவு	(III) help
உதறு	(III) spatter; shake off
உதாரணம்	example
உதை	kick, beating
உதை	(II) kick
உத்தரவு	order
உத்தியோகஸ்தன்	officer, public functionary
உத்தேசம்	motive, idea, intention; guess, approximation
உத்தேசி	(VI) consider
உந்து வண்டி	motor-car
உபகாரம்	help; benefit
உபசரி	(VI) treat with civility, show respect
உபயோகம்	use, usefulness
உபயோகப் படுத்து	(III) make use of
உபயோகி	(VI) use
உப்பட்டு	a sort of sweet pancake
உப்பு	salt
உம்	your (see நீர்)
–உம்	also, even
–உம் . . . –உம்	and
உயரம்	height
உயர்	(II) rise; be exalted, excel

உயர்ந்த	high
உயர்ந்தவர்	worthier persons, better persons, more capable persons
உயர்வு	rising; merit, excellence
உயிர்	life
உயிருக்கு உயிரான	very dear
உயிர் வாழ்	(I) live; enjoy life
உயிர்க்கிழத்தி	wife
உரம்	strength; firmness
உரி	(VI) peel; flay, remove skin
உரிமை	right, claim, privilege; peculiarity, quality
உரிய	belonging to; proper, fit
உரியவை	fitting matters
உரு	form, shape, image
உருப்படு	(IV) take on a good shape
உருவாக்கு	(III) create
உரு	(VI) get angry
உருக்கம்	compassion, tenderness, sympathy
உருண்டை	ball, anything round
உருத்து	(III) make angry
உருவம்	shape, image
உருள்	(I) roll, revolve
உரை	utterance; commentary, meaning
உரை	(VI) say, pronounce
உலகம், உலகு	world, earth
உலாவு	(III) be in use, exist; roam, wander, take a walk
உலை	(VI) ruin; open up, untie
உவ	(VII) be glad, rejoice
உவகை	joy, delight
உவமை	example, simile
உழை	(VI) work; serve
உளுந்து	black-gram
உள்	interior, inside
உள்விவகாரம்	internal affairs
உள்ளடங்கிய	low and soft (of a voice)
உள்ளாகு	(III) become subjected to
உள்ளே	inside

உள்–	(root form signifying 'being', 'existing')
உள்ள	existing, being, present in; (adjectival formative)
உள்ளது	that which is
உள்ளபடி	really, truly
உள்ளவர்	those who are
உள்ளம்	mind, heart
உறக்கம்	sleep
உறங்கு	(III) sleep
உறவு	relationship; consanguinity, friendship; relative
உறவாடு	(III) treat as a relation
உறவினர்	relatives
உறு	(IV) come in contact; feel, experience, suffer; reach; begin, happen
உறுதி	firmness, hardness, strength; assurance, certainty
உறுத்து	(III) cause to be, produce; cause to feel; prick, instigate, press hard; become evident
உறுப்பினர்	member
உறை	(II) live
உறைவிடம்	abode
உறை	(VI) cover, envelop; beat upon
உற்சாகம்	joy; enthusiasm; cheerful exertion
உற்பத்தி	development, evolution
உற்றமை	suffering, experience (see உறு)
உற்றுக் கேள்	(V) listen attentively (see உறு)
உற்று நோக்கு	(VI) examine closely, stare at
உற்றுப் பார்	(VI) examine closely, stare at
உன்	your (see நீ)

ஊ

ஊக்கம்	interest, enthusiasm; perseverance, strength, power
ஊசி	needle, injection
ஊடாடு	(III) move about; frequent
ஊடுருவு	(III) penetrate, pass through

ஊட்டு	(III) feed, nurse; develop
ஊதியம்	income; benefit
ஊருணி	well from which drinking water is taken
ஊர்	village; town
ஊழ்	antiquity; past deed
ஊழ்வினை	acts committed in a previous existence; fate
ஊறு	(III) spring forth; issue; be soaked, pickled
ஊறுகாய்	pickles
ஊற்று	(III) pour; spring, burst forth
ஊன்று	(III) plant, set, fix, press down

எ

எ–	(interrogative prefix) which
எக்கோஜி	(PerN)
எங்கள்	our (see நாங்கள்)
எங்கு	where
எங்காவது, எங்கேயாவது	somewhere
எங்கிருந்து	from where
எங்கிருந்தோ	from somewhere or other
எங்கும்	everywhere
எங்கே	where
எங்கேயாச்சும்	somewhere
எங்கேயோ, எங்கோ	somewhere
எச்சில்	saliva; saliva contamination
எடு	(VI) take, remove, pick up; bring up
எடுத்துக்காட்டு	example
எடுத்துக்காட்டாக	by way of example
எடுத்துக்காட்டு	(III) point out
எடுத்துக்கொள்	(I) take
எடுத்துச்சொல்	(III) point out
எடுத்துரை	(VI) point out, tell
எடுத்துவிடு	(IV) remove
எடை	weight
எட்டு	eight
எட்டணா	eight-anna coin

எட்டு	(III) reach
எட்டிப்பார்	(VI) peep in
எண்	thought; number
எண்ணிறந்தவர்	countless numbers of people
எண், எண்ணு	(III) number, count; think
எண்ணம்	thought, opinion
எண்ணமிடு	(IV) think
எதிர்	that which is opposite; in front
எதிராக	in opposition to, against
எதிரே	before, in front; opposite
எதிரொலி	echo
எதிர்காலம்	future
எதிர்பார்	(VI) expect; wait for
எதிர்பாராத	unexpected
எதிர்	(VI) oppose
எதிர்த்திடு	(IV) oppose
எதிர்ப்பாளர்	opposers
எதிர்ப்பு	opposition
எது	what
எதற்கு	for what
எதாவது	something
எதுவும்	anything
எதுவோ	something; whichever
எதோ கொஞ்சம்	not much
எதேச்சாதிகாரம்	unrestrained power
எத்தனை	how many
எத்தனையோ	so many
எந்த	which
எப்படி	how
எப்படிப்பட்டது	what sort of thing
எப்படியோ	somehow
எப்பொழுது, எப்போது, எப்போ	when
எப்பொழுதாவது	sometimes
எப்பொழுதும், எப்போதும்	always
எப்போதோ, எப்பவோ	occasionally, once in a while
எம்மா	how much
எம். ஏ.	M.A.
எய்து	(III) achieve; acquire
எரி	(II) glow; burn; scorn, be angry
எரிந்து விழு	(II) fall into a rage; be spiteful

எல்–	all
எல்லா	all
எல்லாம்	all, the whole
எல்லாரும், எல்லோரும்	all people
எல்லாவித	all sorts of
எல்லை	limit, boundary
எவ்வளவு	how much, however much
எவ்வளவோ	a lot
எவ்வாறு	how
எவ்வித	any sort of
எழில்	beauty
எழு	(II) get up; awake; emerge; originate
எழுந்திரு	(VII) get up; wake up
எழுது	(III) write; draw
எழுதிவை	(VI) write down
எழுத்து	writing; letter (of the alphabet)
எழுத்தாளர்	writer, author
எழுபது	seventy
எழும்பு	(III) rise
எளிது	an easy matter
எறி	(II) throw, throw away
என்	my (see நான்)
என்–	(V) say, tell
என	(particle of quotation) so saying
–என	for, for the sake of
எனவே	therefore, so
எனில்	if, if said
எனினும்	yet, nevertheless, however
என்ற	said above; called
என்றபடி	that being so; this is, such is
என்றால்	if, if said so
என்றாலும்	even then, nevertheless
என்று	(particle of quotation) so saying
என்ன, என்னம்–	what
என்ன காரியம்	what a thing
என்ன இருந்தாலும்	whatever it is, however, after all
என்னடா	what, you fellow !
என்னதான்	however much; whatever
என்னமோ	something, somewhat

என்னவோ	something, something or other, somewhat
என்னென்னவோ	something or other
என்ஜினியரிங்	engineering

ஏ

ஏ	(exclamation)
–ஏ	(emphatic particle)
ஏகம்	a lot, the whole
ஏக	the whole, complete
ஏகபோகம்	unrestrictedness; sole enjoyment, unshared enjoyment and ownership
ஏகபோக	entire
ஏகத்தாராக	in abundance, without limitation
ஏகாங்கி	solitude; a single person who has no family
ஏகாதிபத்தியம்	full ownership; empire, imperialism
ஏகாதிபத்தியவாதி	imperialist
ஏக்கம்	longing, anxiety
ஏக்கரா	acre
ஏடு	petal; book (of palmyra leaves)
ஏது	what; where
ஏதாவது	anything, something, whichever
ஏதும்	anything
ஏதோ	something; some unnamed; somewhat
ஏந்து	(III) support, take hold of, take up in the hands; extend the hands humbly to receive something
ஏமாற்று	(III) cheat
ஏரி	lake, large tank
ஏர்	plough
ஏல்	(V) receive, accept, admit
ஏற்றுக்கொள்	(I) receive; take upon one's self
ஏழு	seven
ஏறு	(III) ascend, climb up; enter; increase; become
ஏற இறங்க	up and down
ஏறக்குறைய	approximately
ஏற்கனவே	before, already

ஏற்படு	(IV) begin to exist, be established, evolve, become, develop, sprout; be obtained; occur, experience
ஏற்படுத்து	(III) establish, fix, set on foot
ஏற்பாடு	arrangement, preparation
ஏற்றம்	climbing; acceptance; passing
ஏற்று	(III) raise, lift up
ஏற்றுக்கொள்	(see ஏல்)
-ஏனும்	although, at least
ஏன்	why
ஏனெனில்	for, because
ஏனோ	for some reason

ஐ

ஐக்யம்	unity, oneness
ஐந்து	five
ஐந்நூறு	five hundred
ஐம்பது	fifty
ஐயாயிரம்	five thousand
ஐயன்	sage, teacher, one worthy of respect
ஐயர்	(honorific suffix sometimes added to proper names)
ஐயா	sir
ஐயோ, ஐயய்யோ	(exclamation of pity or disapproval) oh dear, what a shame

ஒ

ஒ	(VI) be alike, be equal; resemble; be suitable
ஒத்த	equal, suitable
ஒத்துழை	(VI) co-operate
ஒசந்த, உயர்ந்த	high
ஒடி	(II) break
ஒடுங்கு	(III) be shrunk, be compressed
ஒட்டு	(III) touch, stick, cling
ஒட்டி	depending on; in accordance with; in reference to

ஒண்ணு, ஒன்று	one
ஒதுக்கு	(III) keep apart, drive out of the way
ஒத்த	(see ஒ)
ஒத்தாசை	help, aid, support
ஒத்துழை	(see ஒ)
ஒப்பம்	consent
ஒப்பு	comparison, likeness; consent
ஒப்படை	(VI) entrust, consign
ஒப்பிடு	(IV) compare
ஒப்புக்கொள்	(I) assent, admit, agree
ஒப்பு	(III) consent, agree
ஒரு	a, one
ஒருகால்	once, perhaps
ஒருத்தர்	one person
ஒருத்தி	one woman
ஒருபோதும் . . . இல்லை	never
ஒரு மாதிரி	slightingly (literally 'in a certain manner'); singularity, peculiarity
ஒருமுகப்படு	(IV) converge
ஒருவகையான	a certain sort of
ஒருவர்	one person
ஒருவன்	one man
ஒருவாறு	in a way
ஒருவேளை	maybe, possibly
ஒரே	one only
ஒலி	sound, noise
ஒலி	(VI) sound, pronounce, utter
ஒல்லு	(III) join; be possible
ஒவ்வொரு	each, one by one
ஒவ்வொன்றும்	each one
ஒவ்வோர்	each
ஒழி	(II) cease; be excepted, be left out of consideration; get lost
–ஒழிய	though; otherwise
ஒழி	(VI) leave; lose; clear; empty; put a stop to; leave on one side, leave out of consideration
ஒழிக்கப்படு	(IV) perish
ஒழுக்கம்	conduct
ஒளி	light; flame

ஒளி	(II) hide
ஒளிவு	concealment
ஒளிர்	(II) shine, radiate
ஒற்றுமை	union, agreement
ஒற்றுமைப் படுத்து	(III) unite
ஒற்றை	that which is single
ஒன்பது	nine
ஒன்று	one, one thing
ஒன்றுகல	(VII) unite; meet
ஒன்றுபடு	(IV) unite, be united
ஒன்றும்	anything
ஒன்றுமே . . . இல்லை	not even one
ஒன்று	(III) unite; become one with

ஓ

–ஓ	but, however; (interrogative suffix implying doubt)
ஓகோ	(sound made to acknowledge that one is listening to a conversation, without committing to any opinion expressed)
ஓங்கு	(III) rise, shoot up; increase
ஓசை	sound
ஓடு	shell; shell of coconut used by mendicant when begging
ஓடு	(III) run
ஓட்டம்	running
ஓட்டல்	hotel
ஓட்டு	(III) drive
ஓட்டுபவர்	driver
ஓது	(III) chant, sing
ஓய்	(II) desist, cease; become tired; take rest
ஓய்வு	leisure, rest
ஓரம்	edge, border
ஓர்	a, one
ஓலம்	noise; moaning
ஓலை	palm leaf
ஓவியம்	painting, picture

ஓவியர்	painter, artist
ஓஹோ	oh

க

ககரம்	the letter க (ka)
கங்கை	Ganges
கங்காஸ்நானம்	ritual bath in the Ganges
கசக்கு	(III) deform, disfigure
கசப்பு	bitter taste; bitterness, antagonism
கசி	(II) ooze out, filter; become compassionate
கச்சேரி	concert, musical performance
கஞ்சன்	miser, fraud, swindler
கஞ்சா	a narcotic plant (*cannabis Indica*)
கஞ்சி	porridge, conjee
கட	(VII) pass, cross; go beyond; leave
கடந்த	last; beyond
கடமை	duty; debt
கடல்	sea, ocean
கடற்கரை	sea-shore
கடவுள்	God
கடன்	debt
கடி	(VI) bite, chew
கடிகாரம்	clock
கடிதம்	letter, missive
கடுங்கோன்	(PerN)
கடுமை	harshness, sternness, severity
கடுஞ்–	harsh, severe
கடுமையான	fierce, violent
கடை	shop
கடைக்காரன்	shopkeeper
கடைவீதி	bazaar street
கடை, கடைசி	end; last, final
கடைசியாக	finally
கட்சி	party, faction
கட்சியார்	members of a party
கட்டணம்	fare, fee
கட்டம்	stage in a story, act in a play; time

கட்டளை	command, order
கட்டாயம்	compulsion; certainly
கட்டிடம்	building (cf. கட்டு)
கட்டில்	bedstead, cot
கட்டு	(III) bind, tie, fasten; associate; fix, build; marry
கட்டிக்கொள்	(I) marry
கட்டிவிடு	(IV) set apart cleverly
கட்டுப்பாடு	bond
கட்டுரை	essay
கட்டை	piece of wood, log; deficiency; empty, lone; short
கட்டைச்சுவர்	balustrade, parapet wall
கணக்கு	number, calculation; measure; limit; mathematics, arithmetic
கணம்	moment
கணவன்	husband
கணை	arrow
கண்	eye
கண்ணீர்	tears
கண்ணும் கருத்துமாக	with great care and delicacy
கண் விழி	(VI) wake up
கண்டக்டர்	conductor
கண்டமாத்திரத்தில்	(see காண்)
கண்டி	(VI) reprove, rebuke; correct
கண்டிப்பு	strictness, punishment, chastisement; surety, definiteness
கண்டு	(see காண்)
கதவு	door
கதறு	(III) cry aloud, scream
கதி	condition, state
கதை	story
கத்தி	knife
கத்து	scream, bawling
கத்து	(III) cry, scream
கந்தசாமி	(PerN)
கபடு	deceit, cheating
கபாடபுரம்	(PlN)
கப்	cup
கப்பி	gravel

கப்பு	(III) enclose, surround; overspread (like clouds)
கமகம்	grace of melody in music. There are ten types
கமிஷன்	commission
கம்பளம்	rug, blanket
கம்பி	metal bar, rod, wire
கர	(VII) conceal; deceive
கரவு	concealment, deception
கரடுமுரடு	roughness, unevenness
கரம்	hand, arm
கரம்	(a particle used for naming short vowels, vowel-consonants in Tamil)
கரி	charcoal, blackness
கரிய	black, dark
கருணை	clemency, compassion; benevolence, kindness
கருது	(III) think, have opinion, consider
கருத்து	idea, thought, opinion; purpose; mind, attention; concern
கருமாதி	funeral rites
கருமி	miser
கருமை	blackness, dark colour
கரு	black
கரும்பு	sugar-cane
கருவி	instrument, tool; machine
கரை	boundary; edge, shore, bank
கரை	(VI) melt; wash away
கர்த்தா	doer, master
கர்வம்	pride
கல	(VII) mix
கலப்பட	adulterated
கலப்படம்	mixture, adulteration
கலகல	(onom. repr. of a rustling sound, or laughter)
கலக்கம்	agitation
கலக்கு	(III) agitate
கலம்	vessel, bowl
கலவை	mixture (cf. கல)
கலை	art

கலைஞன்	artist
கல்	stone, rock
கற்கருவி	stone implement
கல்	(V) learn, study
கல்வி	learning, study
கற்றுக்கொள்	(I) learn
கல்யாணம், கலியாணம்	marriage
கவர்	(II) seize; attract, charm
கவர்ச்சி	grasp; attraction, charm
கவர்ந்துகொள்	(I) deceive, appropriate
கவலை	care, concern, worry
கவனம்	attention
கவனி	(VI) notice, see; take care, watch
கவி	poem; poet
கவிஞர்	poet
கவியரங்கேறு	(III) be recognized by the assembly of poets
கவி	(II) cover, overspread (as a cloud)
கவிழ்	(VI) turn upside down
கவ்வு	(III) seize, hold; attract, fascinate
கழகம்	association, assembly
கழல்	(I) become loose
கழனி	field—often partitioned and capable of holding water for irrigation
கழி	branch; beam
கழி	(II) pass; go off
கழி	(VI) spend (time); remove, subtract, withdraw
கழித்து	after
கழுதை	donkey, ass
கழுத்து	neck
களஞ்சியம்	granary
களம்	field; a place where corn is threshed
களி	joy, mirth; revelling
களி	(VI) rejoice; revel
களிப்பு	happiness; intoxication
களை	beauty, lustre; glow of happiness on the face
கள், கள்ளு	toddy
கற	(VII) milk (a cow); give milk

கறவை	cow that has not gone dry
கறி	curry
கறி	(VI) bite; have a biting or pungent taste
கறு	(VI) grow black, darken; be angry
கறுப்பு	blackness
கறுப்பர்கள்	blacks, black people
கறை	stain, mark
கற்பது	learning; culling out, picking out (see கல்)
கற்பனை	imagination
கற்பு	chastity
கற்றுக்கொள்	(see கல்)
கனம்	thickness
கனவு	dream
கனவான்	gentleman
கனி	ripe fruit
கனி	(II) grow ripe; grow soft and tender
கனிவு	softness; tenderness, affection
கனை	(VI) roar
கன்று, கன்றுக்குட்டி	calf
கன்னம்	cheek
கன்னடம்	Kanarese
கன்னாபின்னா	idle talk, nonsense
கன்னி	virgin, maiden; virginity
கன்னி கழியாத	unmarried
கன்னி கழியாமல்	being unmarried
கஷாயம்	brew, decoction
கஷ்டம்	hardship, difficulty; worry, uneasiness
கஷ்டப்பட்டவன்	one who has suffered hardship
கா	(VI) preserve; guard, protect; wait for
காங்கிரஸ்	Congress, the Indian National Congress Party
காசி	Banaras
காசு	coin, money
காஞ்சீபுரம்	Conjeevaram
காடு	forest, jungle
காட்சி	sight, vision, scene, appearance
காட்டு	(III) show

காண்	(V) see; find out, realize; seem, appear
கண்டபடி	carelessly
கண்டமாத்திரத்தில்	as soon as one sees, the instant one sees
கண்டிலாத	not seen
கண்டுகொள்	(I) understand
கண்டுபிடி	(VI) find; discover, find out
காணப்படு	(IV) seem
காணல்	looking, estimating, examining
காணோம்	not seen, not to be found
காண்பி	(VI) show
காதல்	love
காதலன்	lover
காது	ear
காத்து	(see கா)
காந்தி	Gandhi
காப்பாற்று	(III) save; protect (see கா)
காப்பி	coffee
காமன்	Kama, God of love
காமாலை	jaundice
காமி	love; beloved
காமிரா	camera
காயல்	(PlN)
காய்	unripe fruit
காய்	(II) become dry; be hot
காய்	(VI) bear fruit
காய்சின வழுதி	(PerN)
காய்ச்சு	(III) heat, make hot
காரணம்	cause, reason
காரம்	pungency, bite, hot taste
காரசாரமான	hot, unpleasant
–காரன்	(masculine suffix) doer, agent
காரியதரிசி	secretary
காரியம்	thing, matter, affair
காரைக்குடி	(PlN)
கார்	cloud
கார்	car
காலம்	time, season

காலம் தாழ்	(VI) delay; while away time
காலம் தாழ்த்து	(III) delay; while away time
காலரி	calorie
காலி	vacancy, empty
காலி பண்ணு	(III) vacate
காலி	that which has legs; animal
காலேஜ்	college
காலை	morning
கால்	leg, foot; way, channel; quarter
காலணா	quarter of an anna
கால்டுவெல்	Caldwell
காவலன்	protector, king
காவியம்	epic
காளை	bullock
காற்று	breeze, wind
காற்றாடி	toy windmill, pinwheel
காஷியர்	cashier
கிட	(VII) lie, remain, exist
கிடை	(II) be available; approach, meet
கிடை	(VI) obtain, receive, avail, be obtained
கிட்டு	(III) approach
–கிட்ட	from; near
கிணறு	well
கிண்ணம்	small metal bowl; cup
கிராப்பு	crop, man's hair in a particular style
கிராமம்	village
கிருஷ்ணன்	Kṛṣṇa
கிருஷ்ணலால்	(PerN)
கிழக்கு, கிழக்கே	east
கிழங்கு	edible root
கிழத்தி	woman, wife
கிழம், கிழமை, கிழடு	old age
கிழட்டு	aged, old
கிழம்	old one
கிழவன்	old man
கிழி	(II) be torn
கிழிசல்	tearing; a piece of torn cloth
கிழி	(VI) tear, tear off

கிளப்பு	(III) raise; rouse, incite
கிளம்பு	(III) rise, emerge; start
கிளி	parrot
கிளை	branch, twig; section, division
கிளைமொழி	dialect
கிறிஸ்து	Christ
கிறிஸ்தவர்	Christian
கிறுகிறு	(VI) whirl
கிறுகிறுவென்று	whirling, with a whirling sound
கீதம்	music, song
கீர்த்தனம்	devotional song
கீழ்	place below; east
கீழே	down, below, under
கீழே இறங்கு	(III) get down
கீறு	(III) scratch, mark by scratching; strike
கீறல்	scratch, abrasion, mark
கீற்று	leaf of palm tree processed to make mats
குச்சி	twig; splinter; match-stick
குச்சு	lock of hair, tuft
குஞ்சு, குஞ்சி	young of bird, chicken
குடி	family; inhabitant, subject; dwelling; town, village
குடி அரசு	democracy
குடித்தனம்	family, household, domestic life
குடியானவன்	farmer, peasant, tenant
குடியேறு	settle in a place, immigrate
குடி	(VI) drink; inhale; smoke
குடிகாரன்	drunkard
குடிநீர்	drinking water; medicinal decoction
குடிமயக்கம்	drunkenness
குடிசை, குடில்	hut
குடுமி	tuft of hair
குடும்பம்	family
குடை	(II) excavate, bore
குட்டி	young of an animal, of a bird; small child
குணம்	quality, character; healthfulness
குணமாகு	(III) recover from sickness

குண்டு	lump; bomb
குதி	(VI) leap, jump
குதிரை	horse
குதூகலம்	great joy
குத்தகை	contract; lease, lease of land
குத்து	(III) pierce
குத்து	hit, blow; stabbing
குபு குபு	(onom. repr. of the falling of tears)
குப் குப்	(onom. repr. of sudden action)
குப்பன்	(PerN)
குப்பி	flask, bottle, jar
குப்புறு	(IV) fall prostrate
குப்புற	upside down
குப்புற விழு	(II) fall on the face
குமுறு	(III) burst forth; bubble in boiling
கும்பம்	small water-jar; sacrificial pot; pinnacle of a temple
கும்பாபிஷேகம்	ceremony of consecrating the pinnacle of a temple
கும்பினி	company
கும்மாளம்	jumping and running due to excitement
குரல்	voice
குரவை	a kind of woman's dance, a folk dance
குரு	teacher
குருநாதன்	teacher
குருடன்	blind man
குலம்	class, caste, lineage
குலுங்கு	(III) shake, tremble; be full, be prolific
குலை	cluster, bunch
குலை	(VI) loosen, untie; destroy
குவளை	metal pot with wide mouth
குவி	(VI) heap, gather, collect
குவியல்	heap, pile
குழந்தை	child, baby
குழந்தை குட்டி	offspring
குழம்பு	any liquid mixture
குழவி	child, baby
குழறு	(III) mumble, speak indistinctly

குழாய்	pipe
குழி	pit, hole; grave
குளம்	pond, tank
குளத்தங்கரை	bank of a tank
குளம்பு	hoof
குளி	(VI) bathe; dive (e.g. for pearls)
குளிர்	coldness; cold wind
குறட்டை	snoring
குறி	sign, mark
குறி	(VI) mark, indicate, denote, refer to, determine
குறிப்பு	sign, hint, mark, designation
குறிப்பாக	in particular
குறிப்பிடு	(IV) specify, name, call, mention
குறிச்சி	village
குறுகு	(III) become short, grow less, diminish
குறுக்கு	what is across; diameter
குறுக்கே	between
குறுக்கே வா	(IrV) come between; interfere
குறுமை	shortness; imperfection
குறுநகை	small smile, glimmer of a smile
குறுமொழி	slang
குறும்பு	mischief
குறும்புத்தனம்	mischievousness
குறை	deficiency, something wanting; flaw, defect, fault, imperfection; mistake
குறை	(II) be lacking
குறை	(VI) shorten, curtail
குற்றம்	flaw, fault; guilt; mistake
குற்றுயிர்	the state of being half dead
குனி	(II) bend, stoop down
குன்று	(III) decrease, diminish
கூ	clamour
கூக்குரல்	clamour, uproar
கூசு	(III) be shy, be daunted
கூச்சம்	shyness, timidity
கூச்சப்படு	(IV) feel shy
கூடம்	building, room, hall
கூடு	nest

கூடு	(III) join, unite; gather, assemble; be possible
கூட	even, also
கூடாது	it should not; it is impossible
கூடிய	proper, appropriate, possible
கூடியது	it is possible
–கூடியவர்	person with capacity to . . .
கூடும்	it is possible
கூட்டம்	crowd, group, tribe; meeting
கூட்டத்தார்	people of a certain group or class
கூட்டத்தினர்	members of a crowd
கூட்டு	(III) add, bring together
கூத்து	dance; spectacle, display; confusion, fiasco; state of affairs
கூந்தல்	woman's hair
கூப்பிடு	(IV) call; invite
கூர்	point, tip
கூர் பார்	(VI) test the point
கூர், கூரு	(II) be pointed, sharp; be abundant
கூர்ந்து நோக்கு	(III) } look carefully, pointedly
கூர்ந்து பார்	(VI) }
கூலி	wages, hire; cooly
கூழ்	porridge
கூறு	(III) say, tell; proclaim
கூறப்பெறு	(IV) be said, be maintained
கூறி வா	(IrV) say habitually
கூஜா	jar
கெஞ்சு	(III) beg, crave, plead
கெட	(VI) be available (see கிடை)
கெடு	(IV) be ruined, lost; perish
கெட்டார்	unfortunate people
கெட்டி	skill, cleverness
கெட்டிக்காரன்	clever, capable man
கெட்டிக்காரத்தனம்	cleverness
கேடு	loss, misfortune, harm; defeat, fault, wrong
கேட்டுக்கொள்	(I) request (see கேள்)
கேவலம்	triviality; merely, simply
கேளிர்	relatives, kinsmen

கேள்	(V) hear; listen; obey; ask; enquire; ask for; be heard
கேட்போர்	listener
கேள்வி	hearing; question, enquiry
கேள்விப்படு	(IV) hear, be informed
கை	hand, arm; handful
கைக்கொள்	(I) grasp, take, take hold of
கைத்தட்டு	applause
கைத்தட்டு	(III) applaud, clap
ஒரு கை பார்	(VI) try one's best
கைதேர்ந்த	expert
கைத்திறன்	skill
கைப்பணம்	bribe
கைப்பிடி	support, handle; handful
கையாள்	(I) use, handle; organize
கையெழுத்து	handwriting; signature
கையேந்தல்	small child
கைவிடு	(IV) desert, abandon
கைம்பெண்	widow
கொச்சை	corrupt expression
கொஞ்சம்	a little
கொஞ்ச	a little, a few, some
கொஞ்சமாவது	just a little
கொஞ்சு	(III) play
கொடு	(VI) give
கொடுமை	severity, harshness; cruelty, tyranny; violence; misfortune
கொடும்	cruel
கொடியது	that which is harmful
கொடுமைப் படுத்து	(III) do violence, oppress
கொடை	gift (cf. கொடு)
கொட்டு	(III) beat, strike, click; pour out, empty
கொண்டாடு	(III) celebrate
கொண்டாட்டம்	celebration; happiness, delight
கொண்டு, கொண்டிரு	(see கொள்)
கொண்டை	a hair style in which a tuft of hair is tied up in a knot
கொத்சு	a spiced vegetable sauce
கொப்புளி	(VI) bubble in profusion

கொம்பு	horn; stick
கொலு	the royal presence
கொலு மண்டபம்	hall of audience, royal court
கொலை	murder
கொல், கொல்லு	(I) kill
கொல்லை	garden, field
கொழு	(VI) grow fat
கொழுகொம்பு	support on which creepers grow
கொழுமை	fatness
கொழு	fat
கொள்	(I) have, possess, take, take possession
கொண்டிரு	(VII) possess, continue to have; resemble
–கொண்டு	with; with the help of; in accordance with
கொண்டு போ	(IrV) take
கொண்டு வா	(IrV) bring
கொள்கை	resolution, policy, view, opinion, belief
கொள்ளை	plunder
கொற்றவன்	king, monarch, ruler
கொற்கை	(PlN)
கோ	king, emperor; great man
கோடி	end, corner
கோடு	line
கோட் அடி	(VI) fail (in an examination)
கோட்பாடு	principle
கோணம்	angle
கோணு	(III) be bent; deviate
கோணல்	crookedness, wrong, deceit
கோபம்	anger
கோபாலன்	Gopalan
கோபி	(VI) become angry
கோப்பை	cup
கோமாளி	clown, jester, buffoon
கோமாளித்தனம்	buffoonery, nonsense
கோமான்	king (cf. கோ)
கோயில், கோவில்	temple
கோரு	(III) ask for, request
கோர்ட்டு	court

கோலம் form, shape; decoration; beauty; pattern drawn on the floor, especially on festive occasions
கோலாகலம் grandeur, pomp
கோலு (III) make, effect; begin
கோல் rod, stick
கோவில் temple
கோழி domestic fowl, hen or cock
கோழை bashful, timid
கோளாறு confusion, difficulty; quarrel; wrong
கோள் taking
கோஷ்டி assembly, group

ச

சகலம் the whole
சகல all, every
சகாப்தம் era
சகி (VI) endure, bear, put up with, suffer willingly
சகோதரம் the state of brother and sister
சகோதரன் brother
சக்தி power; energy; ability
சங்கடம் difficulty
சங்கம் academy, association
சங்கதி news
சங்கரன் Śankaran
சங்கற்பம் determination
சங்கீதம் music
சங்கீத musical
சஞ்சலம் worry, anxiety; agitation, trembling
சடங்கு religious ceremony, rite, observance
சடார் (onom. repr. of crackling, or immediacy)
சட் (onom. repr. of quick and sudden movement)
சட்டம் frame; rule, law
சட்டினி, சட்னி chutney
சட்டை shirt; attention, care

சண்டை	quarrel, dispute
சதம்	hundred
சதி	treachery
சதிகார	treacherous
சதை	flesh
சத்தம், சப்தம்	sound, noise
சத்திய பாமா	(PerN) second wife of Kṛṣṇa
சத்தியம்	oath
சத்துணவு	power, strength, essence
சத்துரு, சத்ரு	enemy
சந்தர்பம்	opportunity, convenience
சந்தி	(VI) meet
சந்திரன்	moon
சந்தேகம்	doubt, suspicion
சந்தேகி	(VI) doubt, hesitate
சந்தோஷம்	happiness, joy
சந்நிதானம்	divine presence
சப்தம்	noise, sound
சப்பு	click, sucking sound
சப்பு	(III) suck
சப்ளை	supply
சமம்	evenness; equality; impartiality; tranquillity
சமயம்	time, occasion, juncture; religion
சமாசாரம்	news, thing, matter, business, circumstances
சமாதானம்	peace, amity; appeasement; justification
சமாதி	motionless state; grave
சமீபம்	nearness, proximity
சமீபம்	recently
சமுதாயம்	crowd; society
சமூகம்	community
சமேதம்	closeness, proximity
சமேதர்	one who is near, close to
சமை	(II) be cooked
சமையல்	cooking
சமையற்காரன்	cook
சமை	(VI) cook
சம்மதி	(VI) consent, agree

சம்பந்தம்	connexion, relation, alliance, agreement
சம்பவம்	incident
சம்பளம்	salary
சம்பாதி	(VI) earn; acquire
சம்பாஷணை	conversation
சரக்கு	articles, things
சரசர	(onom. repr. of quickness)
சரந்தாங்கி	(PlN)
சரம்	arrow
சரமாரி	shower of arrows
சரி	correctness; yes (an expression of approbation or assent)
சரியாக	correctly; exactly
சரிப்படுத்து	(III) restore
சரிவர	properly
சரித்திரம்	history
சர்க்கார்	government
சர்ச்சை	argument
சர்மா	(PerN)
சர்வம்	all, the whole
சர்வ தேசீய	international
சர்வாதிகாரி	dictator, one holding supreme power
சர்விஸ்	service
சலி	(VI) get tired of
சல்லா	porous
சல்லாத் துணி	muslin; thin, loosely woven cloth
சவம்	dead body, corpse
சவக்குழி	grave
சற்று	a little
சனியன்	Saturn
சன்னல், ஜன்னல்	window
சா	(IrV : past tense செத்தேன்) die
செத்துப்போ	(IrV) die
சாக்காடு	death
சாக்கு	excuse, pretext
சாண்	span, a measure of approximately nine inches
சாதகம்	success, prosperity; habit, practice; horoscope

சாதகமான	helpful, approving
சாதம்	cooked rice, food
சாதாரணம்	that which is ordinary, usual
சாதி	caste
சாதி	(VI) assert; affirm; persevere, succeed through perseverance
சாத்திரம்	*Śāstra*, philosophical writing
சாத்து	(III) shut
சாந்தி	mildness; mitigation, pacification, consolation; remedy; appearance
சாந்தி செய்	(I) propitiate, mitigate, assuage
சாப்பாடு	meal, food
சாப்பிடு	(IV) eat
சாமம்	measure of time, watch of three hours
சாமன்	(PerN)
சாமான்	things, articles, goods
சாமி	sir
சாம்பர்	ashes
சாம்பார்	a sauce
சாயம்	evening
சாயங்காலம், சாயந்திரம்	evening
சாய்	(II) bend, lean
சாயல்	resemblance, image
சாய்	(VI) cause to incline, bend; give
சாரம்	flavour, justice; meaning; interest
சாராயம்	arrack, distilled liquor
சாரார்	party, group
சாரி	side, wing, row
சார்	(II) lean upon; depend on; side with
சார்பு	support, inclination, partiality
சார்பாக	for, on behalf of
சார்பில்	on behalf of, for the sake of
சாலை	street, avenue, road, highway; large building
சாவதானம்	caution; leisureliness
சான்று	evidence; witness
சான்ஸலர்	chancellor
சாஷ்டாங்கம்	eight limbs (in reference to complete prostration)
சாஸ்திரி	scholar, learned brahman

சிகிச்சை	treatment, remedy
சிக்கனம்	economy; tenacity; close-fistedness
சிக்கு	(III) become ensnared, entangled
சிக்கல்	difficulty, problem, entanglement
சிதம்பரம்	(PlN)
சிதறு	(III) disperse, scatter
சிதை	(II) disintegrate; be spoiled
சிதை	(VI) ruin, spoil, destroy
சித்திரம்	picture, painting, carving; decoration; a beautiful thing
சித்திர வேலை	fancy work; carved work
சித்திரவதை	torture, torment
சித்திரை	the first Tamil month (part of April and May)
சிந்தனை	thinking, thought
சிந்தனைப் போக்கு	ideology
சிந்தாமணி	name of a Tamil epic poem
சிந்தி	(VI) think, consider, reflect
சிந்து	(III) spill; be spilled; trickle
சிந்தை	mind, intention
சிப்பந்தி	servant
சிரமம்	trouble, botheration; difficulty
சிரம்	head
சிரி	(VI) laugh, smile
சிருஷ்டி	creation
சில	some, a few
சிலர்	a few persons, some people
சிலப்பதிகாரம்	title of the first epic in Tamil
சிலம்பு	anklet; ornament worn on anklet by children and dancers which makes a pleasing noise
சிலை	stone or metal image
சில்லறை	change, small money
சிவாஜி	(PerN)
சிற	(VII) excel, be distinguished
சிறப்பு	fame, honour; importance; excellence
சிறப்பாக	greatly
சிறப்புறுப்பினர்	special member
சிறுமை	smallness; unimportance; indignity, misery

சிறிய	small
சிறிது	a little
சிறு	small
சிறுகதை	short story
சிறுமி	young girl
சிறுவன்	young boy
சிற்றூர்	small village
சிறை	prison, jail
சிறைவாசம்	imprisonment
சினிமா	cinema; film
சின்னம்	smallness
சின்ன	small
சின்னஞ்சிறு	very small
சின்னம்	mark, sign
சீக்கிரம்	swiftness
சீக்கிரத்தில்	soon
சீதரணி	(PerN)
சீதா	Sītā, wife of Rāma
சீமான்	rich person; person of importance
சீராட்டு	(III) praise, acclaim
சீர்	orderliness, good condition, excellence, fairness
சீர்குலை	(II) degenerate, deteriorate
சீர்திருத்தம்	reformation
சீர்திருத்த	reformist
சீர்திருத்தவாதம்	argumentation of reformation, argument which is progressive
சீர்திருத்து	(III) reform
சீர்தூக்கு	(III) estimate, evaluate
சீலன்	an upright man, a man of good qualities
சீனிவாசன்	(PerN)
சுகம்	happiness, wealth, well-being
சுக்கிரதசை	good luck
சுக்கு	small piece
சுங்குராம செட்டியார்	(PerN)
சுங்குவார்	(PerN) a Telugu family name
சுதந்திரம்	freedom, independence
சுதை	lime mortar, lime plaster; whitewash
சுத்தி	purity

சுந்தரம்	beauty
சுந்தரம்	(PerN)
சுபாவம்	naturalness; nature, character
சுப்பிரமணியம்	(PerN)
சுப்பிரமணியன்	(PerN)
சும	(VII) carry, bear
சுமார்	approximately
சுர	(VII) spring, gush forth; become abundant
சுருக்கம்	brevity, shortness, condensation
சுருக்கமாக	in short
சுருக்	(onom. repr. of a sharp stinging pain)
சுருங்கு	(III) shrink, wrinkle
சுருள்	(I) be rolled up
சுவர்	wall
சுவாமி	God; (respect-suffix)
சுவாரஸ்யம்	interest; relish
சுவீகரி	(VI) take possession of
சுவை	taste, flavour; interest
சுவை	(VI) have flavour; taste, enjoy; suck
சுவைபடு	(IV) taste well
சுழல்	circle, spiral, whirl
சுழல், சுழலு	(I) whirl, revolve
சுழற்சி	whirling, spinning
சுழி	whirl, curl, curved line
சுளை	segment of a fruit (e.g. jack, orange)
சுற்று	circuit, circumference, circle
சுற்றளவு	circumference
சுற்று	(III) turn, go round; surround; whirl around
சுற்றி	around
சுற்றிக் கொள்	(I) go around; pester
சுற்றிவளை	(VI) go around
சுற்றிவளைத்துப்பார்	(VI) look around
சூடு	heat, warmth, fomentation; touchiness, sensitivity; sheaf of corn
சூடடி	(VI) thrash
சூடுபோடு	(IV) brand
சூடு	(III) wear, adorn oneself
சூட்சி	stratagem, trick (cf. சூழ்ச்சி)

சூட்டு	(III) crown; invest with; put on
சூரியன்	sun
சூழ்	(II) surround; envelop, wrap
சூழ்ச்சி	conditioning; trick (cf. சூட்சி)
சூழ்நிலை	environment
சூனியம்	nothing, waste, vacuum
செங்கமலதாஸ்	(PerN)
செங்கல்பட்டு	Chingleput
செடி	plant, bush, shrub
செட்டியார்	(PerN)
செத்தவன்	dead man (see சா)
செந்நீர்	blood
செம்பு	copper; small metal pot
செய்	(I) do, make
செய்கை	deed, doings
செயல்	deed, action
செய்து கொள்	(I) provide for oneself, make for oneself
செய்தி	news
செய்யாறு	(PlN) a river
செய்யுள்	verse, poem
செய்வி	(VI) cause to be done
செருகு	(III) insert
செருக்கு	pride; self-assurance
செலவு	going; expenditure, expenses
செலவழி	(VI) spend
செலுத்து	(III) pay, offer; show; conduct, cause to go
செல்	white-ant
செல்	(I) go; arrive at; be current; be required, cost
செல்லம்	indulgence; indulgent affection
செல்லப் பிள்ளை	pet child
செல்வம்	riches, wealth, prosperity
செல்வன்	rich man
செல்வாக்கு	influence; authority; words of authority
செவி	ear; hearing
செவ்வப்ப நாயக்கன்	(PerN)
செழி	(VI) prosper

செழுமை	fertility, richness
செறி	(II) be close, thick
செறிந்த	dense, thick
சென்ற	last, previous (cf. செல்)
சென்னை	Madras
சேகரம்	savings; collection; provision
சேகரம் செய்	(I) raise (money)
சேரி	village; part of village, especially of untouchable caste
சேர்	(II) approach; be near; come together; belong
சேர்ந்து	together
சேர்	(VI) gather together, associate; put; reach; add
சேர்த்தி	connection
சேவகன்	servant
சேவை	service
சைவர்	Śaivite; vegetarian
சொக்கநாதன்	(PerN)
சொத்து	goods, property, possessions
சொந்தம்	that which is one's own
சொந்த	own, belonging to
சொரி	(II) flow down, pour
சொருகு	(III) stick in, insert
சொல்	word
சொல் கடந்த	beyond words
சொல்	(III) say, tell
சொல்லிக் கொடு	(VI) teach
சொற்பம்	something small, trifling
சொற்ப	small
சொற்றொடர்	sentence
சோகம்	fainting, swoon; sorrow
சோதனை	experiment, testing, test
சோதனைக்கூடம்	laboratory
சோதி	(VI) examine, search
சோம்பேறி	lazy fellow
சோம்பேறித்தனம்	laziness
சோர்	(II) be tired, get tired; faint; be dejected
சோர்வு	weariness

சோலை	garden
சோலையப்பன்	(PerN)
சோழன்	Chola king
சோளம்	millet, maize
சோறு	rice
சௌகரியம்	advantage; comfort
சௌந்தரியம்	beauty

ஞ

ஞாபகம்	memory
ஞானம்	knowledge
ஞானி	wise person, learned person; one who has renounced worldy bonds to seek the wisdom that is God

ட

டம்ளர்	tumbler
டயோஜெனிஸ்	Diogenes
–டா	(a suffix sometimes added to a remark made to a male person who is younger or of inferior status)
டாக்டர்	doctor
டிக்கட்டு	ticket
டிபன்	tiffin
டிரேட்மார்க்	trade mark
டிரைவர்	driver
டெல்ஹவுஸி	Dalhousie
டேய்	(an expression used to call someone at a distance who is younger or has inferior status)

ணா

ணங்	(onomatopoeia. The sound made by flicking a coin or letting it drop on to hard surface)

த

தகப்பன்	father
தகவல்	information, news
தகு	(II and IV) be fit, proper, suitable, appropriate
தகாத	unfit, unsuitable
தகுந்த	suitable
தகும்	it is proper, suitable
தக்கது	that which is fit, proper
தகுதி, தகை, தகைமை	fitness, appropriateness, suitability
தங்கம்	gold
தங்கள்	their, their own (see தாங்கள்)
தங்கு	(III) stay, remain; be obstructed
தங்குதடை	impediment
தங்கை	younger sister
தசை	flesh
தஞ்சாவூர்	Tanjore
தஞ்சாவூரார்	person from Tanjore
தஞ்சை	Tanjore
தடவு	(III) stroke, rub softly; grope
தடவை	time, occasion, turn
தடு	(VI) stop, hinder, hindrance
தடுப்பு	check, hindrance
தடுமாறு	(III) stumble; hesitate, be confused
தடை	hindrance, obstacle, obstruction (cf. தடு)
தடைசெய்	(I) prevent, prohibit, object
தடையுத்தரவு	prohibitive order
தட்டாமாலை	a game in which two people join hands and spin round and round
தட்டு	plate; stalk
தட்டு	(III) tap, knock, strike, clap
தண்ணீர்	water
ததாஸ்து	be it so
ததும்பு	(III) shake, wobble; overflow; abound
தத்து	adoption
தத்தெடு	(VI) adopt a successor
தத்துவம்	philosophy
தத்துவன்	scholar, philosopher

தந்தி	string on musical instrument; telegram, telegraph
தந்திரம்	craftiness, subtility, trick
தந்தை	father
தபால்	post, mail
தப்பிதம்	fault, blunder
தப்பு	(III) escape
தப்புவி	(VI) deliver
தமக்கை	elder sister
தமயன், தமையன்	elder brother
தமிழ்	Tamil
தமிழகம்	Tamil country
தமிழகத்தார்	people of the Tamil country
தமிழன்	Tamilian, one whose mother tongue is Tamil
தமிழ்நாடு	Tamil country; the Tamil name for Madras State
தமையன்	elder brother
தம்	their own, his own, her own (see தாம்)
தம்பதி	couple, one of a couple
தம்பி	younger brother
தம்பு செட்டியார்	(PerN)
தயக்கம்	hesitation; perplexity
தயங்கு	(III) waver, hesitate, be perplexed
தயவு	favour, kindness
தயவு செய்து	please
தயார்	readiness; ready
தயிர்	curds
தரம்	quality; time; rate
தரிசனம்	audience with God
தரிசி	(VI) see; obtain sight of a deity or great person
தருணம்	occasion, time, opportunity
தரை	earth, ground, floor
தர்மம், தருமம்	*dharma*, virtue, merit; charity
தர்மகர்த்தா	warden, trustee of a temple
தர்மசங்கடம்	dilemma
தலை	head; superiority; first
தலைகீழாக	upside down
தலைநகரம், தலைநகர்	capital city

தலைப்பு	heading, title
தலைமுறை	generation; posterity
தலைமை	headship, superiority
தலையிடு	(IV) engage in; meddle with, interfere
தலையெடு	(VI) become prominent, rise in status
தலைவர்	leader, chief
தலைக்கோட்டை	(PlN)
தவம்	penance
தவறு	mistake, blunder, slip; fault, wrong
தவறு	(III) stumble; err, fail, blunder; die
தவிர்	(II) avoid
தவிர	otherwise, other than that; besides, apart from, unless, except
தவிர்	(VI) remove; avoid
தழை	leaf, foliage
தழை	(II) sprout, thrive, prosper
தழைத்திரு	(VII) flourish
தளம்	ground, floor; balcony
தளர்	(II) grow weak, relax
தளராத	unfailing
தளர்ச்சி	fatigue; loss of interest
தள்ளாடு	(III) totter, stagger
தள்ளு	(III) push, knock, remove
தற்–	(prefix implying identity, exactness)
தற்காலம்	the present day
தற்போது	at present
தற்–, தன்–	self
தற்கொலை	suicide
–தனம்	(particle of formation for certain abstract nouns) -ness; quality, nature
தனி	lone, single, unique, separate
தனிக்கட்டை	lonely person
தனிமை	solitariness
தன்	one's own (see தான்)
தன்னம்பிக்கை	self-assurance, self-confidence; faith
தன்னாட்சி	own rule, independent rule
தன்மை	quality, condition, nature; first person (in grammar)
தன்னந்தனி	solitary, alone (cf. தனி)
தா	(IrV. தருகிறேன், தந்தேன், தருவேன்) give

தாக்கு	(III) attack, assault
தாங்கள்	(reflexive pronoun) they themselves, (also used as an honorific form of address) you
தாங்கு	(III) bear, endure; sustain, support
தாண்டு	(III) cross, go beyond
தாது	element
தாமதம்	slowness, delay
தாமதி	(VI) delay, be late
தாம்	(reflexive pronoun, plural or honorific singular) they themselves, he himself
தாமாக, தாமாகவே	by themselves
தாய், தாயார்	mother
தாயகம்	home; motherland
தாரம்	wife
தாராளம்	openness, frankness, liberality
தாலமி	Ptolemy
தாவரம்	all immovable things; the vegetable kingdom
தாவர நூல்	botany
தாழ்	bolt, bar; key
தாழிடு	(IV) bolt, bar (a door)
தாழ்	(II) be low; bow; sink down; decline, fail
தாழ்ந்தவர்	lowly persons, less capable persons
தாழ்வு	lowness; degradation
தாழ்	(VI) let down, deepen; decrease
தாழ்த்து	(III) lower
தாறு	bunch, cluster
தாறுமாறு	disorder
தானம்	gift, donation; charity
–தான்	(emphatic particle) only, certainly; because of
தான்	(reflexive pronoun) himself, herself
திகிரி	circle; wheel; discus
திகை	(VI) be amazed, bewildered
திகைப்பு	surprise, wonder
திக்கு	direction; point of compass
திக்கு	(III) stutter, stammer, falter in speech

திங்கள்	moon, month; Monday
திசை	direction
திடீர்	(onom. repr. of suddenness)
திடீரென்று	suddenly
திடுக்கிடு	(IV) be surprised, startled, frightened, alarmed
திட்டம்	accuracy; honesty; estimate, arrangement, plan
திட்டு	(III) scold
திணறு	(III) be choked, stifled
திணி	(VI) cram, stuff in
திண்டாட்டம்	annoyance, vexation; trouble, misery, suffering
திண்ணை	verandah
திமிர்	naughtiness; obstinacy; pride, conceit
திமிறு	(III) detach oneself by force
திரட்டு	(III) collect, accumulate
திரள்	(I) collect, assemble, be accumulated
திராணி	power, strength; ability
திரி	(II) walk about, wander
திருச்சி	Trichy
திரு	eminence, beauty; divine, holy, sacred
திருநீர்	holy water
திருநெல்வேலி	(PlN)
திருப்பெயர்	holy name
திருமூர்த்தி	divine form; Siva; (PerN)
திருவள்ளுவமாலை	the title of a poem
திருவிளையாடல்	holy enactments
திருவடி	divine feet
திருவாலங்காடு	(PlN)
திருவிழா	religious festival
திருத்தக்கதேவர்	(PerN) a Tamil poet
திருத்தம்	clarity, distinctness, precision; correction
திருத்து	(III) correct: improve
திருத்திக்கொள்	(I) get corrected
திருந்து	(III) improve, reform, be amended
திருப்தி	contentment, satisfaction; conviction
திருப்திபடுத்து	(III) convince, satisfy
திருப்தியடை	(II) be satisfied

திருப்பு	(III) turn, cause to turn; return; repeat
திருப்பித் திருப்பி	again and again
திரும்பு	(III) turn, return, go back
திரும்ப	again
திரும்பத் திரும்ப	again and again
திரும்பிவா	(IrV) return, come back
திரை	wave, billow; screen
தில்லி	Delhi
திற	(VII) open
திறந்துவிடு	(IV) let open
திறமை, திறம்	excellence; capacity, ability
திறம்	side, division, class
திறத்தார்	party, class of people
திறன்	class, nature, quality
தினம்	day; daily
தினசரி	daily
தினந்தினம்	daily
தினுசு	variety, sort
தின்	(V) eat
தீ	fire
தீப்பெட்டி	box containing matches, match-box
தீங்கு	evil; fault; harm
தீட்சணம், தீட்சணியம்	sharpness, keenness of mind; heat; ardour
தீட்சண்ய	sharp, powerful
தீமை	badness, evil
தீர	(II) end, finish; be cured
தீர	perfectly, thoroughly
தீர வேண்டும்	it is absolutely necessary
தீராத நோய்	incurable disease
தீராது	it is not possible; it cannot be settled
தீர்	(VI) finish; settle, clear; cure
தீர்த்துக் கொள்	(I) be satisfied
தீர்த்தம்	holy water
தீர்மானம்	decision
தீர்மானி	(VI) decide, resolve
தீவிரம்	intensity; aggravation; haste
தீவிரப்படு	(IV) intensify
தீனி	food, especially of animals

துக்கம்	sorrow, grief; pain
துடி	(VI) vibrate, beat, throb, shake, palpitate; struggle
துடை	thigh
துடை	(VI) wipe
துணி	cloth
துணி	(II) dare, venture, resolve, decide
துணிகரம், துணிச்சல்	courage; audacity
துணிவு	courage; audacity; determination
துணை	help, assistance; one who accompanies, wife; extent
துணைக்கருவி	accompanying instrument
துண்டு	piece
துயரம்	sadness
துரு	rust
துருப்பிடி	(VI) rust, gather rust
துருவு	(III) search out, trace
துரை	governor, person in authority
துரைத்தனம்	government
துரைத்தனத்தார்	rulers, administrators
துரௌபதி	Draupadi
துர்லபம்	rarity, excellence
துலக்கு	(III) brighten, clean
துலங்கு	(III) shine, be clear
துவை	(VI) soak, wash (clothes)
துளசி	holy basil-herb, *ocymum sanctum*
துளி	drop
துற	(VII) leave, reject
துறை	place; theme, passage (in a book); branch, field, department; profession; harbour, seaport
துறைமுகம்	entrance to a port, roadstead
துன்பம்	suffering
தூக்கம்	sleep
தூக்கு	(III) lift up, raise; weigh
தூக்கிவாரிப்போடு	(IV) get startled
தூங்கு	(III) sleep
தூண்	pillar, post
தூண்டு	(III) stir up, incite; suggest
தூது	message; embassy, mission

தூத்துக்குடி	(PlN) Tuticorin
தூரம்	distance; extent
தூர்	(II) become filled up, choked up
தூர்	mud, rubbish at the bottom of a well
தூற்று	(III) scatter; air; expose; abuse, slander
தெய்வம்	God
தெரி	(II) know, know-how, be known; appear, recognize
தெரிந்துகொள்	(I) understand
தெரியாதது	that which is not known
தெரியாது	it is not known
தெரிவி	(VI) make known, inform
தெரு	street
தெலுங்கு	Telugu
தெளி	(II) clear up; become evident; pass away
தெளிவு	clarity; stability
தெற்கு	south
தெனாலிராமன்	(PerN)
தென்	south, southern
தென்மதுரை	South Madurai
தென்படு	(IV) meet; appear
தேகம்	body
தேசம்	country
தேசபக்தி	patriotism
தேசீய	national
தேசிங்கு	(PerN)
தேடு	(III) seek, search
தேடிக்கொடு	(VI) get for another
தேடிப்பிடி	(VI) find, discover
தேர்ச்சி	investigation; progress; excellence, capacity, ability
தேவலை	it is not bad, it is good
தேவன்	deity; God
தேவலோகம்	world of gods
தேவை	need
தேற்று	(III) console, comfort
தை	the tenth Tamil month (part of January and February)
தை	(VI) sew, stitch

தையற்காரன்	tailor
தைரியம்	courage, boldness
தொகு	(VI) collect
தொகுத்தோர்	compilers, collectors
தொகுப்பி	(VI) cause someone to collect
தொகுப்பித்தோர்	those who cause others to collect, sponsors of compilations
தொகுதி	collection
தொகை	anthology, collection; sum, amount
தொங்கு	(III) hang, be suspended
தொங்க விடு	(IV) hang down
தொடங்கு	(III) begin, start, originate
தொடர்	connection, continuation
தொடர்	(II) continue, follow, take up, pursue; file (a lawsuit)
தொடர்ச்சி	continuation
தொடர்பு	connection; continuance, succession
தொடு	(IV) touch
தொண்டன்	servant; member (of a party)
தொண்டு	service
தொண்டை	throat
தொப்	(onom. repr. of a thumping noise)
தொலை, தொலைவு	distance
தொலை பேசி	telephone
தொலை	(VI) finish, destroy; kill
தொல்காப்பியம்	the title of the oldest extant Tamil grammar
தொல்லை	trouble, vexation, care
தொல்லைபடுத்து	(III) trouble, vex
தொல்லையான	troublesome
தொழில்	action; work, occupation, job
தொழிலாளன், தொழிலாளி	worker
தொழிற்சாலை	factory
தொளை	hole
தொனி	(VI) sound; imply, suggest; perceive
தோட்டம்	garden
தோப்பு	grove
தோய்	(II) bathe; mix, blend
தோரணை	attitude
தோல்	(V) be defeated

தோல்வி	defeat
தோழமை	friendship, companionship
தோழன்	friend, companion (male)
தோழி	friend, companion (female)
தோள்	shoulder
–தோறும்	every
தோற்கடி	(VI) defeat, overcome (cf. தோல்)
தோற்றம்	appearance
தோற்று	(III) appear, originate
தோற்றுவாய்	origin, beginning; preface
தோற்றுவி	(VI) create
தோன்று	(III) seem, appear

ந

நகம்	nail, claw
நகரம்	city
நகர்	city, town
நகராண்மை	municipal
நகராண்மைக்கழகம்	corporation
நகாசு	shining, perfecting, improving, meticulous
நகை	laughter
நகைச்சுவை	wit
நகை	(VI) laugh
நக்கீரர்	(PerN)
நங்கை	young girl
நஞ்சம்	small, little
நட	(VII) walk; behave, conduct oneself, continue to function, flourish; happen, take place
நடந்துகொள்	(I) behave
நடத்து	(III) make someone walk; perform; direct, manage, conduct, carry on; run
நடத்தை	conduct, behaviour
நடமாடு	(III) walk about; frequent a place
நடமாட்டம்	going about, activity
நடவடிக்கை	action
நடு	middle, centre

நடுத்தரம்	middle
நடுநிலை	neutrality, impartiality
நடு	(IV) plant; erect
நடுகல்	monument; sepulchral stone
நடுங்கு	(III) shiver, shake, tremble
நடை	walk, gait; conduct
நடைகட்டு	(III) walk away, start walking
நடைபெறு	(IV) occur, take place
நட்சத்திரம்	star
நட்டார்	friends (cf. நள்)
நட்பு	friendship, affection
நண்பன்	friend
நண்பு	friendship
நதி	river
நபர்	person, individual
நமஸ்காரம்	salutation, (a greeting)
நம்	our (see நாம்)
நம்பிக்கை	confidence, trust; belief, faith
நம்பிக்கையுள்ளவர்கள்	those with faith
நம்பு	(III) believe, trust, rely on
நரை	grey hair
நலம், நலன்	good; benefit; advantage
நலுங்கு	(III) become spoiled; grow feeble
நல், நல்ல	good
நல்லவன்	good man
நல்லாட்சி	good government
நற்பணி	good service
நல்கு	(III) give, provide
நழுவு	(III) slip away
நள்	(V) befriend, love
நள்	middle
நள்ளிரவு	middle of the night
நறுக்	(onom. repr. of suddenness, crispness)
நறுக்கு	piece cut off
நற்–, நன்–	(see நல்)
நனை	(II) be wet
நன்கு	good, goodness
நன்கொடை	donation
நன்மதி	esteem
நன்மை	good, goodness; benefit

நன்றி	goodness; gratitude, thanks
நன்று	that which is good
நன்றாக	well
நஷ்டம்	loss, damage
நா	tongue; speech
நாகரிகம்	civilization
நாக்கு	tongue
நாங்கள்	we
நாசம்	injury, destruction
நாசூக்காக	deftly; inoffensively
நாடகம்	play, drama
நாடு	country, realm, state
நாட்டார்	people of a country
நாட்டுப்புறம்	countryside; rural area
நாட்டுப்பெண்	daughter-in-law
நாடு	(III) look for, enquire; go after
நாடி	concerning, respecting
நாணயம்	coin
நாட்டு	(III) fix, establish, install, erect
நாதன்	master
நாதாங்கி	latch
நாம்	we
நாயக்கன்	(PerN) the name of a dynasty
நாயனார்	master; devotee (of Śiva)
நாய்	dog
நாலு, நான்கு	four
நாலரை	four and a half
நாலைந்து	four or five
நால்வர்	four people
நாழி	a measurement of time, 24 minutes
நாளை	tomorrow
நாள்	day
நாளடைவில்	daily
நாள்தோறும்	daily
நாற்காலி	chair
நாற்பது	forty
நானூற்றைம்பது	four hundred and fifty
நான்	I
நான்கு	four
நான்மாடக்கூடல்	(PlN)

நிகழ்	(II) happen; exist
நிகழ்காலம்	present time
நிகழ்ச்சி	occurrence, event, incident
நிச்சயம்	certainty
நிதானம்	stability, balance; correctness
நிதானமாக	correctly, precisely; slowly
நிதி	treasure; cash
நிமிடம், நிமிஷம்	moment; minute
நிமிர்	(II) stand straight, stand erect; lift the head
நிம்மதி	peace of mind; satisfaction
நியாயம்	justice; decency
நியூயார்க்	New York
நிரம்பு	(III) grow full; abound
நிரம்ப	fully
நிருபர்	reporter
நிர்ணயி	(VI) resolve, be certain
நிர்வாகம்	rule, management
நிலக்கோட்டை	(PlN)
நிலம்	soil, land
நிலவு	moon, moonlight
நிலவு	(III) shine; be in use; prevail; become established
நிலா	moon
நிலை	state, condition; position; fixture, permanence; lot
நிலைகுலை	(VI) lose grip; lose position
நிலைநாட்டு	(III) establish
நிலைநிறுத்து	(III) establish firmly
நிலை	(VI) become established
நிலைத்திரு	(VII) flourish
நில்	(V) stand; stay; cease
நிழல்	shadow
நிறம்	colour
நிறுத்து	(III) stop; erect; establish
நிறுத்திவை	(VI) set erect
நிறவு	(III) set up, establish; level
நிறை	(II) become full; overflow; abound
நிறைய	full of; a lot of
நிறைவு	fulfilment

நிறைவேறு	(III) be accomplished, fulfilled
நிறைவேற்று	(III) fulfil
நினை	(VI) think, remember
நினைப்பு	thought
நினைப்பூட்டு	(III) remind
நினைவு	memory, thought
நினைவுச் சின்னம்	memorial
நின்	your (see நீ)
நிஜம்	actuality, fact, certainty
நீ	you (singular)
நீங்கள்	you (plural and honorific singular)
நீங்கு	(III) be removed; leave, go off
நீடி	(VI) continue; live long, last long, endure
நீட்டு	(III) stretch, extend
நீண்ட	long (cf. நீள்)
நீர்	you (honorific, and plural)
நீர்	water
நீராட்டு	(III) give bath
நீராவி	steam
நீர்மை	state, nature, property; clarity
நீலம்	blue
நீள்	(I) become long, lengthen
நுழை	(II) enter
நூல்	thread; book, treatise; science
நூறு	hundred
நூற்றாண்டு	century
நூற்றெட்டு	hundred and eight
நூற்றைம்பது	one hundred and fifty
நெஞ்சம், நெஞ்சு	heart
நெடு, நெடும்	long
நெடுக	lengthwise, at full length
நெடுநாள்	many days, long time
நெய்	ghee, melted butter
நெருங்கு	(III) approach
நெல்	paddy, unhusked rice
நெல்லை	(PlN)
நெற்றி	forehead
நேரம்	time
நேரிடு	(IV) happen

நேரு, நேருஜி	Nehru
நேர்	straightness; straight
நேர்	(II) meet; happen
நேற்று	yesterday
நோ	(IrV: past tense நொந்தது) ache, pain
நோக்கு	(III) look at
நோக்கி	towards
நோட்டு	currency note
நோய்	sickness, disease
நோயாளி	sick person

ப

பகட்டு	lustre; glamour
பகல்	day-time
பகவான்	God
பகிஷ்காரம்	boycott, expulsion, degradation
பகுதி	part, portion
பகை, பகைமை	hatred, enmity
பகைவர்	enemies
பக்கம்	side; vicinity, proximity
பக்குவம்	tact; apology
பக்கெட்	bucket
பக்தன்	devotee
பக்தி	devotion, faith, *bhakti*
பங்களா	bungalow
பங்கு	part, share
பங்கு கொள்	(I) take part
பசி	hunger
பசியாறு	(III) appease hunger
பசி	(VI) be hungry
பசு	cow; soul
பசுமை	greenness; freshness
பசை	glue; liquid, saliva; desire
பச்சை	rawness; greenness
பச்சிலை	medicinal green leaf
பஞ்சம்	famine, scarcity
படபட	(onom. repr. of rattling, rustling)

படபடவென்று	precipitately
படம்	picture
படி	step, stair; measure (to measure grains and sometimes oil); manner, way
படித்துறை	steps leading to water (as at a tank or river)
படிப்படியாக	by degrees, gradually
–படி	as; in accordance with; so that, in order to
படி	(II) gather, settle; submit, obey
படி	(VI) read, study
படிப்பு	reading, learning, study, education
படீர்	(onom. repr. of a sudden bang)
படு	(IV) suffer; experience, feel, endure; occur
படாது	should not, could not
படு	(VI) lie down
படுக்கை	bed
படுத்து	(III) make suffer; cause, effect
படே	big
படை	army
படைத்தலைவன்	commander of an army
படை	(VI) make, create, sustain; put, place, lay
பட்சம்	side, party
பட்டம்	honour, name, title
பட்டணம்	city; Madras
பட்டினம்	town on the sea-shore; (PlN)
பட்டு	silk
பட்டை	bark (of a tree); skin
பட்நகர்	(PerN)
பணம்	money; wealth
பணக்காரன்	rich man
பணம் போடு	(IV) invest
பணி	work; help; duty; service
பண்டம்	article, thing, matter
பண்டா	priest
பண்டிகை	festival
பண்டிதன்	scholar, pandit
பண்டை	old

பண்ணு	(III) make, do; produce
பண்ணை	agricultural land
பண்பாடு	culture
பண்பு	quality
பதஞ்சலி, பதஞ்சலியார்	(PerN)
பதட்டம்	trembling, agitation
பதவி	path; station, rank, position
பதற்றம்	trembling
பதார்த்தம்	things; eatables
பதி	home, place, town
பதி	master; husband; the Supreme Being
பதிவிரதை	faithful wife
பதி	(II) be fixed, fastened
பதி	(VI) imprint, impress, fix
பதில்	answer, reply; instead of
பதினாயிரம்	ten thousand
பதினைந்து	fifteen
பதுங்கு	(III) hide; lie in ambush
பத்திரிகை	newspaper
பத்து	ten
பத்தொன்பது	nineteen
பந்தம்	attachment
பந்து	relationship; relation, kindred
பந்து	ball
பம்பாய்	Bombay
பம்பிங்	pumping
பய	(VII) fear
பயம்	fear
பயப்படு	(IV) fear
பயமறியான்	(PerN)
பயல்	fellow
பயன்	reward, result; profit; meaning
பயன்படு	(IV) be used, useful
பயிர்	crop
பயில்	(I) learn, practise, get training
பயிற்சி	exercise, learning, apprenticeship
பயின்றவர்கள்	those who have learned; those who have been trained
பர	(VII) spread; be extensive
பரந்த உள்ளம்	broad-mindedness; generosity

பரப்பு	spread, expanse
பரத்து	(III) spread, scatter (trans.)
பரபரப்பு	hurrying, hastening; activity; tingling
பரப்பு	(III) spread, extend, lay out
பரம	excellent; very; all
பரமசிவன்	the Supreme Śiva
பரம்பரை	tradition; genealogy, hereditary succession
பரம்பு	harrow, roller
பரவாயில்லை	it is all right; it is not bad
பரவு	(III) spread
பரிகாரம்	atonement; remedy, cure
பரிசோதனை	examination, search
பரிசோதி	(VI) examine, investigate
பரிதாபம்	helplessness, sorrow, pain; pity, compassion
பரிமாணம்	size, measure
பரீட்சை	test, examination
பரு	(VI) grow thick, swell
பருந்து	hawk, kite
பருவம்	time, period, season; stage of life, age
பல	many
பலர்	many people
பலகை	board, plank
பலம்	force, strength
பலஹீனம்	weakness
பலன்	result
பலா	jack-tree
பலி	(VI) take effect; succeed
பல்	tooth
பல்–, பன்–	many (cf. பல)
பல்லாண்டு	many years
பல்வேறு	very many
பல்டி	somersault, forward roll
பல்லவி	the chorus of a song repeated after each stanza; refrain
பவ்யம்	deference, respect, politeness
பழகு	(III) be accustomed, familiar; associate, move
பழக்கப்பட்டுப்போ	(IrV) become current; be in use
பழமை	antiquity, oldness

பழமொழி	proverb
பழங்காலம்	olden times
பழம்–	old
பழம்	ripe fruit
பழனம்	agricultural land, rice-fields
பழி	blame, censure, accusation; revenge; crime
பழி	(VI) blame; revile, abuse
பழு	(VI) grow ripe
பழைய	old (cf. பழமை)
பழையபடி	as before, as usual
பழையன	old things
பளபள	(onom. repr. of glittering)
பளபளப்பு	shining, glittering
பளிச்சு	brightness; flashing
பளிச்சென	brightly
பள்ளம்	pit
பற–, பறை–	untouchable
பறி	pillage, plunder
பறிபோயிற்று	it is lost
பறி	(VI) take hold of; take away; rob
பறிமுதல்	confiscated property
பறிமுதல் செய்	(I) take away, withdraw
பறை	drum; untouchable caste
பறையன்	untouchable
பற்று	grasp, attachment; affiliation
பற்றுக் கொள்	(I) be attached to
பற்றுக்கோல்	walking-stick
பற்று	(III) hold; follow; adhere to
பற்றவை	(VI) light (a match, etc.)
பற்றி	about, concerning
பனை	palmyra tree
பன்மை	plurality
பன்றி	pig, hog
பன்னிரண்டு	twelve
பன்னிற	multicoloured (cf. பல்)
பஸ்	bus
பாகம்	part, portion
பாகீரதி	Bhāgīrathī
பாக்கி	remainder, balance

பாக்கியம்	happiness, fortune
பாசம்	bond, fetter; affection
பாசாங்கு	dissimulation, feigning, pretending
பாஞ்சாலங்குறிச்சி	(PlN)
பாடல்	poem; verse
பாடு	suffering; hard work; lot
பாடு	(III) sing
பாடுகிறவன்	one who sings
பாட்டி	grandmother
பாட்டு	song, poem; singing
பாட்டுக்கு	to itself
பாண்டி	the ancient Tamil kingdom ruled from Madurai
பாண்டிநாடு	Pandya country
பாண்டியன்	Pandyan king
பாதகம்	crime; sin
பாதி	half; part
பாதி	(VI) affect
பாதிரியார்	foreign missionary
பாதுகா	(VI) take care, protect
பாத்திரம்	utensil; worthiness, merit
பாபம்	sin
பாப்பான்	brahman
பாப்பார	brahmanical
பாமா	(PerN)
பாய்	(II) spring, leap
பாய்ச்சல்	leap, jump
பாரதம்	Bhārat, India
பாரத	Indian
பாரதி, பாரதியார்	Bharati, a 20th century Tamil poet
பாரதிதாசன்	(PerN) a poet, 'the disciple of Bhārati'
பாராட்டு	(III) appreciate, praise, commend; treat
பார்	world
பாரறிந்த	well-known, famous
பார்	(VI) see; look, watch; try
பார்ட்	part
பாலம்	bridge
பாலாறு	the name of a river in South India
பால்	milk

பாவம்	sin; misfortune; nature, condition
பாவி	sinner; wretch, unfortunate person, a person to be pitied
பாவி	(VI) imagine, suppose
பாழ்	waste; desolation; uselessness
பாழும்–	desolate, deserted
பாழ் வெளி	the vast expanse in which the Deity is supposed to dwell
பாறை	rock
பானை	pot, vessel
பான்மை	nature, quality; division, portion
பாஷை	language
பாஷாபிமானம்	love for the language
பாஸ்	pass
பி. எஸ். ஸி.	B.Sc.
பி. ஏ.	B.A.
பி. காம்.	B.Com.
பிசகு	mistake; wrong
பிச்சை	alms
பிச்சை எடு	(VI) receive alms, beg
பிச்சைக்காரன்	beggar
பிஞ்சு	young fruit; small bud
பிடி	handful; grasp, hold
பிடி	(VI) take hold of, seize; grip; take (a picture); fit, match
பிடித்தவன்	one who is possessed of something
பிடில்	violin
பிடிவாதம்	stubbornness, pertinacity
பிடுங்கு	(III) pull; snatch
பிணி	sickness, disease
பிதற்று	(III) talk foolishly, talk gibberish
பிய்	(II) be torn off
பிரகாசம்	brightness, lustre
பிரசங்கம்	lecture, sermon
பிரசுரி	(VI) publish
பிரச்சினை	problem
பிரதம	first
பிரதம மந்திரி	Prime Minister
பிரதிபலி	(VI) reflect
பிரதிமை	image; reproduction

பிரபலம்	distinction, fame, popularity
பிரமை	illusion, deception
பிரம்பு	cane
பிரயாணம்	travel, journey
பிரயாணி	traveller
பிரயோசனம், பிரயோஜனம்	profit, advantage, utility
பிரஸ்தாபி	(VI) make known, mention
பிரஷ்	brush
பிராணன்	life
பிராணி	animal
பிராம்மணன்	brahman
பிரார்த்தி	(VI) pray
பிரி	(II) depart; be separated
பிரிவு	separation, dissension
பிரி	(VI) separate, divide; open
பிரியம்	fondness
பிரும்மச்சாரி	bachelor
பில்	bill
பிழி	(II) squeeze
பிழை	mistake
பிழை	(VI) live; exist
பிள	(VII) be split, split open
பிளவு	split, gap
பிளேட், பிளேட்டு	plate
பிள்ளை	child
பிள்ளையற்றவள்	childless woman
பிள்ளையார்	Ganeṣa, the elephant-headed God symbolizing learning and wisdom
பிற	other
பிறர்	others
பிற	(VII) be born; be issued
பிறந்தகம்	parental home; native place
பிறந்தநாள்	birthday
பிறப்பு	birth
பிறகு	afterwards, then
பிறவி	creature; natural state; birth
பிற்–	after (see பின்)
பின்–, பின்னே	then, afterwards, behind
பிற்காலம்	future; later times
பின்தொடர்	(II) follow

பின்பற்று	(III) follow
பின்புறம்	hinder side, rear
பின்னர்	afterwards, subsequently
பின்னால், பின்னாலே	afterwards, behind
பின்னும்	moreover
பின்பு	after
பின்னா	(see கன்னா)
பின்னு	(III) twist, intertwine
பீங்கான்	porcelain, china
பீச்சு	(III) squirt
பீடி	(VI) afflict, torment
பீடு	strength; greatness
பீரோ	movable framed shelves
பீற்று	(III) boast
பீஜப்பூர்	Bijapur
புகழ்	fame, reputation; praise
புகழ்	(II) praise
புகழ்ந்த	famous
புகு	(II and IV) enter
புகை	smoke; incense
புகைபிடி	(VI) smoke
புகையிலை	tobacco
புடவை	woman's garment, sari
புண்	wound
புண்படுத்து	(III) wound; grieve; hurt the feelings of
புண்ணியம்	goodness; moral or religious merit; return for doing something good
புதிது	anything new
புதிய	new
புதியன	new things
புதுமை	newness, novelty
புது	new
புதை	(II) be buried; be hidden
புதையல்	something hidden in the ground; hidden treasure
புதை	(VI) inter, bury
புத்தகம், புஸ்தகம்	book
புத்தி	understanding; intelligence
புத்திசாலி	wise man

புத்திரன்	son
புரட்டு	(III) turn over, roll; examine
புரள், புரளு	(I) roll over
புரி	(II) make, do, conduct; be understood
புரிந்துகொள்	(I) understand
புருஷன்	husband
புரோகிதன்	family priest
புலம்பு	(III) lament, weep; talk nonsense
புலம்பல்	lamentation
புலர்	(II) dawn
புலவர்	post
புலன்	any of the five senses
புல்	grass
புல்லரி	(VI) quiver; feel a light tremble over the whole body, feel the flesh creep
புழு	worm
புளி	sour taste; tamarind tree *or* fruit
புளியந்தோப்பு	tamarind grove
புறப்படு	(IV) start, set out
புறம்	side; area; exterior
புறநானூறு	name of a collection of early Tamil poems
புறா	dove, pigeon
புனம்	field where dry grain crops are grown, rain being the only source of water
புனிதம்	purity; holiness
புனித	pure; spiritual; holy, sacred
புன்சிரிப்பு	smile
புன்மை	smallness
புன்னகை	(VI) smile
புஸ்தகம்	book
புஷ்பம்	flower
பூ	flower
பூங்கா	park; flower garden
பூ	(VI) bloom, blossom
பூசு	(III) smear, paint
பூசை	worship, ceremonial offering
பூச்சி	insect, worm
பூச்சு	painting
பூச்சு	(III) paint

பூண், பூணு	(III and V) put on; undertake
பூதம்	demon; ghost
பூமா	(PerN)
பூமாதேவி	Lakṣmi
பூமி	earth, ground
பூரி	(VI) expand, enlarge; be cheerful
பூரித்துப்போ	(IrV) be very happy
பூர்ணம்	fulness
பூர்த்தி	fulness; satisfaction; completeness
பூனை	cat
பூஜை, பூஜா	worship, with offering of flowers, etc., to the Deity
பெஞ்சு	bench
பெட்டி	box; compartment (in a train)
பெண்	female; woman, girl; wife
பெண் கொள்	(I) marry, take a wife
பெண்டாட்டி	wife; woman
பெயர்	name; noun
பெயருக்கு	in name
பெயர்	(II) leave, depart
பெரிது	that which is big
பெரிய	big, great
பெரியவர்கள்	big people, great people; well-known people; elders
பெரியார்	elders; learned persons
பெருகு	(III) increase, grow numerous
பெருக்கு	(III) increase, augment, cause to multiply
பெருக்கு	overflowing, influx
பெருமை	greatness; nobleness; fame, glory; prestige, reputation; pride
பெரு, பெருங்–, பெரும்–	great, big
பெருமகன்	prince, nobleman
பெருமன்னன்	emperor
பெருமிதம்	happiness; joy of contentment
பெருமூச்சு	sigh
பெருமைப்படுத்து	(III) glorify
பெரும்பாலும்	for the most part, commonly
பெரும்பான்மை	most, the majority
பெறு	(IV) get, obtain, receive; achieve; give birth to

பெற்றோர்	parents
பென்ஸில்	pencil
பேசு	(III) talk, speak, say
பேசுவோர்	speakers
பேச்சு	speech; talk; opinion
பேச்சாளர்	speaker
பேட்டி	audience, access to a great person
பேப்பர்	paper
பேர்	big, great (cf. பெருமை)
பேரரசன்	emperor
பேரரசு	emperor; empire
பேரிளம்	a woman from 32 to 40 years of age
பேர்	name (see பெயர்); person
பேறு	thing obtained; benefit, happiness, opportunity, luck
பேனா	pen
பை	bag; pocket
பைத்தியம்	madness, folly; mania; mad person
பைய	gently, slowly without making any noise
பையன்	boy
பொங்கு	(III) bubble up, overflow; increase; abound
பொங்கல்	boiling; the name of a great Tamil festival
பொடி	powder
பொதியமலை	the name of a mountain in the extreme south of India
பொது	that which is common, public, universal
பொதுமக்கள்	the common people
பொதுவாக	in general, under normal circumstances
பொது ஜன	popular
பொம்மை	toy, doll
பொய்	lie, falsehood
பொரிவிளங்காய்	a ball of baked meal
பொருத்தம்	fitness, suitableness
பொருநை, பொருனை	the name of a river in South India
பொருள்	meaning; substance; subject-matter; object; things

பொருட்படு, பொருள்படு	(III) be comprehended, make sense
பொருட்படுத்து	(III) heed, mind, pay attention to
பொருளாதாரம்	economics
பொல பொல	(onom. repr. of quick succession of actions)
பொல்லாத	wicked, bad, evil
பொழி	(II) pour forth
பொழுது, போது	time; occasion; sun
–பொழுது, –போது	when
பொறாமை	envy, jealousy
பொறி	machine
பொறு	(VI) wait; have patience
பொறுத்து	depending
பொறுமை	patience, forbearance
பொறுக்கு	(III) pick up (small stones, grain, etc.) from the ground
பொன்	gold
போ	(IrV) go
போய்விடு	(IV) go away
போன	last
போகம்	enjoyment
போகி	Indra; the name of a festival
போக்கு	going; manner of behaviour; habits; attitude; trend; style, usage
போக்குவரவு	intercommunication; coming and going
போக்கு	(III) put away; destroy; pass, spend (time)
போடு	(IV) throw; put, place; draw; perform; make; strike; put on (a light)
போட்டுக்கொள்	(I) wear
போட்டிடு, போட்டுவிடு	(IV) throw
போட்டி	contest, competition
போதனை	exhortation, advice
–போதிலும்	even though
போது	time; occasion
–போது	when
போது	(IrV) go, pass; be sufficient
போதாது	it is not enough
போதுமான	sufficient
போதும்	it is enough

போதை	dizziness, giddiness from drink
போர்	war, battle, struggle
போராட்டம்	conflict, fight, struggle, feud
போரிடு	(IV) fight
போர்களம்	battle-field
போர்	bore
போர்	(VI) put on
போர்ட்ரெயிட்	portrait
போர்வை	upper garment; cover, blanket
போல்	(I) resemble
போல, போலே, போல்	like, similar, as, as if
போன்ற	like
போற்று	(III) praise, appreciate; encourage, give support
போஷி	(VI) foster, nourish, feed
பௌதிகம்	physics
பௌண்டன் பேனா	fountain pen

ம

மகத்து	greatness; excellence
மகத்தான	great; noble
மகன்	son
மகா	great; profound
மகாநாடு	congress, conference
மகாராஷ்டிர	Mahratta
மகான்	great man
மகிமை	greatness; honour, glory
மகிழ்	(II) rejoice, be happy
மகிழ்ச்சி	joy, gladness
மக்கள்	people
மக்கு	(III) become weather beaten; decay; become useless because of age
மங்கலம்	auspiciousness; happiness
மங்களம்	praise, blessing
மங்களம், மங்களத்தம்மாள்	(PerN)
மங்கு	(III) grow dim, fade
மங்கிய	faint
மசி	ink

மச்சினன்	brother-in-law
மச்சினி	sister-in-law
மஞ்சள்	turmeric, saffron
மடம்	religious institution; raised brick structure
மடி	lap; bosom; fold in the cloth wrapped round the waist; udder
மடி	(II) be bent, folded
மடி	(VI) bend, fold
மட்டம்	regularity; measure; limit
மட்டு	measure; limit; moderateness
மட்டிலும், மட்டில், மட்டும்	only, alone
மண	(VII) smell; marry
மணம்	fragrance; marriage
மணல்	sand
மணி	gem, jewel; pearl; bell; hour, time
மண்	earth, soil
மண்டபம்	open court, shed; hall
மண்டிலம்	sphere
மண்டை	skull
மதம்	religion
மதி	(VI) estimate; regard, respect; consider
மதிப்பு	respect
மதில்	wall
மதுரை	(PlN)
மத்தியானம்	midday, noon
மந்தம்	slowness, idleness
மந்தமாருதம்	gentle breeze, southerly wind
மந்தி	stupidity; monkey
மந்திரம்	*mantra*, sacred formula
மந்திரி	minister
மமதை	arrogance, conceit, vanity, insolence
மயக்கம்	sleepiness, intoxication
மயிர்	hair
மரபு	custom, tradition, practice; nature, genius; dynasty
மரம்	tree, wood
மரக்கலம்	vessel, ship
மரத்துப்போ	(IrV) become dead, numb

மரியாதை	respect
மருந்து	medicine
மருமகள்	daughter-in-law
மருமகன்	son-in-law
மருவு	(III) unite; change
மருள்	(I) be confused, bewildered
மருண்ட	confused
மரூஉ	a contracted word authorized by scholars
மர்மம்	secret
மலடு	barrenness
மலடி	barren woman
மலர்	flower, blossom
மலர்	(II) bloom, open
மலர்ச்சி	blossoming
மலை	mountain
மலையாளம்	Malayalam
மல்கு	(III) abound, increase
மழை	rain
மற	(VII) forget
மறம்	sin, vice; valour
மறு	another, next
மறுகணம்	the next moment
மறுநாள்	the next day
மறுபடி, மறுபடியும்	again
மறுபேச்சு	disagreement
மறுமணம்	second marriage
மறு	(VI) refuse
மறை	secret; the Vedas
மறைமனம்	subconscious
மறை	(II) be hidden; disappear; die; lose
மறைவு	secret; screen, shelter
மறை	(VI) conceal
மற்று, மற்ற	other
மற்றபடி	otherwise
மற்றவன்	another man
மற்றவை	the other ones
மற்றும்	in addition
மற்றைய	other
மற்றொரு	another

மற்றொருவர்	another person
மற்றொன்று	another one
மனசு, மனது	mind, heart; feelings
மனம்	mind, heart
மனத் தத்துவன்	psychologist
மன நிம்மதி	peace of mind
மனப்பால்	vain expectations, empty desires
மனப்பான்மை	attitude
மனமறிந்த	knowingly, deliberately, wantonly
மனமார்ந்த	whole-hearted
மனம் கோணு	(III) be offended
மனிதன்	man; human being
மனிதப் பிறவி	human life
மனு	petition, request
மனுஷன்	man, person, human being
மனைவி	wife
மனோபாவம்	attitude, mentality (cf. மனம்)
மண்பதை	world
மன்றம்	assembly
மன்னன்	king
மஹாதேவர்	(PerN)
மா	great, big
மா	mango tree or fruit
மாகாணம்	province, state
மாசம், மாதம்	month
மாடம்	house; hall
மாடி	upper storey, floor
மாடிப்படி	stairway
மாடு	ox, any member of the cattle family
மாட்டு	(stem form used only with suffixing of personal endings of verb to indicate refusal)
மாட்டார்	he refuses, he cannot
மாட்டு	(III) hook, fix; join; suspend
மாட்டிக்கொள்	(I) get hung
மாண்டனர்	(see மாள்)
மாதம்	month
மாதந்தோறும்	every month
மாதிரி	manner; pattern; like, as
ஒரு மாதிரி	(see ஒரு)

மாத்திரம்	quantity, measure; instant; only, solely
மாத்திரை	quantity, measure; moment of time
மாந்தர்	people
மாப்பிள்ளை	son-in-law; bridegroom
மாமரம்	mango tree (see மா)
மாமன்	uncle, mother's brother, (sometimes) elder sister's husband; father-in-law
மாமி, மாமியார்	aunt, mother's brother's wife; mother-in-law
மாம்பழம்	ripe mango
மாயம்	illusion, deception, unreality; blackness
மாய	(in compounds) not real; magical
மாயோன்	Viṣṇu
மாய்	(II) die, perish
மாயாத	unending, inexhaustible
மாரி	rain, shower
மாருதம்	air, wind
மார்கழி	the ninth Tamil month (part of December and January)
மார்க்	mark
மார்க்கப் போலர்	Marco Polo
மார்பு	bosom, breast, chest
மார்னிங்	morning
மாலை	garland; evening
மாவட்டம்	district (cf. மா)
மாளிகை	palace
மாள்	(I) die, perish
மாறு	change
மாறாக	against
மாறுபடு	(IV) differ
மாறு	(III) become changed, altered
மாற்றம்	change, diversity; word, reply
மாற்றான்	enemy
மாற்று	(III) change
மானம்	honour; bashfulness
மானிடம்	humanity
மானிடர்	men
மானேஜர்	manager

மான்	deer
மிகு	(II) increase
மிக	much, very
மிகவும்	very much, abundantly
மிகு	great
மிகுதி	abundance, fulness
மிக்க	very much, overmuch
மிஞ்சு	(III) exceed, surpass; remain
மிஞ்சிப்போ	(IrV) remain left over
மிட்டாய்	sweets
மித	(VII) float
மிதம்	moderation
மிதமிஞ்சிய	excessive, immoderate
மிதி	(VI) tread on, trample
மிரட்டு	(III) frighten
மிளகாய்	chilli
மிளார்	twig, switch
மின்	lightning; brightness
மின்சாரம்	electricity
மின்மினி	glow-worm, fire-fly
மின்னு	(III) lighten, flash
மின்னல்	lightning
மிஸ்டர்	Mr
மீசை	moustache
மீட்கும்	(see மீள்)
மீட்டு	(III) strum, tune
மீண்டும்	again (see மீள்)
மீதம்	remainder, residue
மீது	top; upon
மீள்	(I) turn; be redeemed
மீள்	(V) bring back; redeem, rescue
மீறு	(III) exceed, go beyond; excel; disobey
மீனாட்சிசுந்தரம் பிள்ளை	(PerN)
மீன்	fish
முகமதியர்	Mohammedan
முகம்	face; mouth of a river; entrance to a harbour
முகக்குறிப்பு	facial expression
முக்காலி	three-legged stool; tripod

முக்காலி சட்டம்	easel
முக்கியம்	importance
முக்கியத்துவம்	importance
முக்கியமாக	especially
முக்கியமான	important
முக்கு	the physical effort of holding the breath; dip, immersion
முக்கு	(III) dip, immerse
முடத்திருமாறன்	(PerN)
முடி	crown; tuft of hair on the head; knot
முடிசூட்டு	(III) crown
முடி	(II) come to an end; be able, possible
முடியாதவர்கள்	those who cannot
முடியாது	it is not possible
முடியும்	it is possible
முடிவு	end, finality; decision, conclusion
முடி	(VI) finish, complete
முடுக்கு	crevice, bend
முடுக்கு	(III) urge, force
முடுக்கியடி	(VI) chase away
முடை	(II) spin, twist
முட்டாள்	fool
முட்டு	support
முட்டுக்கட்டை	block or stake as a support
முட்டு	(III) hit, dash against; reach to touch
முட்டை	egg
முணுமுணு	(VI) mumble
முண்ணணி	movement
முதலியார்	(PerN) a caste name
முதல்	first, beginning; principal (money); from
முதலாம்	first
முதலான, முதலிய	and other, and the following
முதலியவை	and other such things
முதலியோர்	and other such people, and the rest of the people
முதல்தர	first-rate
முதல்வர்	sovereign
முதல்வன்	first man
முதியோர்	elders

முது	old, ancient
முதுகு	back
முத்தமிழ்	the three kinds of Tamil
முத்தம்	kiss; pearl
முத்திரை	stamp; personal mark
முத்து	pearl
முத்துக் குளி	(VI) fish for pearls
முந்நூறு	three hundred
முப்பது	thirty
மும்மரம், மும்முரம்	great interest, full attention; intensity; urgency
முயல்	(I) try, attempt, endeavour
முயற்சி	attempt, effort
முழக்கம்	clamour, loud noise, din
முழங்கு	(III) roar, make a loud noise
முழு	whole, entire, complete
முழுது, முழுவது	all, the whole
முழுகு	(III) get immersed, bathe
முழுக்கு	bath
முழுக்கு	(III) drown
முளை	sprout, young shoot
முளை	(VI) grow up; appear
முள்	thorn, iron pin
முள் ஸ்பூன்	fork
முறி	(VI) break by twisting
முறுக்கு	twisting
முறை	manners; method; time, occasion, order; complaint
முறையிடு	(IV) complain; pray
முறை	(VI) stare at
முற்-	previous (see முன்)
முற்று	entireness
முற்றிலும்	entirely
முற்று	(III) ripen; reach maturity
முற்றுகை	siege, blockade
முற்றுகையிடு	(IV) besiege
முனகு	(III) mumble, mutter
முனிசிபல்	municipal
முனுசாமி	(PerN)
முனை	point, end

முனை	(II) advance
முன்	previous; formerly, before; in front of
முற்காலம்	those days; olden days; ancient times
முற்போக்கு	advance, progress
முன்கூட்டி	beforehand, in advance
முன்பின் தெரி	(II) be acquainted
முன்பின் தெரியாத	unacquainted
முன்பு	before
முன்யோசனை	forethought
முன்னணி	vanguard of an army; movement
முன்னம்	before
முன்னரே	already
முன்னால், முன்னாலே	formerly, before
முன்னுக்கு	forward
முன்னுக்குக் கொண்டுவா	(IrV) bring forward; improve the lot of
முன்னே	before
முன்னேற்பாடு	planning
முன்னேற்றம்	progress
முன்னோர்கள்	forefathers
மூ	(VI) get old
மூப்பு	seniority, old age
மூக்கணை	support on the underside of the front end of the pole of a cart
மூக்கு	nose; beak
மூக்குக் கண்ணாடி	spectacles
மூச்சு	breath
மூச்செறி	(II) sigh
மூடு	(III) cover, close
மூட்டை	bundle
மூட்டை கட்டு	(III) tie in a bundle
மூணு, மூன்று	three
மூது	old
மூதூர்	old town
மூத்த	elder (cf. மூ)
மூத்தர்	elders
மூப்பு	old age
மூலம்	root, origin, means
மூல	primary; important
மூலை	corner, angle

மூவர்	three persons
மூழ்கு	(III) bathe, submerge; sink; drown
மூன்று	three
மெது	slowness, softness, gentleness
மெதுவாக	slowly, softly
மெய்	truth; body
மெருகு	glitter, lustre
மெருகிடு	(IV) shine; give a finish
மெலி	(II) become thin, weak; be slender
மெல்	soft
மெல்ல	slowly, softly
மெல்லிய	thin
மெல்லினம்	class of 'soft' consonants (ங், ஞ், ண், ந், ம், ன்)
மெல்லோசை	nasal sounds, soft sounds, melodious sounds
மெள்ள	slowly
மென்னி	neck
மேகம்	cloud
மேடு	height, rising ground, elevation
மேடை	platform
மேதை	expert, knowledgeable person, learned person
மேம்படு	(IV) become famous; excel
மேயர்	mayor
மேய்	(II) graze
மேல்	top, surface; west; high; upon, above; after; for
மேலிடத்தார்	superiors
மேலிடு	(IV) increase
மேலே	further; above
மேலைநாட்டார்	westerners
மேலைநாட்டு	western
மேல் நாடு	western country; foreign country
மேற்கு	west
மேற்கொள்	(I) increase
மேற்கோள்	example
மேற்படி	above-mentioned
மேற்படு	(IV) increase; exceed; move
மேற்பார்வை	taking care of, managing
மேனாட்டு	western

மேனி	form, body
மேஜை, மேசை	table
மைத்துனன்	brother-in-law
மையம்	centre, middle
மைல்	mile
மொட்டை	baldness, bald head; bareness; barrenness
மொட்டையாக	baldly, bluntly, plainly
மொட்டையடி	(VI) shave the head completely
மொழி	language; word; expression; saying
மோட்சம்	liberation; salvation
மோட்டார்	motor
மோதிலால்	(PerN)
மோது	(III) hit, dash against
மௌனம்	silence; taciturnity, speechlessness

ய

யதார்த்தம்	propriety, truth
யவனம்	Greek, Roman
யவன நாடு	Greece, Rome
யாது	what
யாதும்	everything
யாத்திரை	pilgrimage, journey
யார்	who
யாராச்சும்	anyone
யாராலும்	by anyone
யாராவது	somebody
யாரோ	someone
யாவரும்	all people
யுத்தம்	fight, war
யூகி	(VI) guess; meditate
யூதர்	Jews
யோசனை	idea, thought; deliberation; pondering
யோசி	(VI) think, consider
யோசித்துப் பார்	(VI) think, try thinking

ர

ரகம்	variety, type, kind
ரசாயனம்	chemistry
ரம்ப, ரொம்ப	much; very
ரம்பம்	saw
ரயில், ரெயில்	rail; train
ரயில்வே	railway
ரஸனை	appreciation, enjoyment, feeling of appreciation
ரஸி	(VI) appreciate
ரஸ்தா	road
ராகம்	*raga*, tune
ராசன், ராஜன் ராஜா	king
ராசாங்கம்	government
ராசாங்கத்தார்	government people
ராணுவம்	army
ராமகிருஷ்ணன்	(PerN)
ராமபத்திர சர்மா	(PerN)
ராமு	(PerN)
ராஜம், ராஜம்மா, ராஜம்மாள்	(PerN)
ராஜன்	king
ராஜபார்ட்முடி	hair-do like that of king
ராஜீநாமா	resignation
ரிக்ஷா	rickshaw
ரிட்ஸ்	Ritz
ரூபம்	form, shape
ரூபாய்	rupee
ரெயில்	rail; train
ரேடியோ	radio
ரைஸ்	rice
ரொக்கம்	ready money
ரொட்டி	bread
ரொம்ப	much; very
ரோஷம்	sensitivity, perception

ல

லட்சம், லக்ஷம்	lakh, hundred thousand
லட்சக்கணக்கான	numbering lakhs

லட்சியம்	aspiration, ambition, goal
லக்ஷம்	lakh
லக்ஷாதிபதி	very rich man
லக்ஷ்மணசாமி	(PerN)
லஜ்ஜை	embarrassment
லாபம்	advantage, profit
லேசு	slightness; easiness
லேடி டாக்டர்	lady doctor
லைசென்ஸ்	licence

வ

வகி	(VI) bear, endure; assume, take on
வகிடு	parting (of the hair on the head)
வகுப்பு	class, division, subject
வகை	kind, sort, type; manner, way, method; division
வகையார், வகையினர்	type of people
வசதி	comfort, convenience, facility
வசி	life
வசி	(VI) live, reside
வசீகரி	(VI) attract
வஞ்சனை	fraud, deceit
வட	north
வடமொழி	Sanskrit
வடி	(II) flow down, trickle
வடி	(VI) make flow
வடிவு	shape, form
வட்டம்	circle; division of land; district
வணக்கம்	salutation; prayer
வணங்கு	(III) salute respectfully; pray
வணிகம்	trade
வணிகன்	merchant, trader
வண்டி	cart; conveyance
வண்டிக்காரன்	driver of a cart
வண்டு	wasp, beetle, bee
வண்ணம்	colour; way, manner
வண்ணான்	washerman
வதை	(VI) torment; ill-treat; vex

வந்திரு	(see வா)
வம்பு	insolence; botheration, nuisance
வயசு, வயது	age, time of life
வயல்	field; ground suitable for rice-growing
வயிறு	stomach, abdomen
வர	(see வா)
வரம்	boon
வரம்பு	boundary, limit
வரலாறு	history
வரவு	coming (see வா)
வருடம், வருஷம்	year
வருணனை	description
வருத்தம்	trouble, sorrow, pain, regret
வருந்து	(III) suffer, be distressed; compel, urge
வருவி	(VI) cause to come, have brought
வருஷம்	year
வரை	measure, limit
வரை, வரைக்கும், வரையில்	until, up to, as far as
வரையறு	(VI) circumscribe, mark the boundaries
வரை	(II) draw, sketch
வர்க்கம்	class, sort, clan
வர்க்கத்தினர்	people of a certain class
வர்ணம்	colour
வர்ணக்குழம்பு	(III) paint
வர்ணி	(VI) describe
வலது, வலம்	right (side)
வலதுசாரி	right wing
வலப்புறம்	right-hand side
வலு	force, strength
வலை	net
வல்	mighty, powerful; hard
வல்லமை	power, skill, ability
வல்லார்	capable persons, experts
வல்லினம்	class of 'hard' consonants (க், ச், ட், த், ப், ற்)
வல்லின ஓசை	harsh sounds
வழக்கம்	habit, custom, convention
வழக்கம் போல்	as usual

வழக்கு	usage; quarrel, argument, dispute, law-suit, case, litigation
வழக்கறிஞர்	lawyer
வழங்கு	(III) be in use; use; speak; grant, give
வழி	way, path; method; source
வழிபடு	(IV) obey; pay homage, worship
வழிபாடு	worship, prayer
வழி	(II) flow down; overflow
வழுவு	(III) make mistake, err
வளம்	abundance, fertility, prosperity
வளர்	(II) grow, grow up
வளர்ச்சி	growth
வளர்	(VI) bring up, train
வளன்	prosperity; fertility
வளை	(VI) enclose; bend
வறுமை	poverty; emptiness
வறையறு	(VI) delimit, define
வற்பு	firmness, strength
வற்புறுத்து	(III) stress, insist on
வற்று	(III) dry up, become dry; drain
வஸந்தன்	(PerN)
வா	(IrV) come
வந்திரு	(VII) come into being, happen
வந்துள்ளார்கள்	they have been
வந்துவிடு	(IV) get
வரப்போவது	achieving, getting; coming
வரலாகாது	should not come
வரவழை	(VI) summon, fetch, invite
வரவு	coming
வரவேல்	(V) welcome
வாகனம்	wagon, vehicle, conveyance
வாக்	walk
வாக்கு	word; word of honour; speech
வாங்கு	(III) buy; get, receive; take, remove
வாசல்	entrance, doorway, gateway
வாசம்	dwelling place; living
வாசனை	fragrance, smell; flavour
வாசி	inhabitant
வாசி	(VI) read; play (a musical instrument)

வாசு	(PerN)
வாசுதேவன்	(PerN)
வாஞ்சை	longing, desire, affection
வாடகை	rent
வாட்ட சாட்டம்	good build
வாணிகம்	commerce
வாணிகன்	merchant
வாதம்	argument, disputation
வாதி	disputant, plaintiff; one who professes
வாத்தியார்	teacher
வாத்ஸல்யம்	tenderness, affection
வாயப்பயம், வாழைப்பழம்	banana, plantain
வாய்	mouth; word
வாய் அடைத்துப்போ	(IrV) become dumb
வாய்ப்பாட்டு	song sung by mouth (i.e. not instrumental music)
வாய்விடு	(IV) speak freely
வாய்	(II) excel, surpass; possess
வாய்	(VI) succeed, prosper; obtain
வாய்ப்பு	success, realization; opportunity
வாரம்	week
வாரிசு	heir, claimant
வாரு	(III) collect; carry off
வார்	(II) flow down
வார்	(VI) pour
வார்த்தை	word
வாலிபம்	youth
வால்	tail
வாழை	plantain tree, plantain, banana
வாழைப்பழம்	ripe plantain fruit, banana
வாழ்	(II) live; thrive, prosper
வாழ்க்கை	life
வாழ்நாள்	lifetime
வாழ்வு	life
வாழ்த்து	(III) praise; bless
வாழ்வி	(VI) cause to prosper
வாளப்பளம், வாழைப்பழம்	banana, plantain
வாளி	bucket
வானம்	sky

வானவன்	Indra
வான்	air, sky
வானொலி	radio
வாஸ்தவம்	truth
விகல்பம்	difference; doubt, suspicion
விகிதம்	proportion
விசயநகரம்	Vijayanagar
விசய ராகவ நாயக்கன்	(PerN)
விசனம்	sorrow, grief, distress
விசாரணை	enquiry, investigation
விசாரி	(VI) enquire; consider
விசாலம்	extensiveness, extent, breadth
விசாலமான	extensive
விசாலி	(VI) spread out
விசித்திரம்	anything queer, strange, remarkable
விசிறு	(III) fan
விசுவாசம்	affection, attachment; affiliation; trust, confidence
விசை	current; switch
விஞ்ஞானம்	science
விஞ்ஞான சாஸ்திரி	scientist
விடி	(II) break, dawn (as the day); rise (as the sun)
விடிமோட்சம்	deliverance
விடு	(IV) leave; release, let go; permit
–விட	more than, than, other than
விடுமுறை	leave, vacation
விட்டுவிடு	(IV) relinquish, abandon
விட்டுச்செல்	(I) leave behind
விடு	(VI) send away
விடுதலை	release, liberty, freedom
விடுதி	lodging
விடுவி	(VI) free
விடை	answer, reply; leave
விடைபெறு	(IV) take leave
விண்	sky
விதம்	form, manner, method; sort, kind, variety
விதவை	widow
விதி	fate, destiny; principle, rule, law

வித்தியாசம்	difference
வித்துவான்	scholar, musician
விபரீதம்	harm; perversity
விபரீத	harmful
விமலர்	God; Śiva
விம்மு	(III) heave, swell; sob; be overwhelmed; admire
விய	(VII) admire, wonder, exclaim
வியப்பு	surprise, amazement
வியாதி	sickness, disease
வியாபாரம்	commerce, trade, business
வியாபாரி	trader
வியாபி	(VI) spread, pervade, be present everywhere
விரட்டு	(III) drive away, frighten
விரதம்	vow; observance; obstinacy
விரதை	female person observing a vow
விரல்	finger
விரி	(II) expand, spread; unfold
விரி	(VI) spread, lay open; extend
விரிவுரை	lecture; commentary
விருட்டு	(onom. repr. of speed and anger)
விருது	decoration, medal
விருத்திராசுரன்	(PerN)
விருந்து	feast; food for a guest; guest
விருந்தினர்	guest
விருப்பம்	desire, wish, liking
விரும்பு	(III) desire, want
விருஷ்டி	rain
விரை	(II) hasten
விரைவு	swiftness
விரோதம்	hatred, enmity
விரோதி	enemy
விர்ர்	(onom. repr. of a whirring sound)
விலகு	(III) move, move away, recede
விலக்கு	(III) forbid; avoid; remove, put aside, pull aside
விலக்கு	prohibition; exception
விலாசம்	address (word used as part of name for a house)

விலை	price, selling
விலைப்படு	(IV) be sold
விலையுயர்ந்த	expensive
வில்	bow
வில்	(V) sell
விற்கவேண்டிய விலை	selling price
விவகாரம்	affair, business
விவரி	(VI) relate, describe
விவாதம்	dispute
விழா	celebration, festival
விழி	eye
விழி	(VI) open the eyes, awake; watch; remain astonished
விழு	(II) fall; happen
விழுங்கு	(III) swallow up; devour
விளக்கம்	shining, gleam; elucidation, explanation
விளக்கு	lamp, light
விளக்கு	(III) brighten; explain, make clear; purify
விளக்கிச் சொல்	(III) explain
விளங்கு	(III) shine; be clear; become renowned, illustrious; flourish; appear; exist, function
விளம்பரம்	advertisement, notice, publicity
விளை	(II) be produced; grow
விளை	(VI) cultivate, grow, produce; display
விளைவி	(VI) produce
விளையாடு	(III) play, sport
விளையாடல்	playing
விளையாட்டு	game, recreation
விறுவிறு	(onom. repr. of fast movement)
வினவு	(III) question, inquire
வினாடி	second
வினை	act, action, deed; work; verb
வினோதம்	wonder
விஷமம்	mischief
விஷம்	poison
விஷயம்	news, information, message; matters, facts; idea; signification

விஷயமாக	with regard to, with reference to the matter
விஸ்தாரம்	largeness, great extent
விஸ்வரூபம்	great form; that which exists in all forms
வீசம்	one-sixteenth
வீசம்படி	one-sixteenth of a measure
வீசு	(III) blow; emit; throw
வீடு	house
வீணை	veena, the classical Indian stringed instrument
வீதி	street
வீரம்	heroism, courage, fortitude
வீரன்	hero, warrior
வீர வணக்கம்	hero worship
வெகு	very great, much
வெகுள்	(I) be angry
வெகுளச் செய்	(I) mock
வெங்கண்ணு	(PerN)
வெங்காஜி	(PerN)
வெடி	explosion
வெடி	(VI) explode, burst
வெடிப்பு	explosion, burst
வெட்கம்	shame, bashfulness, shyness, modesty
வெட்கக்கேடு	disgrace; shamelessness
வெட்கப்படு	(IV) be ashamed
வெட்டு	cut, stroke
வெட்டு	(III) cut, cut off
வெண்டேர்ச்செழியன்	(PerN) a king
வெண்ணெய்	butter, white ghee
வெந்திரு	(see வே)
வெம்	fierce, hot
வெயில், வெய்யில்	sunshine
வெயில் காய்	(II) sun-bathe
வெல்	(I) overcome, conquer
வெவ்வேறு	different, separate (cf. வேறு)
வெளி	outside, exterior; empty space
வெளிப்பகட்டு	outward glamour
வெளியாகு	(III) become known
வெளியிடு	(IV) express; bring forth, publish

வெளியுலகம்	the outside world
வெளியூர்க்காரன்	man from another place
வெளியே	out, outside
வெளி வா	(IrV) appear, come out, get published
வெளிச்சம்	light
வெளுப்பு	whiteness
வெளேரென்றிரு	(VII) appear white
வெள்ளம்	flood
வெள்ளி	silver
வெள்ளை	whiteness
வெள்ளையர்	whites, white people
வெறி	drunkenness: giddiness; fury, madness; intense feeling, singleness of purpose
வெறி	(I) be drunk, intoxicated; stare
வெறிச்சு	lifelessness; emptiness
வெறிச்சென்று	lifelessly; empty
வெறு	(VI) dislike. detest, hate
வெறுப்பு	dislike, hatred, disgust
வெறுமை	emptiness, nothingness
வெறும்	empty, mere, blank
வெறுமே, வெறும்	simply; completely
வெற்றி	victory; success
வெற்றிலை	betel-leaf
வெற்று	empty
வே, வேகு	(IrV: past tense வெந்தேன்) be hot; be cooked
வேகவை	(VI) boil
வேகம்	speed, hurry
வேடிக்கை	fun, ludicrousness; spectacle
வேட்கை	urge, desire
வேண்டு	(III) desire, request; be necessary, be wanted
வேணும், வேண்டும்	it is necessary
வேண்டாம்	it is not wanted, it is not necessary
வேண்டிய	necessary, needful
வேண்டியவங்க	those who want, those who are to suffer
வேண்டுகோள்	request
வேதம்	Veda, holy book

வேதனை	pain, trouble, affliction
வேந்தன்	king
வேம்பு, வேப்பமரம்	margosa tree, neem tree, *azadirachta Indica*
வேப்பங்காய்	unripe fruit of the neem
வேர்	root
வேரூன்று	(III) take root
வேலூர்	Vellore
வேலை	work, job
வேலையாள்	worker
வேளை	time, occasion
வேறு	other, different, foreign
வெவ்வேறு	different, separate, various
வேறுபடு	(IV) differ; change, become altered
வேறுபாடு	difference, disagreement, diversity
வேறொரு	another
வேற்று	foreign
வேஷ்டி	dhoti, man's garment
வை	(VI) put, lay, place, set aside; make
வைத்திரு	(VII) keep, have
வைத்துக்கொள்	(I) keep, possess, own; suppose, postulate
வைணவர்	Vaishnavite
வைதிகம், வைதீகம்	conformity to the Vedas
வைதிக	conservative, purist
வைதீகன்	conservative brahman, one who conforms to the Vedas
வைத்தியம்	medicine
வைத்தியன்	physician
வைல்டு	Wilde
வைஸ் சான்ஸலர்	Vice-Chancellor

ஜ

ஜங்கமம்	movable things, property
ஜபி	(VI) pray
ஜம்	(onom. repr. of quality that causes enthusiasm)
ஜலம்	water

ஜவாஹர்லால்	(PerN)
ஜனம், ஜனங்கள்	people
ஜனநாயகம்	democracy
ஜன்மம்	incarnation, birth, life
ஜன்னல், சன்னல்	window
ஜாக்கிரதை	alertness, vigilance, diligence, care
ஜாதகம்	horoscope
ஜாமம்	a measurement of time of three hours duration
ஜிலேபி	*jilebi*, a north Indian sweetmeat
ஜில்லா	district
ஜீரணம்	digestion
ஜீவன்	life, spirit; creature, living thing
ஜீவி	(VI) live
ஜேபி	pocket in shirt or trousers

ஸ

ஸார்	sir
ஸ்டூடியோ	studio
ஸ்தாபனம்	establishment, foundation
ஸ்தாபி	(VI) establish
ஸ்தாவரம்	immovable things, property
ஸ்தானம்	situation, place, position
ஸ்நானம்	bath, purification
ஸ்பரிசி	(VI) touch, feel
ஸ்பஷ்டம்	clearness, distinctness
ஸ்பூன்	spoon
ஸ்மஸானம், மசானம்	cemetery, cremation ground
ஸ்வரம்	voice, tone; a note in music
ஸ்விட்சு	switch

க்ஷ

க்ஷணம்	moment, second

ஹ

ஹரி	Hari, Viṣṇu
ஹரிஜனம்	Harijans, untouchables
ஹில்மன்	Hillman
ஹீனம்	weakness; deficiency, want
ஹோட்டல்	hotel
ஹோட்டல்காரன்	hotel-keeper

ஸ்ரீ

ஸ்ரீரங்கம்	(PlN)

93724610R00150

Made in the USA
Lexington, KY
17 July 2018